# வாடகைக்கு ஓர் உயிர்

(2) நாவல்கள்

# நந்தினி 440 வோல்ட்ஸ்

ராஜேஷ்குமார்

RAJESHKUMAR RK Publishing

**இரு நாவல்கள் தொகுப்பு (RK097)**

| **வாடகைக்கு ஓர் உயிர்**<br>**முதல் நாவல்** | **நந்தினி 440 வோல்ட்ஸ்**<br>**இரண்டாவது நாவல்** |
|---|---|

**ராஜேஷ்குமார்**

**முதல் பதிப்பு - அக்டோபர்** 2025



**வெளியீடு:** RK பப்ளிஷிங், 23, யமுனா தெரு,
க்யூரியோ கார்டன் அவென்யூ, வடவள்ளி, கோயம்புத்தூர் - 641 046.

**அட்டை வடிவமைப்பு:** நவீன்குமார் மு

**நூல் வடிவமைப்பு:** மூ. சிவசுந்தரம், இன்லெட்பஃப் சொல்யூஷன்ஸ்



**Collection of Two Novels (RK097)**

| **Vaadagaikku Ore Uyir**<br>**First Novel** | **Nandhini 440 volts**<br>**Second Novel** |
|---|---|

**Rajeshkumar**

**First Edition - October 2025**



**Published by:** RK Publishing, 23, Yamuna Street,
Curio Garden Avenue, Vadavalli, Coimbatore - 641046.
**Mob:** 89251 16783
**email:** rkpublishing41@gmail.com
**Web:** www.rajeskumarnovels.in

**Cover Designed by:** Naveenkumar M

**Book Designed by:** M Sivasundaram, inletPUB Solutions, www.inletpub.com

## எழுத்தாளரைப் பற்றி...

ராஜேஷ்குமார், 1947-ம் ஆண்டு மார்ச் 20ம் தேதி கோவை மாநகரில் பிறந்தவர். இவரின் இயற்பெயர் கே.ராஜகோபால். எழுத்துக்காக ராஜேஷ்குமார் என்று தன் பெயரை மாற்றிக் கொண்டார். இவரின் முதல் சிறுகதை "உன்னைவிட மாட்டேன்" 1969ம் வருடம் மாலை முரசு கோவை பதிப்பில் வெளிவந்தது. 1980வது வருடம் இவருடைய முதல் நாவல் "வாடகைக்கு ஓர் உயிர்" மாலைமதி மாத இதழில் வெளிவந்தது. அதே வருடம் கல்கண்டு வார இதழில் "ஏழாவது டெஸ்ட் ட்யூப்" என்ற முதல் தொடர்கதை வெளியானது.

கடந்த 56 ஆண்டுகளில், இதுவரை 1500 மேற்பட்ட நாவல்கள் 2000 மேற்பட்ட சிறுகதைகள் எழுதியுள்ளார். இதைத்தவிர, நூற்றுக்கணக்காண அறிவியல், சமூக, ஆன்மிக மற்றும் வாழ்வியல் கட்டுரைகள் படைத்துள்ளார். அவற்றில் "ஸார் ஒரு சந்தேகம்!", "வாவ்! ஐந்தறிவு", "எஸ் பாஸ்", "சித்தர்களா! பித்தர்களா!!" முக்கியமானவை. "என்னை நான் சந்தித்தேன்" என்ற தலைப்பில் தன் வாழ்க்கையில் நடந்த நிகழ்வுகளை சுவராஸ்யமான நடையில் எழுதியுள்ளார். இது மிகச் சிறந்த சுயமுன்னேற்ற நூலாகவும் பார்க்கப்பட்டு பாராட்டப்படுகிறது.

இவரது சில தேர்ந்தெடுக்கப்பட்ட படைப்புக்கள் பிராந்திய மொழிகளிலும், ஆங்கிலத்திலும் மொழி பெயர்க்கப்பட்டுள்ளன. இவருடைய நாவல்கள் பல, திரைப்படங்களாகவும் தொலைக்காட்சித் தொடர்களாகவும் தயாரிக்கப்பட்டுள்ளன.

தான் எழுதிய குற்ற புதினங்களில், நவீன அறிவியலையும் பல புதுமைகளையும் புகுத்தி தனிமுத்திரை பதித்ததால், வாசகர்களும் பதிப்பாளர்களும் இவரை 'க்ரைம் கதை மன்னர்' என்று அழைக்கிறார்கள். இந்த 2023 வருடத்திலும் பல முன்னணி அச்சிதழ்களிலும் மின்னிதழ்களிலும் இன்னும் எழுதிக் கொண்டிருக்கிறார்.

எழுத்துலகில் இவர் ஆற்றிய சாதனையை இந்தியன் புக் ஆஃப் ரெக்கார்ட்ஸ் 2022ல் அங்கீகரித்துள்ளது. இவர்க்கு தமிழக அரசு, 2010ல் கலைமாமணி விருது வழங்கி சிறப்பு செய்துள்ளது.

எழுத்தாளரைப் பற்றி...

# வாடகைக்கு ஓர் உயிர்

இந்தக் கதை 1980 ஆம் ஆண்டு
மாலைமதி இதழில் நாவலாக வெளிவந்தது

# 1

கொஞ்சம் ஆர்ப்பாட்டமான மழைதான்!

இருண்ட வானத்தின் பின்னணியில் மின்னல் தாறுமாறாய்க் கோடு கிழிக்க நீர்த்தாரைகள் சவுக்குகளாய்ச் சுழன்று பூமியின் மேனியைப் புரட்டியெடுத்தன. பம்பாய் மழை என்றால் சும்மாவா?

மாடியினின்றும் ஜன்னலினூடே தூரத்தே மழையில் நனையும் போக்குவரத்து செத்துப்போன தெருவை வேடிக்கை பார்த்துக் கொண்டிருந்த புரஃபஸர் ருத்ராவின் இதயம் அக்னிக் கங்குகளாய் உருமாறிக் கொண்டிருந்தது.

புரஃபஸர் ருத்ரா!

முன்புறம் முழுமையான வழுக்கை. அடர்த்தியான கொஞ்சம் நரையோடிய புருவங்கள், சின்ன விழிகள். எந்நேரமும் சீற்றமான பார்வை. கோடு கிழித்தாற் போன்ற மெலிதான உதடுகள். அவற்றில் எந்நேரமும் தொற்றிக் கொண்டிருக்கும் சவப் புன்னகை. தொளதொளத்த நீல வண்ணப் பைஜாமாவில், ஆறடி ஓரங்குல உயரத்தில் திடகாத்திரமாய் வளர்ந்த உடல் -இவர் புரஃபஸர் ருத்ரா!

உயிர் பிரிந்த 48 மணி நேரத்தில் திரும்பவும் இறந்த உடலுக்குள் உயிரைச் செலுத்தமுடியும் என்ற சித்தாந்தத்தில் நம்பிக்கை... அதிகப்படியான நம்பிக்கை வைத்து... இரவும் பகலும் கண்ணாடி லேபுக்குள் தன்னை நுழைத்துக் கொண்டு, கணிசமான தூக்கத்தையும், பசியையும் துறந்தவர்... மறந்தவர்.

ஆனால் இன்று அவர் இதயத்தின் கோடிக்கணக்கான செல்கள் முழுக்க வேறொரு கேள்வி வியாபித்திருந்தது. 'யார் அவன்?'

மாயா, புரஃபஸரின் வயதுக்கும் ஆசைக்கும் பொருத்தமில்லாத மனைவி. இளம் மனைவி. கொஞ்சம் பளிங்கு, கொஞ்சம் பாதரசம் கலந்து பார்க்கக் கிடைப்பது மாயாவின் முகம். ஒரு ரோஜாவில் தேங்கிய இரண்டு சொட்டு அதிகாலை நேரப் பனித்துளிகள் கலந்து பார்க்கக் கிடைப்பது மாயாவின் உதடுகள்.

அவளுடைய க்ரிம்சன் வண்ணப் புடவை மடிப்புக்குள் பாஸ்போர்ட் சைஸ் போட்டோவில் சிரிப்பவன் யார்? சிரிப்பு நிஜமாகவே கவர்ச்சியாக இருந்தது முகத்தில் இளமை ஊஞ்சலாடி ஏலேலோ பாடியது.

'யார் அவன்?'

புரஃபஸரின் இதயம் ஆக்ரோஷமாய் பம்மியது.

'சினிமாவுக்குப் போன மாயா திரும்ப இன்னமும் எவ்வளவு நேரமாகும்?' மணிக்கட்டை உயர்த்திக் கடிகாரத்தைப் பார்த்தார். மணி ஒன்பது.

ஜன்னலை மூடிவிட்டு அங்கேயே ஓரிரு வினாடிகள் நின்றார் புரஃபஸர். மாயா மாடிப் படிகளில் ஏறி வரும் ஓசை சரக் சரக்கென்று கேட்டது.

புரஃபஸர் ருத்ரா அப்படியே நின்றார்.

மாடிப்படியின் கடைசிப் படியில் சுழன்று ஏறி, வராந்தாவை அடைந்து, தன் அறைக்கு போகத் திரும்பியவளின் விழிகளில் அவர் பளிச்சென்று சிக்கினார்.

"ஏன் இங்கேயே நின்னுட்டிருக்கீங்க?" தலையில் மழைத்துளிகள் பட்டு மயிர்க் கற்றைகளைப் பிரித்துவிட, அந்த இளம் ரோஸ் வண்ண சேலையில் நீரில் முக்கி எடுத்த தாமரையாய் நின்றாள் மாயா. புரஃபஸர் அவளையே

இமைக்காமல் பார்த்தார். 'இந்த அழகான உடம்புக்கு முன்னமே ஒருவன் சொந்தக்காரன்?'

"சாப்பிட்டீங்களா..?"

"........"

அவள் பேசிக் கொண்டே தன் அறைக்குள் நுழைந்தாள். புரஃபஸர் தொடர்ந்தார், நெஞ்சுக்குக் குறுக்காக கைகளைக் கட்டிக்கொண்டு நின்றார் - சின்னக் கண்களில் சீற்றத்தைத் தேக்கிக்கொண்டு.

"என்ன பதிலே இல்லை? எம்மேல கோபமா?" கேட்டபடியே சேலையை உருவி சோஃபா கம்பெட்டின் மேல் போட்டாள். பொங்கும் இளமை திரட்சிகளோடு திரும்பினாள்.

"யாரவன்..?" பல்லிடுக்கில் உறுமி அடித்தொண்டையில் கேட்டார் ருத்ரா. புருவங்கள் அழகாய்த் தெரிய தலையைச் சாய்த்து அவரைப் பார்த்தாள்.

"என்ன சொல்றீங்க..?"

"உன்னோட கிரிம்சன் கலர் நைலக்ஸ் புடவை நாலாவது மடிப்புல பாஸ்போர்ட் சைஸ் போட்டோல சிரிக்கிறானே... யாரவன்?" மாயாவின் உடம்பைக் கிழிக்கிற மாதிரி ஒரு பார்வையைப் பாய்ச்சிக் கொண்டே கேட்டார் புரஃபஸர்.

மாயாவின் முகம் சட்டென்று வெளிறியது. உடம்பில் இருக்கிற ரத்தம் முழுவதையும் பம்ப் வைத்து யாரோ இறைத்து விட்டாற்போல் தளர்ந்து போனாள். வீசியெறிந்த புடவையை மறுபடியும் எடுத்துத் தன் மேல் சரித்துக் கொண்டாள். முகத்தைக் கவிழ்த்தபடி சொன்னாள்.

"எனக்குத் தெரிஞ்சவர்... கிராமத்தில் இருந்தப்ப பழக்கம். கல்யாணம் பண்ணிக்கணும்கிற ஆசை எங்க ரெண்டு பேருக்குமே இருந்தது. ஆனா முடியல்ல. வெறும் நண்பர். ரெண்டு வருஷம் பழகினோம். அவர் நகம்கூட என்னோட

சேலை மேல பட்டதா எனக்கு ஞாபகம் இல்லே. தாராளமா நீங்க நம்பலாம்...”

புரஃபஸர் ருத்ரா அவளை நெருங்கினார்.

“மாயா...! நீ எனக்கு மனைவியாகி இன்னிக்கு அஞ்சு வருஷம் முடியப் போகுது. இந்த அஞ்சு வருஷத்துக்குள்ள நீ எங்கிட்ட நிறைய பேசியிருக்கே. உன்னோட கிராமத்தைப் புத்தி... அங்கே இருக்கிற ஒவ்வொரு தெருவைப் புத்திப் பேசியிருக்கே... உனக்கு தெரிஞ்சவங்க... சொந்தக்காரங்க... தோழிங்க... இவங்களைப் புத்தியும் நீ எங்கிட்ட நிறைய பேசியிருக்கே. ஆனா, இந்தப் போட்டோல இருக்கிறவனைப் புத்தி நீ எங்கிட்ட ஒரு வார்த்தைகூட சொன்னதா எனக்கு ஞாபகமில்ல. நீ எப்பவாவது இவனைப் புத்திச் சொல்லியிருக்கியா?”

இன்னமும் அதிகமாய் பதட்டமானால் மாயா. உதடுகளை அவசர அவசரமாய் ஈரப்படுத்திக் கொண்டு பேசினாள். “எதுக்காகச் சொல்லணும்? நானே மறந்துபோன ஒண்ணைப் புத்தி எதுக்காகச் சொல்லணும்?”

“ஓ!” அவள் வார்த்தைகளில் துடித்தன புரஃபஸரின் உதடுகள். “மறந்துபோன ஒண்ணா? அப்போ போட்டோவை மட்டும் அடிக்கடி எடுத்துப் பார்த்துக்குவே. அப்படித் தானே?”

முகம் இறுக நின்றாள் மாயா. எங்கோ பார்த்துக்கொண்டு சொன்னாள்.

“இந்தப் போட்டோவை அஞ்சு வருஷம் கழிச்சு இன்னிக்கு மத்தியானம்தான் பார்த்தேன். அதுவும் என்னோட பழைய டைரி ஒண்ணை எதேச்சையா பிரிச்சுப் படிக்கிறப்ப அந்தப் போட்டோ கிடைச்சுது. அப்பவே அதைக் கிழிச்செறிஞ்சிருக்கணும். தவறிட்டேன். என்னை நம்புங்க...”

கோணலாய்ச் சிரித்தார் ருத்ரா.

“எல்லாத்தையும் நம்பறேன். இப்ப நீ சொன்ன கதைய எல்லாம் நம்பறேன். ஆனா...! அவனோட நகம்கூட உன்னோட

சேலை மேல பட்டதில்லைன்னு சொன்னியே... அத மட்டும் நம்பமாட்டேன். அட்லீஸ்ட் உன்னோட உதட்டைக் கூடவா அவனுக்குத் தரலை?"

முகம் சிவக்க சரேலெனத் திரும்பினாள் மாயா.

"பளீர்..." உதட்டில் 'நச்'சென்று கையை வீசினார் புரஃபஸர். மாயாவின் உதட்டோரம் கிழிபட்டு சிவப்புக் கொட்டி உப்பு கரித்தது. மாயாவால் தாங்கிக்கொள்ள முடியவில்லை.

"சீ..! விடுங்க... நீங்கெல்லாம் ஒரு மனுஷனா..." கத்தியபடி தன் பலமனைத்தையும் திரட்டி புரஃபஸரை உதறினாள்.

உதறப்பட்ட வேகத்தில் தரையில் விழுந்தவர், "ஸ்ஸ்..." என்ற ஒலியை எழுப்பிக் கொண்டே சட்டென்று எழுந்தார். மாயாவின் வழவழத்த முழங்கையை அசுரத்தனமாய்ப் பற்றினார்.

"உன்னை... உன்னை..."

மாயாவை அருகேயிருந்த கட்டிலில் சரித்து மல்லாத்தினார். அவள் திமிறத் திமிறப் புரஃபஸரின் ஆவேசம் அதிகரித்தது. சுற்றுமுற்றும் பார்த்தார்.

டீபாயின் மேல் காலியான கழுத்து நீண்ட அந்த அமிலக் குடுவை அவரைப் பார்த்தது.

எடுத்தார்.

மேஜையின் விளிம்பில் மோதவிட்டார்.

குடுவை சிலீரென்று சிதறி அழகான கூர்மையைக் காட்டியது.

அதை அப்படியே வேகத்தோடு மாயாவின் தொண்டைக் குழியில் பதித்து, பற்களைக் கடித்தபடி மாயாவின் வயிற்றுப் பாதைக்கு அந்தக் கண்ணாடிக் கூர்மையை இழுத்தார்.

ரத்தத் தந்துகிகள் மளமளவென்று அறுபட்டுச் சிவப்பைக் கொட்டின.

நெஞ்சும் வயிறும் ரத்தச் சகதியாய் மாற... இரண்டு நிமிடம் துடித்தாள் மாயா. மூன்றாவது நிமிடத்தின் ஆரம்ப வினாடியில் மேற்கூரையை வெறித்தாள்.

கையில் பிசுபிசுத்த ரத்தக் கறையை தன் ஜிப்பாவில் தேய்த்துக் கொண்டார். அதைக் கழற்றி மாயாவின் மேல் வீசினார். அவளை அள்ளி எடுத்தார். கட்டிலின் மையத்தில் கிடத்தினார். கண்ணாடி லேபுக்குள் நுழைந்து ஸ்பிரிட் நிறைந்த குடுவையை தூக்கிக்கொண்டு வந்தார். ஸ்பிரிட்டால் மாயாவை நனைத்தார். படுக்கையை நனைத்தார். ஸ்பிரிட் காற்றில் ஊறி நாசியை நிறைத்தது.

தீப்பெட்டியை எடுத்து தீக்குச்சியை உருவி... 'சரக்!'

சொக்கப்பனையாய் எரிய ஆரம்பித்தது மாயாவின் உடல். பத்தே நிமிடங்களில் சாம்பலாய் உதிர்ந்தாள் மாயா. குரூரச் சிரிப்பொன்றை உதிர்த்தபடி அந்த அறையைவிட்டு வெளியே வந்த புரஃபஸர் ருத்ராவின் பார்வையில் வாசற்படியருகே கிடந்த அந்த பாஸ்போர்ட் போட்டோ சிக்கியது.

'எனக்கு முன்னால் மாயாவைத் தொட்டவன் இவன்.' கறுவினார்.

போட்டோவின் பின்பகுதியைத் திருப்பிப் பார்த்தார்.

பச்சை மையில் குண்டு குண்டாய் எழுத்துக்கள்...

*'அன்பு மாயாவுக்கு...*

*ஆசையாய் அளித்தது.*

*உன் சிவா.'*

"சிவா..!" பற்களைக் கடித்தார் புரஃபஸர். போட்டோ சுக்கல் சுக்கலாய்க் கிழிபட்டது.

# 2

சிவா சிறையிலிருந்து வெளியே வந்தான்.

மார்கழி மாதத்துச் சோம்பலான சூரியன் மசமசவென்று கீழ்த்திசையில் புரண்டு கொண்டிருந்த அந்த அதிகாலை ஆறு மணி வேளையில் மத்தியச் சிறைச்சாலை, கோவை என்ற எழுத்துக்களைத் தாங்கிய 'ஆர்ச்'சுக்குக் கீழே சென்ட்ரிக்கு நின்றிருந்த போலீஸ் ஜவான்களை அலட்சியப்படுத்திக் கொண்டு இரும்பு கேட் கிறீச்சென்று திறந்து வழிவிட, சிவா வெளியே வந்தான்.

ஐந்து வருடங்கள்!! ஆயிரத்து எண்ணூற்று இருபத்தைந்து நாட்கள். கம்பிகளுக்குப் பின்னால் மௌனமான மெஷின்தனமான வாழ்க்கைக்குப் பழக்கப்பட்டுப் போன உடம்பு, இந்தத் திடீர் சுதந்திரத்தை ஏற்றுக்கொள்ள முடியாமல் திணறியது.

ஏகப்பட்ட காகங்கள் வரிசையாய் நின்று பூங்கொன்றை மரங்களின்மேல் அணிவகுத்துக் கூச்சலிட்டு அவனுடைய விடுதலையைப் பற்றி இலட்சியம் செய்யாமல் பறந்தன. வார்டன்களின் குவார்ட்டர்ஸ்களுக்கு முன்னால் கோலப்பொடிக் கோலங்கள் உதயமாகிக் கொண்டிருந்தன. கோலங்களின் மேலிருந்த சாண உருண்டைகளில் பூசணிப் பூக்கள் சிரித்தன.

அதோ...! அந்த மஞ்சள் வண்ண சேலைப் பெண் குனிந்து நிமிர்ந்து கோலம் போடுகையில் சிவாவின் மனமெல்லாம் சட்டென்று மாயா வந்து நிறைந்தாள்.

மாயா..!

‘இப்ப நீ எங்க இருக்கே? இந்த அஞ்சு வருஷகாலத்துல ஒரு தடவைகூட நீ என்னைப் பார்க்க வரலையே... ஏன்? உனக்கு நிச்சயமாக் கல்யாணம் ஆகியிருக்காது. நீ என்னை மறந்துட்டு இன்னொருத்தனுக்குக் கழுத்தை நீட்ட மாட்டேங்கிறது எனக்கு நல்லாவே தெரியும்...’

குவார்ட்டர்ஸைத் தாண்டி மெயின் ரோட்டுக்கு நூல் பிடித்த செம்மண் பாதையில் நடந்தான். பனிப் புகை குப்பென்று கவ்விக் கிடக்க... அந்த சாலையோரத்து டீக்கடை அவன் கண்ணில் பட்டது.

‘டீ குடிச்சா என்ன?’

சிறையில் அவன் உழைப்புக்காகக் கொடுத்த சில்லறை கணிசமாய்க் குலுங்கியது. டீக்கடையை நெருங்கி முன்புறம் போட்டிருந்த பெஞ்சில் உட்கார்ந்தான் சிவா. டீக்கடை நாயர் பாய்லரின் தலையில் கரித்துண்டுகளைக் கொட்டி யாகம் வளர்க்க ஆரம்பித்திருந்தார். சிவாவைக் கண்டதும் உற்சாகமான குரலில் பேசத் துவங்கினார்.

“இன்னிக்குதான் ரிலீஸோ?” குரலில் கிண்டல். சிவந்து போன விழிகளை சலனமில்லாமல் உயர்த்தினான் சிவா. சொன்னான்.

“ஆமா...”

“எத்தினி வருஷம்?”

“அஞ்சு...”

“திருட்டா..?”

“இல்லே...”

“ஃபோர்ஜரியா..?”

“இல்லே.”

“பின்னே... கொலையா..?”

“பாதி கரெக்ட். அந்த ஆள் சாகல்ல...”

"எதுக்காக கொலை...?"

பேப்பரை பட்டென்று மூடினான் சிவா. நாயரை நிமிர்ந்து பார்த்தான்.

"இப்படி அடாவடித்தனமா உன் மாதிரியே ஒருத்தன் என்னைக் கேட்டான். கையில வெச்சிருந்த இரும்புக் கம்பியை அவன் வயித்துக்குள்ளாற சர்ர்னு சொருகி இழுத்தேன். சொருகின சொருகல் பக்கவாட்டுல போயிடுச்சு. ஆள் பொழைச்சுட்டான்..."

நாயர் வெலவெலத்துப் போய்ப் பின்வாங்கினார்.

டீ குடிக்காமலே நடந்தான் சிவா. ரோட்டை கிராஸ் செய்து மறுபக்கம் நடந்தபோது அந்த பொருட்காட்சியின் முகப்பு அவன் கண்ணில் பட்டது.

திருச்சியில் இதே மாதிரியான ஒரு பொருட்காட்சியில் தான் அவன் மாயாவை முதன்முதலாய்ச் சந்தித்தான். அந்தப் பொருட்காட்சியின் முகப்பையே சற்றுநேரம் வெறித்துப் பார்த்தான்.

ஆறு ஆண்டுகளுக்கு முன்னால்...

இடம்: பொருட்காட்சி.

கூட்ட நெரிசலில், இரண்டு பாப்கார்ன்கள், நாலு மிளகாய் பஜ்ஜிகள், ரெண்டு பால்கோவா பொட்டலங்களை அடித்துவிட்டுக் கண்காட்சியில் நடை போட்டுக் கொண்டிருந்தான் சிவா.

சாயத் தண்ணீர் ஏற்றப்பட்ட பலூன் பந்து அந்தப் பெண்ணின் கையில் கிடைக்க, அவள் அதை அணுகுண்டாய்ப் பிரயோகித்து தோழிகளின் மீது விர்விர்ரென்று வீறினாள்.

"சொன்னா கேக்கணும் மாயா...! பந்து உடைஞ்சா ஸாரி பாழாய்ப் போயிடும்..." ஒரு தோழி ஒதுங்க ஒதுங்க அவளை நோக்கி சர்ரென்று வீசினாள் பந்தை.

“பட்…”

எதிரே வந்த வெள்ளை ஷர்ட் வெள்ளை பேண்ட் சிவா மேல் பந்து மோதி, தன்னைப் பிளந்து கொள்ள, சாயத் தண்ணீர் சிவப்பாய் பரவி… திட்டுத் திட்டாய் ரங்கோலி போட்டது அவன் மேல்.

“ஸாரி மிஸ்டர்…” அவள் உதடுகள் நடுங்கின.

“மை குட் நேம் ஈஸ் சிவா…” அவன் சிரித்தான்.

“என் பேர் மாயா… உங்க மேல நான் வேணுமின்னே வீசல்ல…”

“போன வருஷம் ஹோலி பண்டிகையன்னிக்கு எம்மேல யாரும் சாயத் தண்ணியைத் தெளிக்கல்ல. ரொம்பவும் ஃபீல் பண்ணினேன். அந்தக் குறையைத் தீர்த்து வெச்சிருக்கீங்க. தேங்க்ஸ் எ லாட்…”

இந்தச் சந்திப்புக்குப் பின் -

இன்னொரு நாள் எதிர்பாராத வகையில் வெள்ளிப் பிள்ளையார் கோயிலில் இருவரும் சந்தித்துக் கொள்ள அதன் பிறகு எதிர்பார்த்தே தினமும் அந்தக் கோயிலுக்கு வரத் துவங்கினார்கள். உச்சிப் பிள்ளையார் கோயில், தெப்பக்குளம் - காவிரிப் படுகை - பத்மாமணி தியேட்டர்… கொண்டித் தோப்பின் இருட்டான பகுதிகள்… இவைகள் ஒட்டுமொத்தமாய் அவர்களுடைய காதலை உரம் போட்டு வளர்த்தன.

இந்த ஐந்து வருட காலத்தில் மாயா எப்படி மாறியிருப்பாள்? அவளைவிட்டு அவன் பிரிந்து போலீஸ் வேனுக்குள் ஏறுகையில் மாயாவுக்கு வயது பதினெட்டு… இந்த விநாடியில் அவளுக்கு வயது இருபத்து மூன்று.

‘மாயா இப்போது எப்படியிருப்பாள்? படிப்பை முடித்திருப்பாளா? வேலைக்கு ஏதாவது போய்க் கொண்டிருக்கலாம். கல்யாணத்தை முடிக்க அவளுடைய

மாமாவும் மாமியும் முயற்சி செய்யச் செய்ய... இவள் 'மாட்டேன்... மாட்டேன்' என்று அடம்பிடித்துக் கொண்டிருக்கலாம்... எனக்காகக் காத்துக் கொண்டு...

சூரியன் சோம்பல் முறித்துக்கொண்டு கொஞ்சம் மேலெழுந்து பளீரென்ற ஒளியை, ஆரஞ்சு வர்ணத்தில் சிதறடித்தான்.

சிவா சலூனைத் தேடினான். கிடைத்தது. மோவாயின் கணிசமான சொரசொரப்பையும் அறுபது பைசாவையும் கடைக்காரனுக்கு தாரை வார்த்துவிட்டு மட்டமான பௌடர் முகத்தில் மணக்க அரை மணி நேரத்தில் வெளியே வந்தான்.

சூரியன் இன்னமும் சுறுசுறுப்பாய்த் தெரிந்தான்.

# 3

இடம்பிடிக்கும் கைக் குழந்தையைப் போல் சீராய் ஒலியெழுப்பிக் கொண்டிருந்தது டெலிபோன்.

கறுப்புக் கோட்டுக்குள் புகுந்து கொண்டிருந்த வக்கீல் ருக்மாங்கதன் அவசர அவசரமாய்க் கோட்டை மாட்டிக்கொண்டு டெலிபோனை நோக்கி நடந்தார். அவர் ரிஸீவரை எடுப்பதற்குள் அவரைப் பற்றி ஒரு சின்ன... சிக்கனமான அறிமுகம். ருக்மாங்கதன்...? வயது ஐம்பத்தைந்து... நரையோடிய தலை... வழுக்கை ஏனோ விழவில்லை... கிரிமினல் வழக்குகளில் சிங்கம்... பேசுகிற தொனி ஜட்ஜையே அதட்டுகிற மாதிரி இருக்கும். அந்தக் கூர்மையான மூக்கும் நெற்றியின் பரப்பும் அவருடைய அறிவைத் தண்டோரா போட்டன... ‘கல்யாணம் பண்ணிக் கொள்வது மியர் செக்ஸ் அரிப்பைத் தீர்த்துக் கொள்ளத்தான்... கல்யாணம் செய்து கொள்ளாமலேயே ஒருவன் வாழ முடியாதா?’ என்று விளையாட்டாய் சபதம் போடப்போய், அதையே ஒரு வீறாப்பாக எடுத்துக் கொண்டு தன்னுடைய இளமையை பிரம்மச்சர்யத்தில் திளைக்க விட்டவர். பாந்த்ரா சபர்பன் ரயில்வே ஸ்டேஷனுக்கு பக்கத்தில் கொஞ்சலாய் வளைந்து போகும் பாதையில் ஒரு கிலோமீட்டர் தூரம் போனால் தனியாய்ச் சின்னதாய் ஒரு மினி பங்களா நின்றிருக்கும். வாசல் முகப்பில் ருக்மாங்கதன் பி.ஏ, பி.எல் போர்டு பதிந்திருக்க உள்ளே போர்ட்டிகோவில் பெயிண்ட்டையெல்லாம் உதிர்த்துவிட்டு அந்த பழைய

மாடல் ஃபோர்டு கார் பசுமாடாய் நின்றிருக்கும்... அவருடைய வயதிலேயே ஒரு வக்கீல் குமாஸ்தா. ஒரு பொமரேனியன் நாய்க்குட்டி.... சமைத்துப்போட ஒரு வேலைக்காரக் கிழவி.

அறிமுகத்தை நிறுத்திக் கொள்ளலாம். ருக்மாங்கதன் ரிஸீவரை எடுத்துவிட்டார்.

“ஹலோ... ருக்மாங்கதன் ஹியர்!”

எதிர்முனையில் புரஃபஸர் ருத்ரா படபடப்பாய்ப் பேசினார்.

“டேய்... கொஞ்சம் வந்துட்டு போறியா?” புரஃபஸர்க்கும் வக்கீலுக்கும் வயது வித்தியாசம் ஒரு ஆறுமாதங்கள்தான் இருக்கும்.

“என்ன விஷயம்...?” ருக்மாங்கதன் கேட்டார்.

“போன்ல சொல்லக்கூடிய விஷயம் இல்லே...”

“அப்போ கெட்ட சமாச்சாரம்...”

“அப்படித்தான் வெச்சுக்கோயேன்...”

“ஒருமணி நேரத்துல வந்துடறேன்...”

“சீக்கிரமா வாடா...”

“ம்...” ருக்மாங்கதன் டெலிபோனின் ரிஸீவரை யோசனையோடு வைத்தார். யோசனை செய்தபடியே மேஜை டிராயரைப் பூட்டினார். யோசனை செய்தபடியே கேஸ் கட்டுக்களை அள்ளிக்கொண்டு வெளியே வந்தார்.

‘ருத்ரா எதுக்காக வரச் சொல்லியிருக்கான்..?’

‘கெட்ட சமாச்சாரம்னு சொன்னான்...’

‘கெட்ட சமாச்சாரம் என்னவாயிருக்கும்..?’ வீட்டைப் பூட்டிக்கொண்டு போர்ட்டிகோவுக்கு வந்தார்.

விசுவாசம் நிறைந்த ஒரு நாய்க்குட்டியைப் போல் ஃபோர்டு கார் நின்றிருக்க, அதனுள் ஐக்கியமானார். காரை உசுப்பி... உசுப்பி... உசுப்பி... சட்டென்று அதுவே எதிர்பார்க்காத

நேரத்தில் உயிர் கொடுத்தார். கொஞ்சநேரம் கதறிவிட்டுக் கார் ஊர்ந்தது.

வீட்டைச் சுற்றிக்கொண்டு, மண் பாதையில் ஐந்து நிமிடம் புழுதியைக் கிளப்பிக் கொண்டு படேல் சாலையைத் தொட்டு – அதன் கான்க்ரீட் பரப்பில் சுகமாய் வழுக்கியது.

ருக்மாங்கதன் மறுபடியும் யோசனையில் ஆழ்ந்தார்.

'அவனுக்கு என்ன பிரச்சினை இருக்கப் போகிறது...? தாத்தன் பாட்டன் காலத்து ஆஸ்தி ஒரு கோடிக்கு மேல் தேறும். பம்பாயிலும், அதைச் சுற்றியும் நிறைய வீடுகள்... அந்தக் காலத்தில் கொள்ளை மலிவாய் வாங்கிப் போட்டது... இன்றைக்குப் பணமாய் கொழிக்கிறது... பொழுதுபோக்காகப் படிக்க ஆரம்பித்தவன் பி.ஹெச்டி வாங்கி 'புரஃபஸர்' வார்த்தையை தன்னோடு சேர்த்துக்கொண்டு செத்த பிணத்திற்கு உயிரூட்டப் போவதாய் சொல்லி ஆராய்ச்சி வித்தை நடத்திக் கொண்டிருக்கிறான். வரிசையாய் கல்யாணம் செய்த மூன்று மனைவிகளும் தலைகளைச் சாய்த்த பின்பும் மனுஷனுக்குச் சபலம் போகவில்லை.

'ஆராய்ச்சிக்கு உதவியா ஒருத்தி வேணும்ங்கிற போர்வையில இப்போ மாயா மனைவியா இருக்கா... நல்ல பெண்... 'குட்மார்னிங் அங்க்கிள்' தன்னைப் பார்க்கும் ஒவ்வொரு காலை நேரத்திலும் அவள் அழகாய் முறுவலித்துக் காலை வணக்கம் சொல்லும் நேர்த்தி கொஞ்சம் இதம். சொத்துல பாதியை மாயாவோட பேரில எழுதி வைக்கணும்ன்னு சொல்லிட்டிருந்தான்...'

சாலையின் வளைவில் சிவப்பு விளக்கு பளிச்சிட்டு அவரை நிறுத்தியது. சாரி சாரியாய் ஜனங்கள். பம்பாயை யாரோ கொள்ளையடிக்கப் போவதாய்க் கேள்விப்பட்டு பரபரப்புடன் போகிற மாதிரி ஒரு அவசர கதியுடன் விரைந்து கொண்டிருந்தனர். எதிர்ச்சாரியில் பச்சை கிடைத்த வாகனங்கள் உற்சாகத்தோடு சீறி புறப்பட்டன... வரப்போகும் ஹிந்திப் படங்களின் ராட்சச பேனர்களுக்கு

அடியில் பஸ்களுக்காகக் கூட்டம் காத்துக் கிடந்தது. மினி ஸ்கர்ட் பெண்கள் மார்புக்கு முக்கியத்துவம் கொடுத்து மற்றப் பாகங்களை அலட்சியப்படுத்தியபடி வெள்ளைக் கோடுகளில் ரோட்டைக் கிராஸ் செய்து கொண்டிருந்தார்கள். பம்பாயின் புழுக்கமான காற்று மேலும் அசுத்தமாகிக் கொண்டிருந்தது.

பச்சை கிடைத்தது ருக்மாங்கதனுக்கு. காரைக் கிளப்பினார். மணிக்கட்டை உயர்த்தி வாட்ச்சைப் பார்த்தார். மணி ஒன்பது முப்பது.

காரைக் கொஞ்சம் அதட்டி வேகத்தை அதிகரித்தார்.

நூல் பிடித்தாற் போன்ற சாலையில் அது பறக்கத் துவங்கி எதிர்பட்ட சில்வா ரோட்டின் ஓவர் பிரிட்ஜில் ஏறி சறுக்குப் பாறையாய் வழுக்கி ஒரு பதினைந்து நிமிஷம் குர்லா ஸ்டேஷன் ரோட்டில் நீந்தி சயான் பகுதியில் ஒதுக்குப்புறமாய் இருந்த ருத்ராவின் பங்களாவின் முன் நின்றது.

காம்பௌண்டு கேட்டினின்றும் சுத்தமாய் ஐம்பது அடி உள்ளே தள்ளி, மௌனத்தைப் பூசிக்கொண்டு நின்றது புரஃபஸரின் பங்களா.

பங்களாவின் போர்ட்டிகோவை அடையும் வரையில் காய்ந்துபோன கருவேல முட்செடிகள், கொஞ்சம் கற்றாழைப் புதர்கள் துணைக்கு வந்தன. போர்ட்டிகோவுக்கு கொஞ்சம் முன்னால் நீரில்லாத தொட்டியில் நடுநாயகமாக நின்று மூக்கும் கையும் மூளியாகிப்போன அந்தப் பெண்ணின் சிலை ஓட்டைக் குடத்தைத் தூக்கி வைத்துக்கொண்டு அழகு காட்டியது. அவிழ்த்து விடப்பட்டிருந்த ஆளுயர 'டார்ஜான்' அல்சேஷன் சுதந்திரமாய் உலா வந்தது.

"என்னடா டார்ஜான்... புரஃபஸர் இருக்கானா...?" ஓடிவந்து காரினுள் எட்டிப் பார்த்த டார்ஜானிடம் கேட்டார் ருக்மாங்கதன்.

டார்ஜான் வாலை ஆட்டியது. நாக்கில் உமிழ்நீர் சொட்ட சொட்ட விசுக் விசுக்கென்று ஓடி அவரைச் சுற்றி சுற்றி வந்தது.

ருக்மாங்கதன் உள்ளே நுழைந்தார். வரவேற்பறை வெறுமையைப் பூசிக்கொண்டு விழிக்க, மேலே நடந்தார். வலது பக்கமாய் இருந்த மர மாடிப்படிகளில் தடார் தடார் என்று நடந்து புரஃபஸரின் கண்ணாடி லேபை அடைந்தார்.

கண்ணாடி லேபினுள் எதையோ நோண்டிக் கொண்டிருப்பதில் கவனமாயிருந்தார் ருத்ரா. (நேற்றைய தினம் மாயாவை ரத்தச் சகதியாக்கிய நினைவு கொஞ்சமும் இல்லாதவராய்..)

“லொட் லொட்...”

கண்ணாடிக் கதவைத் தட்டினார் ருக்மாங்கதன்.

திரும்பினார் புரஃபஸர். வலது கையை நீட்டி சைகையால் ‘கொஞ்சம் இரு’ என்றார். “இவன் ஒரு பைத்தியக்காரன்...” முனகியபடி எதிரில் தெரிந்த நாற்காலியில் உட்கார்ந்தார் ருக்மாங்கதன். அங்கிருந்தே அந்த கண்ணாடி லேபினுள் நடப்பவை துல்லியமாய்த் தெரிந்தன.

புரஃபஸர் - சின்னச் சின்ன பாட்டில்களில் இருந்த அமிலங்களை சொட்டுச் சொட்டாய்க் குடுவைக்குள் விட்டுக் கொண்டிருந்தார். நீண்ட மர மேஜையில் கால்கள் கட்டப்பட்ட வெள்ளை முயல் ஒன்று தன் சிவப்பு நிற விழிகளைப் பீதியுடன் சுழற்றிக் கொண்டிருந்தது. அலமாரிகள் முழுக்க அமில சீசாக்கள்... அட்டவணைகள்... பார்த்தேயிராத உலோகக் கருவிகள்... நீண்ட ரப்பர் குழாய்கள்.

ருக்மாங்கதனுக்குச் சலிப்பாய் வந்தது.

பதினைந்து நிமிஷம் கழித்து புரஃபஸர் ருத்ரா வெளியே வந்தார், கைக்குட்டையால் தன் முகத்தை அழுந்தத் துடைத்தபடி.

“வாடா... வக்கீல்... என்ன விஷயம்? கோர்ட்டுக்குப் போகாமே... இங்க வந்திருக்கே?”

“அதிகம் படிச்சாலே இப்படித்தான்... மூளை ரொம்பவும் உருகிப்போகும்... என்னை வரச்சொல்லி போன் பண்ணினதே நீதாண்டா...”

“ஈஸிட்...? நான் வரச் சொன்னேனா...? கரெக்ட்...! ஒரு முக்கியமான விஷயத்தை உங்கிட்ட சொல்லணும்.”

“சொல்லு...”

“அப்படி உள்ளார போயிடலாம்...”

“ஆமாண்டா... ஜன நெரிசல் இங்க நெரியுதாக்கும்? இங்கேயே சொல்லேன்டா...”

சொன்னவாறு நாற்புறமும் பார்த்தார். ‘ஹலோ குட்மார்னிங் அங்கிள்...’ மாயாவின் அந்தக் குரலைக் கேட்க ஆசைப்பட்டார். கண்களைச் சுழற்றினர். மாயாவைத் தேடினார்.

“மாயா எங்கே காணோம்...?” கேட்டார்.

“எனக்கு அவசரமா ஒரு அஸிஸ்டெண்ட் வேணும்...”

“மாயாவை எங்கே காணோம்...? வெளியே போயிருக்காளா...?”

“குறைந்தபட்சம் கிராஜுவேட்டா இருக்கணும்... ஜுவாலஜி... பாட்டனி இருந்தா பரவாயில்லை... ஸ்மார்ட்டா... ஸ்லிம்மா... இருக்கணும். ராத்திரி எந்நேரமானாலும் லேப்பில இருக்கணும்...”

“மாயா?” ஆரம்பித்த ருக்மாங்கதனை கையமர்த்தினார் புரஃபஸர். “அவளைப் பத்தி அப்புறம் பேசலாம்... முதல்ல எனக்கு ஒரு அஸிஸ்டெண்ட் வேணும்...”

“பேப்பர்ல அட்வர்டைஸ்மெண்ட் கொடேன்டா... என்கிட்ட கேட்டா நானென்ன ஏஜெண்டா...?” ருக்மாங்கதன் எரிந்து விழுந்தார்.

“உனக்குத் தெரிஞ்சு எந்த பொண்ணும் இல்லையா...?”

“இந்த நிமிஷம் வரைக்கும் இல்லே... இனிமே விசாரிச்சுப் பார்க்கறேன்.”

“சீக்கிரமா விசாரி...”

“விசாரிக்கிறேன்... இனிமே மாயாவைப் பத்தி கேக்கலாமா...?”

“ம்... கேளு...” புரஃபஸர் உள்ளங்கைகளை ஒன்றோடு ஒன்று வைத்து அழுத்தமாய் தேய்த்துக் கொண்டார். முகத்தை கவிழ்த்துக் கொண்டார்.

“ம்... மாயா... எங்கே?”

“போயிட்டா...”

“எங்கே...?”

“தெரியல்ல...”

“வாட் டூ யூ... மீன்...?”

புரஃபஸர் தன் ஜிப்பா பாக்கெட்டில் இருந்த ஒரு காகிதத் துண்டை எடுத்து நீட்டினார்.

“என்னடா இது...?”

“படிச்சுப் பார்...”

ருக்மாங்கதன் அந்தக் காகிதத் துண்டைக் குழப்பத்தோடு வாங்கினார். பிரித்தார். படித்தார்.

*‘புரபசருக்கு.*

*எனக்குப் பிடித்தவருடன் வாழப் போகிறேன். என்னை மன்னியுங்கள்.*

*– மாயா.’*

ருக்மாங்கதன் ஒரு கணம் துல்லியமாய் அதிர்ந்தார். “என்னடா இது?”

“புரியலியா? அதான் விளக்கமா எழுதியிருக்கிறாளே... என்னை விட்டுட்டு ஓடிப் போயிட்டா.”

ருக்மாங்கதன் தன் கண்களையே நம்பாமல் அந்தக் கடிதத்தைப் பார்த்தார். அது மாயாவின் கையெழுத்துதான். லேப்

ரிசல்ட்டுகளை அட்டவணையில் எழுதும்போது எத்தனையோ தடவை மாயாவின் எழுத்துக்களைப் பார்த்திருக்கிறார். 'சே! என்ன பெண் இவள்!' 'ஹலோ குட் மார்னிங் அங்கிள்...' இந்த அழைப்பில் பொய் மறைந்து வந்திருக்கிறது. 'பெண்ணே... அவசரப்பட்டுட்டியே. ருத்ரா தன்னுடைய ஆஸ்தியில முக்கால் பங்கை உனக்கு எழுதிவெக்க இருந்தானே. சொர்க்கலோகத்தை இழந்துட்டியே. பெல்சும் ஸ்டெப் கட்டிங்குமாய் இருந்த எவனோ ஒருத்தனிடம்... இவ்வளவு சீக்கிரமா அவசரப்பட்டுட்டியே...'

"என்னடா யோசிக்கிறே?"

"மாயா இப்படி செய்வாள்னு நான் கொஞ்சமும் எதிர்பார்க்கல்ல..."

"இப்ப என்ன செய்யலாம்? போலீஸ்ல சொல்லலாமா?" ருத்ரா கேட்டார்.

"யூ ஸ்டுப்பிட்... அவளை யாராவது கடத்திக்கிட்டா போய் இருக்காங்க? இல்லே... அவ கூட்டத்துல் காணாமே போயிட்டாளா? அவளாவே இஷ்டப்பட்டு ஒருத்தனோட போயிருக்கா. நாம ஒரு துரும்பைக் கூட அசைக்க முடியாது. போலீஸ்ல சொன்னா ஊர் பூரா தண்டோரா போட்ட மாதிரி ஆயிடும். பேசாமே இருந்துக்க..."

ருத்ரா பேசாமல் ருக்மாங்கதனையே பார்த்தார். சில விநாடிகளுக்குப் பின் கேட்டார்.

"அப்போ மாயாவைப் பத்தி கவலைப்படாமே இருன்னு சொல்றே!"

"ஆமா! மாயாவைப் பத்தி யார் கேட்டாலும் அவ ஊருக்குப் போயிருக்கான்னு சொல்லிடு. ஊர்லருந்து மாயாவோட மாமாவும் மாமியும் வந்தா மட்டும் உண்மையைச் சொல்லிடு. வேற யார்கிட்டேயும் சொல்லிடாதே."

"கோயமுத்தூர்ல ஹாஸ்டல்ல தங்கிப் படிச்சிட்டிருக்கிற என்னோட மக வித்யாகிட்டே கூடச் சொல்ல வேண்டாங்கறியா..?"

"தேவையில்லே. பின்னாடி சொல்லிக்கலாம்."

"மாயா இருந்த வரைக்கும் என்னோட ரிஸர்ச்சுக்கு அஸிஸ்டெண்டா இருந்தா. அவ இல்லாமே... எல்லாமே கொஞ்சம் தடுமாற்றமா இருக்கு..."

"நாளைக்கு ஹிண்டுவிலே வான்ட்ட்ட் போட்டுடலாம். பெண்கள் பறந்துட்டு வருவாங்க."

புரஃபஸர் ருத்ரா மனதுக்குள் புன்னகைத்துக் கொண்டார்.

# 4

**“பயணிகள் கவனிக்க..!! திருவனந்தபுரத்திலிருந்து பம்பாய் செல்லும் ஜெயந்தி ஜனதா எக்ஸ்பிரஸ் இன்னும் சில நிமிடங்களில் முதலாவது பிளாட்பாரத்திற்கு வந்து சேரும். அட்டென்ஷன் ப்ளீஸ்!”**

இடம்: கோவை ரயில் நிலையம்.

நேரம்: சூரியன் தூங்கப் போய்க் கொண்டிருந்த வேளை.

சின்னதாய் சிக்கென்று ஒரு சூட்கேஸ் அருகில் உட்கார்ந்திருக்க, அந்த மாம்பழ வண்ண காலிசிந்த் சேலையில் சித்தன்னவாசல் சிற்பமாய் நின்றிருந்தாள் வித்யா – புரஃபஸர் ருத்ராவின் மகள். லேசான பவுடர் பூச்சில் முகம் மெர்க்குரி விளக்காய்ப் பிரகாசித்தது. சேலையின் தலைப்பு காற்றில் விலகும்போது - இடுப்பின் பால் வண்ணச் சதை வெளியுலகை வேடிக்கை பார்த்தது. கழுத்துக்குக் கீழே பரந்திருந்த 36–ன் பிரதேசம் அதற்குக் கீழே சரேலென 26–ஆக ஒடுங்கி அதற்குக் கீழே மறுபடியும் 36–ஆக ஆச்சரியமாய் விரிந்தது.

“வித்யா... நீ பம்பாய்லயிருக்கற உங்கப்பா முன்னாடி போய் நின்னா அவர் அப்படியே திகைச்சுப் போய் நின்னுடுவார்...” பாப் செய்யப்பட்ட கூந்தலை வலது கையால் கோதியபடி ரெஜினா சொன்னாள். வித்யா கிளாஸூக்கு வராமல் கட் அடிக்கும் போதெல்லாம் சமய சஞ்சீவியாய் பிராக்ஸி கொடுக்கும் பரோபகாரி அவள். பம்பாய் செல்லும் வித்யாவை வழியனுப்ப வந்திருந்தாள்.

“பின்னே...! படிக்க வந்திருக்கிற நாம சில்லறை விஷயங்களுக்கெல்லாம் ஸ்டிரைக் பண்ணா காலேஜை லாக்டவுன்தான் செய்வாங்க. ஹாஸ்டலை காலி பண்ணச் சொல்லி கழுத்தைப் பிடிச்சுத் தள்ளாத குறையா ‘வெளியே போ’ன்னுதான் சொல்லுவாங்க. என்னை மாதிரி ஹாஸ்டலர்ஸ் மூட்டை முடிச்சைத் தூக்கிக்கிட்டு திடுதிப்ன்னு புறப்பட்டுப் போய் அப்பா முன்னாடி நின்னா திகைச்சுப் போய்தான் நிப்பாரு. அதிலும் எங்கப்பா இருக்காரே... ஹி காண்ட் டாலரேட் தீஸ் திங்க்ஸ்...” வித்யா கொஞ்சம் நிஜமான கோபத்துடன் சொன்னாள்.

“ஏய்... கருங்காலி! நம்ம அஜிடேஷனைப் பத்தி மட்டமா பேசாதேடி! அதிலும் நீ... ஜாய்ண்ட் செக்ரட்டரி ஆஃப் த கவுன்சில்...”

“வெங்காயம்! சர்த்தான் போடி... இட்லி கொஞ்சம் ரஃப்பா இருந்தா ஒரு அஜிடேஷன். ஹாஸ்டல சுண்ணாம்பு அடிக்கலைன்னா அஜிடேஷன். டீச்சர்ஸுக்கு யூனிஃபார்ம் கொடுத்தா அதுக்கு ஒரு அஜிடேஷன். சை! பைசாவுக்கு உதவாத பிரச்சினையெல்லாம் பெரிசா எடுத்துட்டு அதுக்காக பிரின்சிபாலை ‘டவுன் டவுன்’ன்னு சொல்றது ரொம்பவும் சில்லித்தனம். கையில டிகிரியோட வீட்டுக்கு வர்றதா எங்கப்பாகிட்டே பிராமிஸ் பண்ணிட்டு வந்தேன். இப்ப படிப்பு அரைகுறையா அந்தரத்தில நிக்குது. நான் வீட்டைப் பார்க்க வெறுங்கையோடு போயிட்டிருக்கேன்...”

“ஓ...ரேம்... ஓ...ரேம்...” தபால் மூட்டைகளை ஏற்றிக்கொண்டு கர்ண கடூரமாய் தடதடத்தபடி டிராலி ஒன்று ரெஜினாவையும், வித்யாவையும் பிளந்தபடி முன்னேறியது.

“சரி சரி... சளசளன்னு அதையே பேசி அறுக்காதேடி. இப்ப... எனக்கு தொண்டையை வறட்டுது. ஆவின் மில்க் வாங்கித் தர்றியா?” ரெஜினா கேட்டாள்.

“ரயில் வர்ற நேரம்டி...”

"இன்னும் அஞ்சு நிமிஷம் இருக்கு. அதுக்குள்ளாற அம்பது ஆவின் பால் சாப்பிடலாம். வாடி...!" ரெஜினா வித்யாவின் தோள்பட்டையை பிடித்து இழுத்தாள்.

வித்யா தன் சிறிய சூட்கேசை எடுத்துக் கொண்டாள். பிளாட்ஃபாரத்தில் பரவியிருந்த ஜனத்திரளை நீந்திக் கொண்டு ஆவின் பால் ஸ்டாலை நோக்கி நடந்தனர். எதிரே பிரம்மாண்டமான ஹோல்டாலுடன் - மூன்று பெரிய சூட்கேஸுகளுடன் - ஒரு மார்வாடிக் குடும்பம் பிளாட்ஃபாரத்தை அடைத்தபடி வந்தது.

"கோயமுத்தூர் கோட்டா முழுக்க இவங்களே ரிசர்வ் பண்ணியிருப்பாங்க போலிருக்கு. அம்மாடியோவ்!" என்று வியந்தாள் ரெஜினா.

"எனக்கு எப்படியோ ஸ்லீப்பர் கிடைச்சுடுச்சு. நிம்மதியா தூங்கிட்டே போகலாம்..."

"தூங்கிட்டே போனா போரடிக்காது?"

"ஊஹூம்... அடிக்காது."

"இந்த ட்ரிப்ல ஒரு வேடிக்கை செய்யேண்டி!" என்றாள் ரெஜினா.

"என்ன செய்யலாம், சொல்லு?"

"இந்தத் தடவை கம்பார்ட்மெண்ட்ல ஏறினதும் அப்பாவியாய் இருக்கிற உன் வயசு பையனை செலக்ட் பண்ணிக்க. அவனையே கொஞ்ச நேரம் குறுகுறுன்னு பாரு. அவனும் பார்ப்பான். நீ காதல் பார்வையோட பார்க்கிற மாதிரி அவன் நினைச்சுக்கிட்டு அவன் அலட்டிக்கிற அலட்டலை நிமிஷத்துக்கு நிமிஷம் என்ஜாய் பண்ணலாம். ரயில் வி.டிக்கு போனதும் அவன் அட்ரஸ் கேப்பான். வாய்க்கு வந்த அட்ரஸை உளறிட்டு நீ வீடு போய்ச் சேரு. அவன் அந்த அட்ரஸுக்குப் போய் விசாரிச்சு... அலைஞ்சு... திரிஞ்சு..."

இருவரும் வாய்விட்டுச் சிரித்துக்கொண்டே ஆவின் பால் ஸ்டாலை அடைந்தனர்.

“ரெண்டு சில்ட் மில்க்...”

கடைச் சிப்பந்தி எடுத்து நீட்டினான். சூட்கேஸை கீழே வைத்துவிட்டு ஒரு பாட்டிலை வித்யா வாங்கிக் கொண்டாள். செப்பு வாயைக் குவித்து, ரோஜா உதடுகளுக்கு இடையில் ஸ்டிராவைக் கவ்வி ஆவின் பாலை நளினமாய் அழகாய் உறிஞ்சினாள் வித்யா. ரெஜினா கொஞ்சம் வேகத்தோடு உறிஞ்ச ஆரம்பித்து அரை பாட்டிலை வெற்றிடமாக்கியிருந்தாள். குளிர்பானத்தின் ஜில்லிப்பில் இருவரும் மௌனமாய் ஆழ்ந்திருந்தபோது...

“ராஸ்கல்... எவ்வளவு தைரியம்டா உனக்கு?” வித்யாவுக்குப் பின்புறம் அந்தக் குரல் கேட்டது. வித்யா வேகமாய்த் திரும்பினாள்.

நீல நிறச் சட்டையும், சிவப்பு லுங்கியும் அணிந்திருந்த அந்த கறுத்த ஆசாமியின் கையில் வித்யாவின் சூட்கேஸ் இருந்தது. அவனுடைய சட்டைக் காலரைப் பிடித்தபடி அந்த அழகான இளைஞன் நின்றிருந்தான்.

“சூட்கேஸை கீழே வைய்டா முதல்லே...” பளீரென்று ஓர் அறைவிட்டான் அந்த இளைஞன். சூட்கேஸைக் கீழே வைத்தான் அந்த லுங்கி ஆசாமி. அந்த இளைஞனிடம் கெஞ்சுகிற குரலில் சொன்னான். “என்னோட சூட்கேஸ் மாதிரியே இருந்துச்சுங்க. அதான் எடுத்துப் பார்த்தேன்.”

பளீரென புறங்கையை வீசினான் அந்த இளைஞன். லுங்கி ஆசாமியின் உதட்டோரம் சிவப்பு வழிந்தது.

அவன் கத்த... கூட்டம் சேர... எங்கிருந்தோ வந்த கான்ஸ்டபிள், லுங்கி ஆசாமியை அமுக்கிக்கொண்டு போனார்.

*“நல்லா செம்மையா ரெண்டு போட்டீங்க ஸார்...”*

*“உங்க மாதிரி தைரியம் எத்தினி பேருக்கு வரும்?”*

*“நீங்களும் பார்க்காமே இருந்திருந்தா சூட்கேஸை அடிச்சுக்கிட்டு கண் காணாமே போயிருப்பான்.”*

*“யூ ஹேவ் டன் ஏ குட் ஜாப்...”*

அந்த இளைஞனைப் பாராட்டியபடி கூட்டம் மெல்ல மெல்லக் கலைய வித்யா அவனை நெருங்கினாள்.

“தேங்க்ஸ் எ லாட்.... மிஸ்டர்?” என்றாள் வித்யா.

“எம் பேரு சிவா...” சிவா புன்னகைத்தான்.

ரெஜினா பரபரப்பாய் அருகே வந்தாள்.

“ஏண்டி வித்யா, நான் உனக்கு எத்தினி வாட்டி சொல்லியிருக்கேன்... சூட்கேஸை உன் கண் முன்னாடி வெச்சுக்க, கண் மறைவா வெக்காதேன்னு எத்தினி தடவை சொல்லியிருப்பேன். இன்னிக்கு என்னச்சு பார்த்தியா? ஸார் மட்டும் அவன் சூட்கேஸ் எடுக்கிறதை பார்க்கலேன்னா உன்னோட சூட்கேஸ் இந்நேரத்துக்கு டவுன் ஹால் பழைய மார்க்கெட்ல ஈன்னு இளிச்சுட்டு உக்காந்திருக்கும்.”

**“யுவர் அட்டென்ஷன் ப்ளீஸ்... ஜெயந்தி ஜனதா எக்ஸ்பிரஸ் இன்னும் சில விநாடிகளில் முதலாவது பிளாட்பாரம் வந்து சேரும்.”** பிளாட்பாரத்து முகப்பில் மறைவாய் இருந்த ஒலிபெருக்கி கோஷாப் பெண்ணைப் போல் மர்மமாய் பேசியது.

“டீ வித்யா, ட்ரெய்ன் வந்துடும். குயிக்... வா முன்னாடி போலாம்.”

வித்யா அசையாமல் நின்றிருந்தாள். ரெஜினாவின் பேச்சைப் பொருட்படுத்தாமல் சிவாவிடம் கேட்டாள்.

“நீங்களும் பம்பாய் போறீங்களா?”

“நோ நோ. நான் திருச்சிக்கு போகணும்.”

“திருச்சிக்கு இப்ப ட்ரெயின் இருக்கா?”

“இங்கிருந்து டைரக்டா ட்ரெயின் கிடையாது. ஈரோடு போய் ரயில் மாறணும். ஜெயந்தி ஜனதால ஏறி ஈரோடு போகணும். அதுக்காகத்தான் நின்னுட்டிருக்கேன். நீங்க எங்கே பம்பாயா?” சிவா கேட்டான்.

“ஆமா.”

"ரிசர்வ் பண்ணியிருக்கீங்களா?"

"ம்."

"அப்ப நீங்க முன்னாடி போங்க. ரிசர்வ் கோச் முன்னாலதான் வரும். நான் ஆர்டினரி கம்பார்ட்மெண்ட்ல ஏறி இடம் பிடிக்கணும்."

பிளாட்பாரத்து தண்டவாளத் துண்டில் கணகணகணவென்று மணி அடித்தார்கள். ரெஜினா, வித்யாவை இழுத்துக் கொண்டு பிளாட்ஃபாரத்துக்கு முன்பக்கமாய் ஓடவும், ஜெயந்தி ஜனதா தன் டீஸல் மூக்கை நீட்டிக் கொண்டு தடதடவென்று அதிர்ந்தபடி ஸ்டேஷனுக்குள் நுழையவும் சரியாக இருந்தது. பிளாட்ஃபாரம் முழுவதும் ஓரே இரைச்சல்.

"கோயமுத்தூர் கோட்டா செவன்த் போகி ஃப்ரம் த எஞ்சின்..." ஒரு கறுப்புக் கோட்டு டி.டி.இ சத்தமாய்ச் சொல்ல, வித்யாவும் ரெஜினாவும் போகிகளை எண்ணிக்கொண்டே வேகமாய் நடந்தார்கள். 'ரிசர்வ் கம்பார்ட்மென்டிலேயே கூட்டம் இப்படி நெரிகிறதே... பாவம், அவர் எப்படித்தான் ஆர்டினரி கம்பார்ட்மென்ட்டில் ஏறுவார்?' வித்யாவின் இதயம் ஒரு விநாடி சிவாவுக்காகப் பரிதாபப்பட்டது.

"ம்... ஏறுடி சீக்கிரமா. இதுதான் செவன்த் போகி..." வித்யாவை ரயில் கதவில் திணிக்காத குறையாக ஏற்றினாள் ரெஜினா.

"கொஞ்சம் இரேண்டி சனியனே! நான்தான் ரிசர்வ் பண்ணியிருக்கேனே... இறங்கற கூட்டம் முதல்ல இறங்கட்டும். நிதானமா ஏறலாம்..." வித்யா ரெஜினாவை அதட்டிக்கொண்டே விழிகளை பிளாட்ஃபாரத்தினுள் அலையவிட்டாள்.

சிவா கையில் ஒரு சிறிய பிளாஸ்டிக் பையோடு ஆர்டினரி கம்பார்ட்மென்டில் ஏற முயற்சித்து அது முடியாமல் திணறிக் கொண்டிருந்தான். கம்பார்ட்மெண்ட் கம்பார்ட்மெண்டாய்

ஓடி ஓடி இடம் கிடைக்காமல் வித்யாவின் போகியைத் தாண்டிக் கொண்டு முன் பக்கமாய் ஓட ஆரம்பிக்கையில்...

“மிஸ்டர் சிவா!” வித்யா கத்தினாள்.

ரெஜினா பிரமித்துப் போய் அவளைப் பார்த்துக் கொண்டிருக்க – சிவா சட்டென்று நின்றான்.

“என்ன மிஸ் வித்யா?”

வித்யாவுக்குச் சிலிர்த்தது அவன் வாயால் தன் பெயரைக் கேட்டதும்.

“உங்களுக்கு ஆர்டினரி கம்பார்ட்மென்ட்ல கண்டிப்பா இடம் கிடைக்காது.”

“ட்ரை பண்றேன்.”

“வீணா முயற்சி பண்ணாதீங்க. நீங்க ஈரோடு தானே போகணும். இட் ஈஸ் எ மேட்டர் ஆப் டூ அவர்ஸ் ஜர்னி! பேசாம என்னோட கம்பார்ட்மென்ட்லேயே ஏறிக்குங்க.”

“இது ரிசர்வ்ட் கம்பார்ட்மென்ட்.”

“ஸோ வாட்..? நீங்க ஏறி உட்காருங்க. டி.டி.இ கிட்டே நான் பேசிக்கிறேன். என்னோட சூட்கேஸை மீட்டுக் கொடுத்த உங்களுக்கு இந்தச் சின்ன உதவியைக் கூட நான் பண்ணலேனா எனக்குக் கண்டிப்பா நரகம்தான் கிடைக்கும்...” வித்யா சிரித்தாள்.

“ஐயையோ! நீங்க நரகத்துக்குப் போன பாவம் எனக்கு வேண்டாம். இதே கம்பார்ட்மெண்ட்ல ஏறிக்கிறேன்...” சிவா அதே கம்பார்ட்மெண்ட்டில் ஏறிக் கொண்டான்.

ரெஜினா மெல்ல வித்யாவின் காதோரமாய் கிசுகிசுத்தாள். “அவரை ஈரோட்டிலாவது இறங்க விடுடி. கட்டாயப்படுத்தி பம்பாய்க்கு கூட்டிட்டு போயிடாதே...”

“சீ போடி சனியனே...” சள்ளென்று சீறினாள் வித்யா. கார்டு விசில் ‘விர்’ என்று வீறியது. பச்சை டார்ச் ஒளி வட்டங்கள் முன்னும் பின்னும் ஆட்டப்பட்டு சிக்னல் ஒழுங்காய்க்

கிடைக்க... ஜெயந்தி ஜனதா கோவை ஜங்ஷனைவிட்டு நகர்ந்தது.

"காலேஜ் திறந்தா இன்ட்டிமேஷன் கொடுடி..." - வித்யா சொன்னாள்.

"ம்...ம்"

"ரெண்டு நாளைக்கு ஒரு வாட்டி லெட்டர் போடு..."

"ம்..."

"நான் கொடுத்த டேக்ஸானாமி நோட்ஸை கிழிக்காம படி..."

"சரிடி..."

"நான் வரட்டுமா?" - கையை ஆட்டினாள் வித்யா. பதிலுக்கு ரெஜினா கையை அசைக்க... ரெஜினவின் பாப் தலை தெரியும் வரையில் கதவருகே நின்றபடி கையை அசைத்தாள் வித்யா. தலை மறைந்ததும் உள்ளே வந்தாள்.

ஜன்னலோரமாய் எதிரும் புதிருமாய் இருந்த ஒற்றைச் சீட்டுகளில் ஒன்றில் உட்கார்ந்திருந்தான் சிவா. அவனுக்கு எதிர்ப்பக்கமாய் இருந்த சீட்டில் உட்கார்ந்தபடியே சூட்கேஸைக் கீழே வைத்தாள் வித்யா.

"சூட்கேஸ் பத்திரம்..." சிவா சிரிப்போடு சொன்னான்.

"ஈரோடு போறவரைக்கும் எனக்குக் கவலையில்லை."

"எப்படி?"

"ஈரோடு வரைக்கும் நீங்கதான் என்னோட சூட்கேஸுக்கு பாடிகார்டா வரப் போறீங்களே? சூட்கேஸை யாராவது தொட்டா நீங்க சும்மாயிருப்பீங்களா?"

சிவா வாய்விட்டுச் சிரித்தான்.

ஜெயந்தி ஜனதா வடகோவை ரயில் நிலையத்தை அலட்சியப்படுத்திவிட்டு வேகம் எடுத்தது.

"உங்க நேட்டிவ் கோயமுத்தூரா...?" சிவா கேட்டான்.

"நோ... நோ... மெட்ராஸ்தான். பிறந்தது மட்டும் மெட்ராஸ்... வளர்ந்தது கோயமுத்தூர்... இப்ப ஃபேமிலி பம்பாய்ல..." - வித்யா ஜன்னலினூடே சர்வசுதந்திரமாய் அடித்த ஈரக்காற்றில் தாறுமாறாய் கலைந்த முன்னுச்சிக் கூந்தலை சரிப்படுத்திக் கொண்டே சொன்னாள்.

"இந்த ரயில் எந்நேரத்துக்கு பம்பாய் போய்ச் சேரும்..?"

"நாளன்னைக்கு எர்லி மார்னிங் பைவ் தர்ட்டிக்கு வி.டிக்கு போய்ச் சேர்ந்துரும். ஆமா... நீங்க பம்பாய் வந்ததேயில்லையா...?"

இல்லையென்பதுபோல் அவன் தலையை அசைத்தான்.

"உங்க சொந்த ஊர் கோயமுத்தூரா?" வித்யா புன்னகையோடு கேட்டாள்.

"இல்லை... எனக்கு திருச்சி..."

"பிராப்பர் திருச்சியா...?"

"திருச்சிக்குப் பக்கத்திலே பதினாறு கிலோமீட்டர் தூரத்திலே ஒரு வில்லேஜ்... சின்னக் குயிலி கிராமம்..."

"சின்னக்குயிலி கிராமமா...? இந்தப் பேரைக் கேள்விப்பட்ட மாதிரி இருக்கே..." வித்யா நெற்றியைத் தன் சந்தன வண்ண விரல்களால் மெதுவாய்த் தட்டிக்கொண்டே யோசித்தாள்.

"பேப்பர்ல ஏதாவது படிச்சிருப்பீங்க... ஜாதிச் சண்டை அந்த கிராமத்துல அடிக்கடி வரும்..." சிவா சிரித்தபடி சொன்னான்.

"நீங்க இப்ப என்ன செஞ்சுட்டிருக்கீங்க...?"

"இப்ப... இந்த நிமிஷத்தில உங்களுக்கு எதிர்ல உட்கார்ந்திட்டிருக்கேன்!"

"இது ரொம்ம்ம்பவும் பழைய ஜோக்... கல்யாணப் பரிசு சினிமா காலத்திலேயே இது பழசான ஜோக்... இருந்தாலும் உங்க ஆசையை கெடுப்பானேன்... ஆசையா ஜோக்

அடிச்சிருக்கீங்க... சிரிச்சுடறேன்... ஹஹ்... ஹஹ்... ஹா...” இருட்டைப் பூசிக்கொண்டு குளிக்க ஆரம்பித்திருந்த பீளமேடும், சிங்கநல்லூரும் நிமிஷ நேரங்களில் ஜன்னல் வழியே மறைந்தது.

சிவா கொஞ்சம் அசடு வழிந்தான்.

“ஊர்ல ஒரு ஆட்டோமொபைல் ஒர்க்ஷாப் வெச்சு நடத்திக்கிட்டிருந்தேன்... அம்மா என்னோட அஞ்சாவது வயசிலேயே மைனஸ் ஆயிட்டா... அப்பா என்னோட பத்தாவது வயசிலே ஒரு ஆக்ஸிடெண்ட்ல போயிட்டார். முன்கோபக்கார அண்ணன்... விஷக்கொடுக்கு அண்ணி இவங்களோட அன்பான ஆதரவில என்னோட டீன் ஏஜைத் தாண்டினேன்... வேலையில்லாத பிரச்சினை அப்பத்தான் விஸ்வரூபம் எடுத்து முன்னாடி நின்னது. டிப்ளமா படிச்சிருந்தேன்... வேலை கிடைக்கல்லே... அண்ணி தண்டச்சோறுன்னு முணுமுணுக்கறதுக்கு முன்னாடியே அங்கே இங்கேனு கடன்வாங்கி ஆட்டோமொபைல் ஒர்க்ஷாப் வெச்சேன்... சுமாராப் போச்சு. அதுக்குப் பின்னாடி என்னென்னவோ நடந்து போச்சு. ஸாரி... மிஸ் வித்யா... உங்க சூட்கேஸைத் திருட்டுப் போகாமே காப்பாத்திக் கொடுத்த புண்ணியத்துக்காக உங்களோட சந்தோஷமான பயண நேரத்தை என்னோட அவலக் கதையைச் சொல்லி வீணடிக்க நான் விரும்பல்ல... லெட் அஸ் டாக் ஆன் சம் அதர் டாபிக்.”

“ஆல்ரைட்... உங்களைப் பத்தி நீங்க சுருக்கமா சொல்லி முடிச்சிட்டீங்க... என்னைப் பத்தி நான் சொல்லட்டுமா?”

“வித் பிளஷர்...”

“உங்கமாதிரியேதான் எனக்கும்! அஞ்சாவது வயசிலே அம்மா மைனஸ்... அப்பா இருக்கார். எங்கப்பாவை நீங்க கேள்விப்பட்டிருக்கலாம்... புரஃபஸர் ருத்ரா. உயிர் பிரிஞ்ச உடம்புல ஆன்மாவ மறுபடி செலுத்தி நாற்பத்தெட்டு மணி நேரத்துக்குள்ள திரும்பவும் அந்த உடலுக்கு உயிரூட்ட முடியுங்கிற கோட்பாட்டுல நம்பிக்கையுள்ளவர்... நிறைய

தீஸிஸ் பண்ணியிருக்கார். அவருடைய ஆராய்ச்சிக்கும் அயல்நாட்டு புரஃபஸர்களை மீட் பண்றதுக்கும் பம்பாய் கரெக்ட்டா இருக்குங்கிற நினைப்புல பத்து வருஷத்துக்கு முன்னாடியே பம்பாய் போயிட்டார். நான் கோயமுத்தூர்லேயே ஹாஸ்டலில் தங்கி படிக்க ஆரம்பிச்சேன்... இப்போ நிர்மலா காலேஜில் பி.எஸ்.ஸி தேர்ட் இயர் படிக்கிறேன்... காலேஜில ஸ்டிரைக் பண்ணினோம்... கதவை இழுத்து மூடி ஹாஸ்டலையும் காலி பண்ணச் சொல்லிட்டாங்க... திடுதிப்னு புறப்பட்டு போறேன்.”

டி.டி.இ பேடில் செருகப்பட்ட - டைப் அடிக்கப்பட்ட காகிதத்தோடும் கையில் பால்பாயிண்ட் பேனவோடும்... முன் மண்டையில் ஏராளமான வழுக்கையோடும் சிவாவை நெருங்கி நின்று டிக்கெட்டுக்காக கையை நீட்டினார்.

சிவா டிக்கெட்டை எடுத்து நீட்டினான்.

“திஸ்... ஈஸ் நாட் ரிசர்வ்டு டிக்கெட்...” அவர் நெற்றியைச் சுருக்கினார்.

“ஆர்டினரி கம்பார்ட்மெண்ட்ல இடமில்லை ஸார்... அப்... டு... ஈரோடு ஓன்லி... அதான் இதிலே ஏறிக்கிட்டேன்...” சிவா கொஞ்சம் கெஞ்சுகிற குரலில் சொன்னான்.

“ஆமா... ஸார்... அவர் மேல் ஒரு தப்பும் இல்லை... அவர் முதல்லே இந்த போகியில ஏற மாட்டேன்னுதான் சொன்னார். நான்தான் விடலை... கம்பெல் பண்ணி அவரை ஏறச் சொன்னேன். ப்ளீஸ்... அலவ் ஹிம்...” வித்யா தன் பங்குக்கு கொஞ்சம் இதமாய், குழைவான குரலில் சொன்னாள்.

அவ்வளவுதான்... அந்த டி.டி.இ கரைந்து போனார்.

“சரி... சரி. ஈரோடு வரைக்கும்தானே! வரட்டும்.. பேஷா வரட்டும்! ஆனா ஈரோட்டில இறங்கிடணும்!” போய் விட்டார்.

“மனிதர் சரியான சபலிஸ்ட்!” - சிவா புன்னகை செய்தான்.

"இதுமாதிரி எனக்குத் தெரிஞ்சு நிறைய பேர் இருக்காங்க. மத்தவங்களைத் தேடுவானேன்..? ஃபார் எக்ஸாம்பிள்... என்னோட அப்பாவையே எடுத்துக்கோங்க. நிறையப் படிச்சவர். பெரிய புரஃபஸர். இந்தப் பெண்கள் விஷயத்தில் அவர் ரொம்பவும் வீக். ஃபார் யுவர் இன்ஃபர்மேஷன் மிஸ்டர் சிவா... என்னோட அம்மா இறந்த மறுமாசமே எங்கப்பா ரெண்டாவது கல்யாணம் பண்ணிக்கிட்டார். காஞ்சனான்னு பேரு. ஷீ வாஸ் ஓன்லி ட்வென்டி இயர்ஸ் ஓல்ட். அப்பாவோட எக்கச்சக்கமான சொத்துக்கு ஆசைப்பட்டு எனக்குச் சித்தியா வந்தா. பட்... அவளாலே அப்பாவை அனுசரிச்சுக்கிட்டு போக முடியல்ல. எப்பவும் சண்டை. சச்சரவு. அப்பாவுக்குக் கோபம் வந்தா முள் சவுக்கை உருவிக்குவார். கண் மூக்கு தெரியாமே விளாசிடுவார். காஞ்சனாவோட உடம்பு அந்த முள் சவுக்கை எத்தனையோ தடவை சந்திச்சிருக்கு. ஒரு நாள் ராத்திரி என்னாச்சு தெரியுமோ... அப்பாவோட இம்சை தாங்க முடியாமே தூக்கமாத்திரை சாப்பிட்டு தற்கொலை பண்ணிக்கிட்டா..."

சிவா பிரமிப்போடு அசையும் அவள் உதடுகளையே பார்த்துக் கொண்டிருந்தான். தன் அப்பாவைப் பற்றி முன்பின் தெரியாத ஒரு இளைஞனிடம் எப்படி இவளால் சொல்ல முடிகிறது? அவனுடைய பிரமிப்பை உணராதவள் போல் வித்யா பேசிக்கொண்டே போனாள்.

"காஞ்சனா இறந்து சரியா இருபத்தஞ்சாவது நாள் எனக்கு ரெண்டாவது சித்தி வந்துட்டா. பேரு மாயா!"

சிவாவின் இதயம் குப்புற விழுந்தது.

'மாயாவா?'

'இவள் எந்த மாயாவைச் சொல்கிறாள்?

என் மாயாவையா...?'

'இருக்காது... நிச்சயமா இருக்காது... என் மாயா அதற்குள் சாயம் போகிறவள் அல்ல...'

சிவா குழம்பினான் - அதற்குப் பிறகு...

ஜெயந்தி ஜனதா திருப்பூரில் நின்றபோதும் சரி... வித்யா இரண்டு வார இதழ்களை வாங்கி அவனிடம் ஒன்றை நீட்டிய போதும் சரி... அவன் கையிலிருந்த வார இதழில் வெளிவந்த ஜோக்கை படித்துக் காண்பித்துச் சிரித்த போதும் சரி... சிவா சின்னக்குயிலி கிராமத்தில்... ஐந்து வருஷத்துக்கு முன்பு...

அவன் மனம் பழைய நினைவுகளில் ஒன்றியது.

# 5

"இடா!" வியந்து போனான் சிவா.

வெல்டிங் கிளாஸை மறைப்பாக வைத்துக்கொண்டு மின்னல்களை உருவாக்கிக் கொண்டிருந்த வெல்டரைப் பார்த்துக் கொண்டிருந்தவன், செம்மண் பாதையில் புழுதியை எழுப்பிக்கொண்டு ஓடின ஜட்கா வண்டியினுள் மாயா இருப்பதைப் பார்த்ததும் உற்சாகத்தில் கத்தினான். இவள் எங்கே இந்த சின்னக்குயிலி கிராமத்திற்கு வந்தாள்?

வண்டிக்குப் பின்னால் ஓடினான். செம்மையாய் வெய்யில் காயும் அந்த பதினொரு மணி காலை வேளையில் அந்தப் பாதையில் யாருமேயில்லை.

அவன் ஓடி வருவதை மாயாவும் கவனித்திருப்பாள் போலிருக்கிறது. வண்டியின் வேகம் குறைந்து நிற்கத் துவங்கியது. வண்டியிலிருந்து மாயா இறங்கி நின்றாள். வேகவேகமாய் நடந்து வரும் சிவாவைப் புன்னகையோடு பார்த்தாள். அவன் அவளை ஆவலாய் நெருங்கினான்.

"எங்கே இந்தப் பக்கம்? அதிசயமாயிருக்கே?"

"ஏன், உங்க சின்னக்குயிலி கிராமத்துக்குள்ள 'மாயா'ங்கிற பேர் இருக்கிற யாரும் வர மாட்டாங்களா?"

சிவா சந்தோஷமாய்ச் சிரித்தான். "'மாயா'ங்கிற பேரு இருக்கிறவங்க வருவாங்க. ஆனா தேவலோக கன்னிகள் வர மாட்டாங்க. இன்னிக்கு வந்திருக்காங்க..."

இப்போது மாயா சிரித்தாள். "எப்படி என் சர்ப்ரைஸ் விஸிட்?"

"சர்ப்ரைஸ் விஸிட் இருக்கட்டும்! நாலு நாளைக்கு முன்னாடி திருச்சி கண்டோன்மென்ட் ரோட்ல உன்னைப் பாத்து பேசிட்டிருந்தப்ப ஏதோ ஒரு கிராமத்துல அன்ட்ரெய்ன்டு டீச்சர் போஸ்ட் காலியாயிருக்கு, அதுக்காக இன்டர்வியூக்குப் போகணும்ன்னு சொல்லிட்டிருந்தியே... போய்ட்டு வந்தியா?"

"அதுக்குத்தானே இப்ப வந்திருக்கேன்."

சிவா திகைத்துப் போனான். "எங்க ஊர் ஹை ஸ்கூல்லயா உனக்கு இன்டர்வியூ! அடிசக்கை... அடிச்சுட்டே லக்கி பிரைஸ்! அப்படீன்னா அப்பாயின்மெண்ட் உனக்கு ஷ்யூரா கிடைச்சுடும். ஹை ஸ்கூல் கரஸ்பாண்டென்ட் ரத்தினவேலு ரொம்பவும் நல்லவர். என் மேலே ரொம்பவும் பிரியம் வெச்சிருக்கிறவர். இன்டர்வியூல என்னோட பேரைச் சொல்லு. அப்பாயின்மெண்ட் ஆர்டர் உடனே தயாராகும்..."

"ஆகட்டும். கண்டிப்பா சொல்றேன்..." மாயா வலது கை விரல்களால் வாயை பொத்திக்கொண்டு ஜப்பானிய முறையில் தலையைக் குனிந்து அவனைச் சேவித்தாள்.

"யூ..." சிவா அவளைக் கிள்ளப் போனான்.

"ஸ்... ஸ்! இது திருச்சியில்லை. சின்னக்குயிலி கிராமம். வண்டிக்காரன் உர்ன்னு பார்க்கறான். கையை அடக்கி வையுங்க..." மெல்லக் கிசுகிசுத்தாள் மாயா.

"சரி, முதல்லே இன்டர்வியூவை முடிச்சுட்டு வா. சாவகாசமா பேசலாம். இதுதான் ஐயாவோட தொழிற்சாலை. நாலு கோடி ரூபாயில உருவாகியிருக்கிற அதி உன்னதமாக

உருவாகப் போகிற தொழிற்சாலை...” நெஞ்சை நிமிர்த்திக் கொண்டு சொன்னான் சிவா.

“ஆமா... ஆமா...! பார்த்துட்டேதான் வந்தேன். கண்ணுக்கெட்டுன தூரம் வரைக்கும் முள்வேலி காம்பவுண்டு. தனியா குவார்ட்டர்ஸ். ஆமாம் ஸார், ஒரு மாட்டுக்கு லாடம் அடிக்கிறதுக்கு என்ன சார்ஜ் வாங்கறீங்க? ஐ மீன், நாலு காலுக்கும் சேர்த்து...”

“ஏய் ஏய், காலை வார்றியா? உனக்கு ரொம்பவும்...” சொல்ல வந்ததை நிறுத்திக் கொண்டான் சிவா.

“என்ன சொல்ல வந்தீங்க சொல்லுங்க. எனக்கு ரொம்பவும்...?”

சிவா சொல்லாமல் சிரித்தான்.

“கொழுப்பா?”

“இல்லே!”

“திமிரா?”

“இல்லே...”

“பின்னே என்னவாம்?”

“உனக்கு ரொம்பவும் டைட்டா இருக்கும் போலிருக்கே இந்த டிரஸ்னு... சொல்ல வந்தேன்.”

அவள் முகம் சிவக்க, வண்டிக்குள் ஏறிக் கொண்டாள். “வண்டியை விடப்பா...” வண்டி நகர்ந்தது.

சிவா சொன்னான், “விஷ் யூ பெஸ்ட் ஆஃப் லக்.”

‘தேங்க் யூ...’ கண்களாலேயே சொன்னாள் மாயா.

ஒரு மணி நேரத்திற்குப் பிறகு.....

அதே வண்டியில் திரும்பவும் வந்தாள் மாயா, இன்டர்வியூவை முடித்துக் கொண்டு.

மூக்குச் சப்பையாகிப் போன கார் பானெட் ஒன்றின் மேல் உட்கார்ந்தபடி மாயாவுக்காகக் காத்துக் கொண்டிருந்த சிவா அவளைக் கண்டதும் ஓடி வந்தான்.

"என்ன ஆச்சு? காயா பழமா?"

"பழுத்த பழம். கையில என்னன்னு பார்த்தீங்களா? அப்பாயின்மெண்ட் ஆர்டர்..." முகம் பூராவும் மலர்ச்சியுடன் சொன்னாள் மாயா.

"ஹைய்...ய்...ய்...யோ! அப்படீன்னா இனிமே மாயா தேவியை எப்ப வேணும்னாலும் இங்கேயே பார்த்துக்கலாம். திருச்சிக்கு வரணுங்கிற அவசியம் இல்லை."

"ஆமா!" உதடுகளைக் கொஞ்சமாய் விரித்து, சிவந்த சிறிய நாக்கு உள்நோக்கி அழகாய் மடங்கக் கவர்ச்சியாய்ச் சிரித்தாள் மாயா.

அந்தச் சிரிப்பில் வெயிலில் வைத்த ஐஸ்கிரீமாய் உருகினான் சிவா.

"நீங்க எனக்கொரு உதவி செய்யணும்..." கேட்டாள்.

"காத்திருக்கேன்."

"அவசரமா வாடகைக்கு ஒரு வீடு வேணும்."

"வீடா?"

"ஆமா. அதுவும் நாளைக்கே!"

"அப்போ இதே கிராமத்துல தங்கிக்கப் போறியா? திருச்சியில இருக்கிற உன்னோட மாமாவும் அத்தையும் ஒண்ணும் சொல்லமாட்டாங்களா?" சிவா பரபரப்போடு கேட்டான். மாயா வலிக்காமல் தன் தலையில் அடித்துக் கொண்டாள்.

"நீங்க ஒரு சரியான அவசரக்குடுக்கை. நான் மட்டும் தனியா தங்கிக்கவா வீடு கேட்டேன்? மாமாவும் அத்தையும் திருச்சி வீட்டை வாடகைக்கு விட்டுட்டு இங்கேயே தங்கிக்கலாம்ன்னு சொன்னேங்க. எங்க மூணு பேருக்கும் தகுந்த மாதிரி ஒரு வீடு பாருங்க..."

"வீடுகளுக்கென்ன பஞ்சம்? அரண்மனை மாதிரி வீடு மாச வாடகை அம்பதுக்குக் கிடைக்கும். தண்ணீர்ப் பஞ்சமா?

மூச்...! காத்து! ஏமாந்தா ஆளைத் தூக்கிட்டு போகும். உனக்கு வீடு பாத்து கொடுக்க நானாச்சு... நாளைக்கே மூட்டை முடிச்சைக் கட்டிட்டு ஊர் வந்து சேருங்க..."

சிவா சொன்ன மாதிரியே செய்து கொடுத்தான். பாக்குக்காரத் தெருவில் முப்பது ரூபாய் வாடகையில் கச்சிதமாய் ஒரு வீடு பார்த்துக் கொடுத்தான். சிவாவின் செல்வாக்கினால் வீட்டுக்கார பெரியம்பலம் அட்வான்ஸ் வாங்கக்கூட மறுத்துவிட்டார். ஒரு நல்ல நாளில் வீடு புகுந்தார்கள் மாயாவும் மாமாவும் அத்தையும்.

மாயா பள்ளிக்குப் போய்வர ஆரம்பித்தாள்.

நாள் தவறாமல் கோயிலிலும் ஆற்றுப் படித்துறையிலும் சந்தித்துப் பேசிக் கொண்டார்கள் மாயாவும் சிவாவும்.

இரண்டு மாதங்களுக்குப் பின் ஒரு நாள் மாலையில்.......

கடைசி வகுப்பு முடிந்து மாணவிகள் கலைந்து சென்று கொண்டிருக்கையில் பியூன் முத்துசாமி மாயாவை வந்து நெருங்கி சொன்னான்.

"கரஸ்பாண்டென்ட் ஐயா உங்களை வரச் சொன்னாரம்மா..."

மாயா நெற்றியைச் சுருக்கினாள். "என்ன விஷயம் முத்துசாமி?"

"தெரியல்லேம்மா. சித்த முந்திதான் சொன்னார். அவங்க வீட்டுக்கு வரச் சொன்னார்."

மாயா சேலையைச் சரிப்படுத்திக் கொண்டு கை விரல்களை சீப்பாகப் பாவித்துத் தலையைக் கோதிக்கொண்டு பள்ளி வாசற்படிவிட்டு இறங்கினாள். எதிரே சைக்கிளில் சிவா வருவது தெரிந்தது.

நின்றாள்.

"என்ன வாத்தியாரம்மா இன்னிக்கு இந்தப் பக்கமா போறாங்க?" சிவா சைக்கிளைவிட்டு கீழே இறங்கியபடியே கேட்டான்.

சிரித்தாள் மாயா. "கரஸ்பாண்டெண்ட் வரச் சொன்னாராம். பார்க்கப் போயிட்டு இருக்கேன். எதுக்காக வரச் சொன்னார்ன்னு தெரியல்ல."

"அவர் ஒரு சாமி பைத்தியம். ஏதாச்சும் ஒரு கோயிலுக்கு கும்பாபிஷேகம் பண்ணப்போறதா வேண்டிட்டு ஃபண்ட் கலெக்ட் பண்ணுவார். அதுக்கு ஒத்தாசை பண்ணச் சொல்லி சில சமயம் டீச்சர்ஸை கூப்பிடுவார். பயப்படாமே போ..."

மாயாவுக்குக் கொஞ்சம் தெம்பு வந்தது. பழைய உற்சாகத்திற்கு வந்தாள்.

"ஆமா, ஐயா, என்ன அதிசயமா ஸ்கூல் பக்கம்?"

சிவா ஒரு விநாடி தயங்கினான். "ஒரு சந்தோஷமான விஷயத்தை உன்கிட்ட சொல்லி நீ சந்தோஷப்படற அழகைப் பார்க்க வந்தேன்."

"படறேன்.. சொல்லு!" என்றாள் மாயா.

சிவா பேண்ட் பாக்கெட்டினின்றும் அந்த ரோஸ் வண்ணத் தாளை எடுத்தான்.

"என்ன, தந்தியா?"

"ம்... படி..!" நீட்டினான் சிவா. கவலையுடன் வாங்கினாள் மாயா. பார்வையை வாசகங்களின் மேல் ஓடவிட்டாள். 'யூ ஆர் செலக்டட் டு ஜாய்ன் த போஸ்ட் இம்மீடியட்லீ... எஸ். கே. இன்ஜினீயரிங் கார்ப்பரேஷன், பூனா.'

மாயாவின் முகத்தையே பார்த்துக் கொண்டிருந்தான் சிவா. தந்தியைப் படித்து முடித்த மாயாவின் உதடுகள் நடுங்கின. கண்ணிமைகள் இரண்டு பட்டாம்பூச்சியாய் சிறகடித்தன. கண்களில் இரண்டு சொட்டு நீர் ஆனந்தம்... ஆனந்தம் என்றன.

"கங்கிராட்ஸ்..." குரல் தழுதழுக்கக் கண்களைத் துடைத்துக் கொண்டாள்.

"உனக்கு ட்ரீட் தரப் போறேன்."

"எப்போ?"

"இப்பவே! திருச்சியிலே!"

"இன்னிக்கேவா?"

"ஆமா மாயா. நாளைக்குச் சாயந்தரம் நான் பூனாவுக்குப் புறப்படணும். நீ கரஸ்பாண்டென்ட் வீட்டுக்குப் போயிட்டு பஸ் ஸ்டாண்டுக்கு வா. அங்கேயே நான் காத்திட்டிருக்கேன்."

"சரி." தலையாட்டினாள் மாயா.

சிவா சைக்கிளில் ஏறி குஷியாய் எதிர்ப்பக்கமாய் பறந்தான். மாயா கரஸ்பாண்டென்ட் வீட்டை நோக்கி நடந்தாள். வேலைக்குச் சேர்ந்த இந்த இரண்டு மாத காலத்தில் அவர் வீட்டுக்கு மாயா போவது இதுதான் முதல் தடவை. வீட்டை நெருங்கினாள் மாயா.

காம்பௌண்ட் கேட்டைத் திறந்துகொண்டு உள்ளே நுழைந்தாள். பத்தடி தூரத்திற்கு சிமெண்ட் பாதை பரப்பு. அதன் இரு பக்கமும் ரோஜாப் பதியன்களைத் தாங்கிய தொட்டிகள். அடர்த்தியான பச்சையில் சின்னதாய் ஒரு மல்லிகைப் பந்தல். பந்தக்காலில் கட்டிப்போடப்பட்டு சோம்பலித்துச் சுருண்டுகிடக்கும் நாய். மாயாவைப் பார்த்ததும் குரைக்காமல் சன்னமாய் உறுமிவிட்டு காதுகளைக் கொஞ்சம் விறைப்பாக்கிக் காட்டிவிட்டு மீண்டும் படுத்துக்கொண்டது.

படியேறி கதவின் மேல் கையை வைத்தாள் மாயா. கதவு வா என்று சொல்கிற மாதிரி திறந்து கொண்டது. மாயா உள்ளே போகாமல் "ஸார்..!!" என்று கத்தினாள்.

பதிலுக்கு உள்ளேயிருந்து ஒரு தொண்டைச் செருமல் கேட்டது. "யாரது?" என்றது.

"நான் தான் ஸார்... மாயா... டீச்சர்."

மறுபடியும் உள்ளிருந்தே குரல் கேட்டது. "வாம்மா உள்ளார வா. கதவு திறந்துதான் இருக்கு."

மாயா உள்ளே நுழைந்தாள்.

சின்னதாய்த் தெரிந்த வரவேற்பறையைக் கடந்து கொஞ்சம் பெரியதாய் தெரிந்த ஹாலைக் கடந்து மூன்றாவதாய் கோடியில் இருந்த அறைக்குள் நுழைந்தாள்.

கரஸ்பாண்டென்ட் ரத்தினவேலு, மார்பெங்கும் நரையோடிய மயிர்கள் புசுபுசுவென்று வளர்ந்திருக்க வெற்றுடம்பில் வேட்டியை வழித்துக் கட்டிக்கொண்டு, கட்டிலின் மேல் உட்கார்ந்திருந்தார். இன்டர்வியூ அன்றைக்கு சந்தன வேட்டியிலும் வெள்ளை ஜிப்பாவிலும் தங்க பிரேமிட்ட மூக்குக் கண்ணாடியிலும் ஒரு சமஸ்தான ராஜாவைப் போலிருந்த அவரா இவர்?

மாயாவுக்கு ஆச்சரியமாய் இருந்தது.

“வாம்மா மாயா. அப்படி உட்கார்.”

“பரவாயில்ல ஸார். நிக்கறேன்.”

“உட்காரம்மா. மரியாதையெல்லாம் ஸ்கூல் வாசலோட போகட்டும்.”

மாயா நாற்காலியின் நுனியில் உட்கார்ந்தாள். என்ன விஷயம் என்பதுபோல் அவரைப் பார்த்தாள்.

அவர் நேரிடையாய் விஷயத்துக்கு வரவில்லை. அந்தப் பெரிய வீட்டில் அவரைத் தவிர வேறு எந்த மனிதப் பிராணியும் இருப்பதாய்த் தெரியவில்லை. ஒருவித பயம் மனதை லேசாய்க் கவ்வ, அதை முகத்தில் காட்டிக் கொள்ளாமல் நின்றாள் மாயா.

“என்னம்மா மாயா, ஸ்கூல் பரவாயில்லையா?”

“பரவாயில்லை சார்.”

“பசங்க வால்தனம் பண்றதில்லையே?”

“இல்ல ஸார்.”

“அதோ அந்தச் சுவர் அலமாரியைத் திறந்து மேலாக இருக்கிற அந்தக் கவரை எடுத்துட்டு வாம்மா...” அலமாரியொன்றைக் காட்டியபடி சொன்னார் ரத்தினவேலு.

மாயா எழுந்து போய் அலமாரியைத் திறந்தாள். மேலே தெரிந்த அந்த பழுப்புநிறக் கவரை எடுத்தாள். அவரிடம் தந்தாள்.

அவர் கவரைப் பிரித்தபடியே சொன்னார். "இது டி.இ.ஓ கிட்டேயிருந்து வந்த ஆர்டர், அன்ட்ரெயின்ட் க்ராஜுவேட்டை உடனடியா நீக்கச் சொல்லி வந்த ஆர்டர்."

மாயாவுக்குத் திக்கென்றது. முகம் மாறினாள். அவளுடைய முக மாற்றத்தை உணர்ந்தவர் போல் அவர் சொன்னார். "இந்த ஆர்டரைப் பார்த்து நீ பயப்பட வேண்டிய அவசியம் கொஞ்சமும் இல்லேம்மா. நம்ம ஸ்கூல்ல உன்னோட சப்ஜெக்ட்டுக்கு ட்ரெயின்ட் கிராஜுவேட்ஸ் தற்சமயம் யாரும் இல்லை. ஆனா அடுத்த வருஷம் இதே நிலைமை இருக்கும்ன்னு என்னால சொல்லமுடியாது. அடுத்த வருஷ ஆரம்பத்தில் உடனடியா நீ டிரெயினிங் கோர்ஸ்ல சேர்ந்துடு. பத்து மாச கோர்ஸ் அது. படிச்சிட்டியானா பர்மனென்ட்டா நம்ம ஸ்கூல்லேயே வேலை பார்க்கலாம்."

மாயா அவரையே பார்த்துக் கொண்டிருந்தாள்.

"இந்த விஷயத்தைச் சொல்றதுக்காகத்தான் உன்னை வரச் சொன்னேன். எனக்கொரு மக இருந்தா அவ உன்ன மாதிரிதான் இருப்பா. அந்த பாக்கியத்தை எனக்கு தராம என்னோட ஓய்ஃப் மரகதம் எப்பயோ போயிட்டா. அம்மா மாயா! உன்னப் பாக்கிறப்பத்தான் எனக்கு அந்தக் குடும்ப பந்தத்தோட அருமை புரியுது. நான் இந்த ஸ்கூலுக்கு கரஸ்பாண்டென்டா இருந்து தலையை சாய்க்கிற வரைக்கும் என் ஸ்கூல்லேயே வேலை பார்க்கலாம்."

அவளுக்கு இதயம் நெகிழ்ந்தது. "தேங்க்யூ ஸார்..." என்று எழுந்தாள்.

"அப்புறம் இன்னொரு விஷயம்!" ரத்னவேலு இழுத்தார்.

"சிவாவும் நீயும் ஒருத்தரையொருத்தர் விரும்பறது எனக்குத் தெரியும்."

மாயா லேசாய் அதிர்ந்தாள். "ஸார்... நாங்க..."

"எல்லாம் எனக்குத் தெரியும் மாயா. ஒரு வகையில பார்த்தா நீ தான் அதிர்ஷ்டம் செஞ்சவ. சிவா ரொம்பவும் நல்லவன். டிப்ளமா கோர்ஸ் முடிச்சதும் கௌரவம் பார்க்காம ஒரு பட்டறையை ஆரம்பிச்சவன். உழைப்பு, உண்மை ரெண்டுக்கும் கட்டுப்பட்டவன். அவனுக்கு ஒரு நல்ல வேலை கிடைக்கட்டும்... உங்க ரெண்டு பேர் கல்யாணத்தையும் நானே அமர்க்களமா முடிச்சு வைக்கறேன்."

உணர்ச்சி மிகுதியால் மாயாவுக்குத் தொண்டை அடைத்தது. "ஸார், அவருக்குப் பூனால வேலை கிடைச்சுருக்கு. இப்பத்தான் டெலிகிராமை கொண்டுவந்து காட்டிட்டுப் போனார். நாளைக்கு உங்களைப் பார்க்க வருவார். நாளைக்கே அவர் பூனாவுக்குப் போகப் போறாராம்."

ரத்னவேலுவின் முகம் சந்தோஷத்தாலும், பெருமையாலும் மலர்ந்தது.

உற்சாகமான குரலில் சொன்னார்: "அப்போ மேளத்தை அடிக்க வேண்டியதுதான்..."

முகம் சிவக்கத் திரும்பினாள் மாயா,

சின்னக் குயிலி பஞ்சாயத்து பஸ் ஸ்டாண்ட்.

சிவா பாக்குத்தூளை மென்றபடி மாயாவுக்காகக் காத்திருந்தான். மணிக்கட்டில் இருந்த வாட்ச் 5.35 என்றது. க்ரீம் கலர் சட்டை கறுப்பு வண்ண பெல்பாட்டம் பேண்ட்டுக்குள் திணித்து அடக்கமாய் இன் செய்து பட்டையான பெல்ட்டின் நடுவில் 'S' எழுத்து மின்ன கவர்ச்சியாய் நின்றிருந்தான் சிவா.

இரண்டு பஸ் போயாகி விட்டது. இனி 5.45-க்கு ஒரு பஸ் வரும். அதில் போனால் திருச்சி டவுன் ஹாலுக்கு போய்விடலாம். கீதா அனக்ஸில் ஒரு அருமையான ட்ரீட். ஸ்வீட், காரம், காப்பி, ஐஸ் க்ரீம்.

எங்கே இன்னமும் இவளைக் காணோம்?

சிவா கை விரல்களை மாற்றி மாற்றிச் சொடுக்கு எடுத்தபடி பரபரத்தான். பஸ் ஸ்டாண்டில் கூட்டம் கொஞ்சமாக இருந்தது. பெட்டிக் கடையில் ஐஸ் சர்பத் வியாபாரம் மும்முரமாய் நடந்து கொண்டிருந்தது. எலுமிச்சம் பழங்களை இரண்டிரண்டாக அறுத்து நன்னாரி கலந்து நீரில் பிழிந்து, டம்ளருக்கு ஐம்பது பைசா என்று சொல்லி பெட்டியை நிரப்பிக் கொண்டிருந்தான் கடைக்கார வேலு.

கடைக்கு முன்புறம் போடப்பட்டிருந்த பெஞ்சில் ஹை ஸ்கூல் பியூன் முத்துசாமியும் கறுப்பாக இன்னொரு தடியனும் உட்கார்ந்திருந்தார்கள். இருவரும் கிசுகிசுவென்று ஏதோ பேசிக்கொள்வதும் சிவாவை இளக்காரமாய்ப் பார்ப்பதுமாக இருந்தார்கள்.

"ஆனாலும் சும்மா சொல்லக் கூடாது. புதுசா வந்திருக்கிற வாத்தியாரம்மா சும்மா சினிமா ஸ்டார் கணக்கா தளதளன்னு இருக்கா..."

சிவா சட்டென்று அந்தக் கிசுகிசுப்பின் தன்மையை உணர்ந்தான். அவர்கள் பக்கம் திரும்பாமலேயே அந்தக் கிசுகிசுப்பைத் தொடர்ந்து கேட்டான்.

கறுப்புத் தடியன் சொல்லிக் கொண்டிருந்தான். "என்னோட ரெண்டு கண்ணாலும் பார்த்தேண்டா முத்துசாமி. அந்த ரத்னவேலு கிழவன் வெத்துடம்போட வெளியே வந்து வாத்தியாரம்மாவை வழியனுப்பி தர்றான். அவளும் ஈன்னு சிரிச்சுட்டு வெளியே வர்றா. ரெண்டு பேரும் அரை மணி நேரம் உள்ளார இருந்திருக்காங்க. சும்மா கிழவன் பூந்து வெளையாடியிருப்பான். இந்த மாதிரி கிளியெல்லாம் அந்த மாதிரிக் கிழட்டுப் பசங்களுக்குத்தான் கிடைக்குது. நம்ம கையில கிடைக்கணும் ஒரு நாளைக்கு. சும்மா..."

சிவாவின் முகம் ரத்தமாய்ச் சிவந்தது. உடம்பு பூராவும் எல்லா செல்களுமே ஆத்திரம் ஆத்திரம் என்றன.

"என்னடா சொன்னே?" கறுப்புத் தடியனின் புறங்கழுத்தைத் தாவிப் பிடித்தான். ஆவேசம் இதயத்தை உலுக்க, அவன் மூக்கைக் குறிவைத்து முஷ்டியை இறக்கினான்.

அந்தத் தாக்குதலைக் கறுப்புத் தடியன் எதிர்பார்க்காத போதிலும் சிவாவின் தாக்குதலினின்றும் சட்டென்று விலகினான். கத்தினான். "நடந்ததை சொன்ன உனக்கென்னடா எரியுது? அந்த வாத்தியாரம்மா பாடம் சொல்லித் தர்றதுக்காகவா இங்கே வந்திருக்கா. இல்லடா... படிச்ச முட்டாள்! பணத்தைக் காமிச்சு யார் கூப்பிட்டாலும் படுக்கை விரிக்க அவ தயார்..."

அவன் பேசப்பேச சிவா சுற்றும் முற்றும் பார்த்தான். பெட்டிக் கடைக்காரன் வேலு தெரிந்தான்.

அவன் கை தெரிந்தது. கையில், எலுமிச்சம் பழம் நறுக்கும் அந்தக் கத்தி தெரிந்தது. ஒரு அசுரப் பாய்ச்சல். வேலுவின் கையிலிருந்த கத்தி சிவாவின் கைக்கு மாறியது. விநாடி நேரத்திற்குள்...

பக்கவாட்டில் புயலாய் கையை வீசி சாய்மானமாய்க் கத்தியைப் பாய்ச்சி... வயிற்றில் செருக...

கறுப்புத் தடியன் அப்படியே குப்புறக் கவிழ்ந்தான்!

"மிஸ்டர் சிவா..."

வித்யாவின் குரல்கேட்டுச் சட்டென்று நினைவுக்கு மீண்டான் சிவா.

"ஈரோடு ஸ்டேஷன் வந்தாச்சு. யூ ஹேவ் டு கெட்டவுன் ஹியர்..."

சிவா புன்னகையோடு தலையாட்டினான். ஜன்னல் வழியே எட்டிப் பார்த்தான். சில நூறு கெஜங்களில் வரப்போகும் ஈரோடு ஸ்டேஷன் தூரத்தே மினுக்கிக் கொண்டிருந்தது. தன் கையிலிருந்த வார இதழை வித்யாவிடம் நீட்டினான். "தேங்க் யூ வெரிமச்..!"

வித்யா சிரிப்போடு சொன்னாள். "வெல்கம்..."

ஜெயந்தி ஜனதா தண்டவாளப் படுக்கைகளில் தடக்தடக்கென்று மாறிக்கொண்டு ஸ்டேஷனை நெருங்கிக் கொண்டிருந்தது.

'அந்த மாயா யார் என்று இவளிடம் கேட்கலாமா?' சிவா ஒரு வினாடி யோசித்தான்.

அவள் சொல்கிற மாயாவும் என்னுடைய மாயாவும் ஒரே மாயாவாக இருந்துவிட்டால்...! நினைக்கவே நெஞ்சு வலித்தது அவனுக்கு.

இருக்காது! என்னுடைய மாயா இன்னமும் சின்னக்குயிலி கிராமத்தில் எனக்காகவே காத்திருப்பாள்... இந்த வித்யா சொல்கிற மாயா வேறு எவளோ...! காசுக்கு ஆசைப்பட்டுக் கிழவனுக்குக் கழுத்தை நீட்ட என் மாயாவுக்குப் பைத்தியமா பிடித்திருக்கிறது...?

"என்ன பலமான யோசனை...?" வித்யாவின் குரல்.

"ஒண்ணுமில்லை..."

"இந்த 'ஒண்ணுமில்லை'ல நிறைய விஷயம் இருக்கும் போல..." குறுகுறுவென்று அவனையே பார்த்தாள் வித்யா. இரண்டு மணி நேரத்திற்கு முன்னால் கோயமுத்தூர் ஸ்டேஷனில் பார்த்த சிவாவுக்கும் இப்போது பார்க்கிற சிவாவுக்கும் வித்தியாசம் இருப்பதை உணர்ந்தாள்.

"நிஜமா ஒண்ணுமில்ல..." அவன் பையோடு எழுந்து கொண்டான். ஜெயந்தி ஜனதா அமர்க்களமாய் ஈரோடு ஸ்டேஷனுக்குள் நுழைந்தது; நின்றது.

அவன் இறங்கி ஜன்னல் பக்கமாய் வந்து விடை கேட்டான். வித்யா ஒரு துண்டு காகிதத்தை அவனிடம் நீட்டினாள். "இது என்னோட பம்பாய் அட்ரஸ்...! நீங்க பம்பாய் வந்தா கண்டிப்பா எங்க வீட்டுக்கு வரணும்..."

"ஷ்யூர்...! கண்டிப்பா வர்றேன்!" அவன் கையை ஆட்டிவிட்டுத் திருச்சி ரயிலைப் பிடிக்க அடுத்தாற்போல்

இருக்கும் பிளாட்ஃபாரத்தை நோக்கி நடக்கத் தொடங்கினான்.

வித்யா விரல் நகத்தைக் கடித்தபடி அவனையே பார்த்துக் கொண்டிருந்தாள்.

# 6

பைப்பினுள் புகையிலைத் தூளை நிதானமாய் அடைத்து லைட்டரை 'கிளிக்'கிப் பற்ற வைத்துக் கன்னம் இரண்டு பக்கமும் குழிய ஒருமுறை புகையைப் பிரசவித்து, காற்று மண்டலத்திற்குத் தாரை வார்த்தார், புரஃபஸர் ருத்ரா.

இடம்: அவருடைய பங்களாவின் பிரத்யேக அறை.

அவருக்கு எதிரே, நாற்காலியில் சாக்லெட் வண்ண ஃபுல் சூட்டில் பைரவமூர்த்தி, புரஃபஸர் ருத்ராவையே பார்த்தபடி உட்கார்ந்திருந்தார். பைரவ மூர்த்திக்கு நிச்சயம் ஐம்பது வயது இருக்கும்... இன்னமும் மனிதருக்கு அழகான சுருள் முடி. ஆனால் நரை பரவியிருந்தது. செதுக்கினாற் போன்ற முகம். மூக்கு கொஞ்சம் புடைத்தாற்போல் வித்தியாசமாய் தெரிந்தது. அழகான பல்வரிசையில் (பல் டாக்டர் யூசுவாங்கின் உபயம் -: பல்செட்டைக் கச்சிதமாய் கட்டிக் கொடுத்திருந்தார்). புரஃபஸர் செய்யும் ஆராய்ச்சியில் தனிப்பட்ட முறையில் விருப்பமுடையவர். உள்ளூர்க் கல்லூரியொன்றில் லெக்சரர்... கெமிஸ்ட்ரி சப்ஜெக்ட் பிரதானம். மாதத்திற்கு இரண்டு முறையாவது புரஃபஸரை சந்திப்பார். இந்த மாதத்தில் இது இரண்டாவது முறை.

"என்ன புரஃபஸர் ஸார்... எனி பிராக்ரஸ்?"

"கொஞ்சம்..." சிரித்தார் ருத்ரா.

"எப்படி...?" பைரவ மூர்த்தியின் குரலில் ஆர்வம்.

ருத்ராவின் பைப்பினின்றும் புகை இப்போது அடர்த்தியாய் வந்தது. புரஃபஸர் பைப்பை உதட்டின் நுனியில்

ஊசலாடவிட்டபடி சொன்னார். "மிஸ்டர் பைரவமூர்த்தி...! நான் செஞ்சுட்டிருக்கிற இந்த ஆராய்ச்சியைப்பத்தி நிறையப் பேர் ரொம்பவும் இளப்பமாப் பேசறாங்க... என்னோட கொலீக்ஸும் அதேமாதிரிப் பேசறாங்க... இறந்துபோன உடலுக்குள்ள திரும்பவும் உயிரைச் செலுத்தறதா...? அதெப்படி முடியும்...? இயற்கையை மீற முடியுமா...? அப்படீன்னு கேட்கறாங்க...! அவங்களுக்கெல்லாம் நான் சொல்ற பதில் இதுதான்! ஒருத்தனுக்கு இதயம் கெட்டுப் போயிட்டா மாற்று இதயம் பொருத்தறோம்... சிறுநீரகம் இயங்காமே போனா இன்னொருத்தரோட சிறுநீரகத்தைப் பொருத்தறோம்... ஒரு உடம்புல இருக்கிற கெட்டுப்போன ரத்தத்தைப் பூராவும் இறைச்சுட்டு புது ரத்தத்தை அதே உடம்புக்குள்ள செலுத்தறோம்... இதெல்லாம் இன்னிக்கு இருக்கிற மருத்துவத் திறமையாலே முடியும்ன்னா... செத்துப்போன உடம்புக்குள்ளே... உயிரை மட்டும் நுழைக்க முடியாதா என்ன...? அந்த வகை ஆராய்ச்சியில இப்ப நான் கொஞ்சம் தேறியிருக்கேன்."

பைரவமூர்த்தி குறுக்கிட்டார். "புரஃபஸர் ஸார்...! உறுப்பு கெட்டுப்போனா புது உறுப்பைப் பொருத்தறதைப் பத்தி உதாரணம் காட்டிப் பேசினீங்க சரி...! கெட்டுப்போன உறுப்பை மாத்தணும்ன்னா புது உறுப்பு வேணும்... அது கிடைக்குது. அதனால அதைப் பொருத்திடறோம்... உயிர் அப்படியில்லையே...? உயிர் ஸ்பேர்ல கிடைக்காதே...! செயற்கையாவும் தயாரிக்க முடியாதே... இல்லாத உயிரை எப்படி இறந்தவங்களோட உடம்பில் புகுத்த முடியும்...?"

புரஃபஸர் புன்னகை பூத்தார்.

"மிஸ்டர் பைரவமூர்த்தி! நீங்க கேக்கிற கேள்வி சரிதான்... உயிர் ஸ்பேர்ல கிடைக்காதுதான்... அதை நான் மறுக்கல்ல... ஆன உயிரோட இருக்கிற ஒருத்தன் உடம்புக்குள்ளே அந்த உயிர் காற்று வடிவத்திலே இயங்கிட்டிருக்கு இல்லையா...?"

"ஆமா..."

"அந்த உயிரைத்தான் பயன்படுத்தப் போறேன்..."

எப்படி என்பதுபோல் பைரவமூர்த்தி புரஃபஸரைப் பார்த்தார். ருத்ரா புகை வழியும் உதடுகளில் வார்த்தைகளை சிதற விட்டார்... "செத்துக் கொஞ்ச நேரமே ஆன ஒரு இளைஞன் பிணத்தையும் உயிரோட இருக்கிற ஒரு ஆண் அல்லது பெண்ணையோ நீங்க கற்பனை பண்ணிக்கிங்க... இப்போ பிணத்தோட இதயப் பகுதியில சின்னதா ஒரு ஓட்டை போடறோம். கண்ணாடி ட்யூபை சொருகுறோம்... கண்ணாடி ட்யூப்போட மறுமுனையை உயிரோட இருக்கிற ஆண் அல்லது பெண் இதயப் பகுதியில் செருகிட வேண்டியது. உயிரோட இருக்கிற நபர் மயக்க நிலையிலதான் இருப்பாங்க. இதயத்தோட துடிப்பும் இருக்கும்."

பைப்பில் இன்னமும் கொஞ்சம் புகையிலையை அடைத்துக் கொண்டார் ருத்ரா.

"இந்த நிலைமையிலதான் என்னோட அமிலக் கலவைகள், ஊசி மருந்துகள், வினாடிக்கு வினாடி பிணத்தோட உடம்பில மெல்ல மெல்லச் கொடுக்கப்படும். உயிரோட இருக்கிற இதயம் துடிக்க துடிக்க... என்னோட ட்ரீட்மென்ட்டும் சேரச்சேர... பிணத்தோட நின்னுபோன இதயத்தோட இயக்கம் கொஞ்சம் கொஞ்சமாய் உயிர் பெறும். இந்த சோதனையில இருக்கிற ஒரு பெரிய விபரீதம் என்ன தெரியுமா மிஸ்டர் பைரவமூர்த்தி?"

கண்களில் கொஞ்சம் பீதி பரவ, தலையசைத்தார் பைரவமூர்த்தி. முகத்திலும் கழுத்துப் பரப்பிலும் லேசான வியர்வைப் பொடிப்பு.

ருத்ரா தொடர்ந்தார். "விபரீதம்... இதுதான்! உயிரோட இயங்கிக்கிட்டிருக்கிற இதயத் துடிப்பை... உயிர் இல்லாத இதயம் வாங்க முயற்சிக்கற நேரத்துல நான் செலுத்துற அமிலக் கலவைகள்... இஞ்ஜெக்ஷன்களின் வேகம் ஒரு அரை சதவீதம் அதிகமானாலும் போச்சு... துடிச்சிட்டிருக்கிற இதயம் மெல்ல மெல்ல அடங்கிப் போகும். முடிவு...?

ஒரு டெட் பாடிக்கு உயிரூட்டப் போய் இன்னொரு டெட் பாடிதான் கிடைக்கும்."

"புரஃபஸர் ஸார்... இந்த சோதனையை இதுவரைக்கும் நீங்க நடத்தினதில்லையா...?"

"இல்லை... டெட்பாடி கிடைக்கும் மிஸ்டர் பைரவமூர்த்தி! ஆனா உயிருள்ள ஆணோ... ஒரு பொண்ணோ வேணுமே... யார் வருவாங்க? முயல், எலி வச்சு சோதனையை நடத்தியிருக்கேன்... எல்லாமே ஃபெயிலியர் தான்... முயல், எலி பரலோகம் போயிருக்கு... இந்த சின்ன உயிர்களை வச்சுகிட்டு சோதனையை நடத்தறதைக் காட்டிலும்... ஒரு மனித உயிர் கிடைச்சு சோதனை நடத்தினா சக்சஸ்ஃபுல்லா அமையும்ன்னு நினைக்கிறேன்."

பைரவமூர்த்தி ஏதோ சொல்ல வாயெடுப்பதற்குள்... டெலிபோன் அழைத்தது.

"எக்ஸ்க்யூமி... ஒன் மினிட்!" புரஃபஸர் ருத்ரா எழுந்து போனார். ரிஸீவரை எடுத்து அதன் வாயை ஜிப்பாவில் துடைத்துக் காதில் பொருத்திக் கொண்டார்.

"ஹலோ... புரஃபஸர் ருத்ரா!"

"டேய்... நான்தான்... ருக்மாங்கதன் பேசறேன்!" மறுமுனை கரகரத்தது.

"என்னடா விஷயம்...? எங்கிருந்து போன் பண்றே?"

"போன் வீட்லருந்துதான் பண்றேன்... ஆமா... உனக்கொரு அஸிஸ்டெண்ட் வேணும்ன்னு நேத்தைக்கு என்கிட்டே சொன்னியே... பேப்பர்ல ஏதும் அட்வர்டைஸ்மெண்ட் கொடுத்தியா...?"

"இன்னமும்... இல்லே... இனிமேத்தான் தரணும்."

"இனி தராதே..."

"என்னடா சொல்றே...?"

"உனக்கொரு அஸிஸ்டெண்ட்டை பார்த்து வெச்சிருக்கேன்... பேரு ரம்யா... பி.எஸ்ஸி. ஜுவாலஜி படிச்சிருக்கா. இந்த

வருஷம்தான் படிப்பை முடிச்சா... ஆனா ஃபேமிலி ரொம்பவும் புவர். ரம்யாவோட அப்பா மில்லுல ஒரு லேபர். பேரு நாகப்பன்... பெரிய குடும்பம்... ரம்யாதான் மூத்த பொண்ணு... லேபர் கோர்ட்டுக்கு ஒரு கேஸ் விஷயமா இன்னிக்கு போயிருந்தப்போ... நாகப்பன் பரிச்சயமானான்... பொண்ணுக்கு ஒரு வேலை பார்த்துக் கொடுக்கச் சொன்னான். உன்னோட ஞாபகம்தான் எனக்கு வந்துச்சு... என்ன, அவளை அனுப்பட்டுமா...?"

"பொண்ணு எப்படி? ஸ்மார்ட்டா...?"

"நானே இன்னமும் பார்க்கல்லியே... அந்தப் பொண்ணை நாளைக்கு உன்னோட பங்களாவுக்கு வரச் சொல்றேன். உனக்கு பிடிச்சா அஸிஸ்டெண்ட்டா வெச்சுக்க... பிடிக்கலைன்னா அனுப்பிச்சுடு... உன்னோட ஆராய்ச்சிக்கு ஏதாச்சும் ஒரு வகையில அவ உதவாமலா போயிடுவா, எப்படியிருந்தாலும் பரவாயில்ல பேசாம வெச்சுக்க. சாயந்தரமா நான் வந்து உன்னைப் பாக்கறேன்..."

ருக்மாங்கதன் ரிஸீவரை 'டொக்'கென்று வைத்தார். புரஃபஸர் ருத்ரா காதில் வைத்திருந்த ரிஸீவரை எடுக்காமல் அப்படியே நின்றார்.

'உன்னோட ஆராய்ச்சிக்கு ஏதாச்சும் ஒரு வகையில அவ உதவாமலா போயிடுவா?' ருக்மாங்கதனின் வார்த்தைகள் ருத்ராவுக்கு அர்த்தமுள்ளதாய்ப்பட்டன.

'ஏதாச்சும் ஒரு வகையிலே...'

ருத்ராவின் உதடுகளில் அந்தக் கொடூரமான புன்னகை நெளிந்தது.

'உயிருள்ள முயல், எலிக்குப் பதிலாக...

உயிருள்ள ஒரு ரம்யா வருகிறாள்... வரட்டும்.'

# 7

"இக்கா..."

நடையில் ஒரு துள்ளலோடும், தோளில் உடைகளின் ஒட்டுமொத்தக் குப்பலோடும் பாத்ரூமை நோக்கிப் போய்க் கொண்டிருந்த ரம்யா நின்றாள். திரும்பினாள். ப்ளஸ் டூவில் படிக்கும் தம்பி கார்த்தி நின்றிருந்தான்.

"என்னடா கார்த்தி?"

"அக்கா... இன்னியிலிருந்து நீ வேலைக்குப் போகப் போறியாமே நிஜமா?" கார்த்தி கேட்டதை ஒரு சிறு சிரிப்போடு ரசித்தாள் ரம்யா.

"இல்லடா கார்த்தி... இன்னமும் வேலை கிடைக்கல்ல. இன்னிக்குத்தான் இன்டர்வியூ. சயான்ல புரஃபஸர் ருத்ரான்னு ஒருத்தர் ஏதோ ஆராய்ச்சிக்கூடம் வெச்சிருக்காராம். அவருக்கு அஸிஸ்டெண்ட்டா ஒருத்தர் வேணுமாம். அப்பாவுக்கு தெரிஞ்சவர் ஒருத்தர், வக்கீலாம். அவர்தான் சொன்னார்."

"அக்கா அந்த வேலை உனக்குக் கண்டிப்பா கிடைக்கும்."

"தேங்க்யூ பெரிய மனுஷா!" சிரித்தாள் ரம்யா.

"முதல் மாச சம்பளம் வாங்கினவுடனே எனக்கொரு ஹீரோ பென் வேணும்..."

"வாங்கித் தரேன்."

"அக்கா எனக்கு ஜ்யாமெட்ரி பாக்ஸ் ஒண்ணு புதுசா வேணும்..." திண்ணைக் திட்டில் உட்கார்ந்தபடி எதையோ

எழுதிக் கொண்டிருந்த சின்னத்தம்பி ராம்பிரகாஷ் அங்கிருந்தபடியே தன் கோரிக்கையைக் கிளப்பினான்.

“அக்கா எனக்குப் பட்டுப் பாவாடையும், தாவணியும் வேணும்... இப்பவே சொல்லிட்டேன்!” ஜன்னல் அருகே அமர்ந்தபடி ஜடை பின்னிக் கொண்டிருந்த பத்து வயது தங்கை வந்தனா தன் கீச்சுக் குரலில் கத்தினாள்.

“முதல்ல அவளுக்கு வேலை கிடைக்கட்டும். அப்புறமா எல்லாம் வாங்கிக்கலாம். நீ முதல்ல குளிக்கப் போடி. பத்து மணிக்கு இன்டர்வியூன்னு உங்கப்பா சொன்னதை மறந்திட்டியா. இப்பவே மணி எட்டரை, இனி நீ குளிச்சி முடிச்சு... டிரஸ் பண்ணி, சாப்பிட்டு... பஸ்ஸை பிடிச்சு சயான் போறக்குள்ளாற சரியா பத்து மணி ஆயிடும். ம்... போ... போ. மளமளன்னு முதல்ல குளிச்சு முடி...” ரம்யாவின் அம்மா சமையலறையிலிருந்து வெளியே வந்தபடி பொரிந்தாள்.

எல்லோரும் கப்சிப் என்று வாய் மூடிக் கொள்ள...

ரம்யா குளியலறைக்குள் நுழைந்தாள். நசுங்கிப் போன தகரப் பலகையை எடுத்துக் கதவருகே மறைத்தாள். அப்படியும் கொஞ்சம் இடைவெளி தெரியவே கட்டியிருந்த சேலையை உருவி அதன் மேல் போர்த்தி மறைத்தாள்.

கல்லூரி நாட்களில் அவளுடைய தோழி ஜெயந்தி அடிக்கடி ரம்யாவிடம் சொல்வாள்... “உன்னோட அழகு யாருக்கும் இங்கே வராதுடி.. நீ ரொம்ப ஸ்பெஷல்!”

“ச்சீ, போடி...” என்பாள் ரம்யா.

ரம்யா குளிக்க ஆரம்பித்தாள். உச்சந்தலையில் ஊற்றிக் கொண்ட வெதுவெதுப்பான நீர் உடலின் அங்கங்களில் பட்டபோது கொஞ்சமாய்ச் சிலிர்த்தாள். கூடவே போன மாதம் அவளைப் பெண் பார்த்து விட்டுப்போன அந்த தியாகராஜனின் ஞாபகம் வந்தது. உயரமாய்ச் சிவப்பாய் சுருண்ட முடியில் அடர்த்தியான சைட் பர்ன்ஸில் ஒரு ஹீரோவைப் போல்! அந்த சிவந்த வலுவேறிய கைகளில்

ஆண்மைக்கு அடையாளமாய் முசுமுசுவென்று ரோமக் கூட்டம். அதன் கருமையை எடுத்துக் காட்டுவது போல் ரோமர் கோல்ட் செயின் வாட்ச். ரவா கேசரி விள்ளலை ஆள்காட்டி விரல், கட்டை விரல் சங்கமத்தில் எடுத்து நாசூக்காய் வாயில் போட்டுக் கொண்ட அழகு.

ரம்யா நினைவுகளில் ஆழ்ந்து போய் சோப்பை தன் கழுத்துப் பகுதிக்கே தேய்த்துக் கொண்டிருந்தாள். காப்பியைக் குடித்து முடித்து பாக்கை மென்றபடி, வணக்கம் போட்டுவிட்டு சென்றவர்கள் இரண்டு நாள் கழித்து தபால் எழுதி அனுப்பினார்கள்.

> *'அன்புடையீர், வணக்கம். பெண் எங்கள் எல்லோருக்கும் பிடித்தம். பெண்ணைப் பற்றி ஒரு குறையும் இல்லை. ஆனால் உங்கள் பெண்ணும் ஏதாவது வேலைக்குப் போனால் தேவலையென்று பையன் ஆசைப்படுகிறான். உங்கள் பெண்தான் பி.எஸ்ஸி படித்திருக்கிறாளே. ஏதாவதொரு வேலையை வாங்க முயற்சி செய்யுங்கள். வேலை கிடைத்ததும் தகவல் சொல்லுங்கள். மற்ற விஷயங்களை அப்போது பேசுவோம்.'*

அந்தத் தியாகராஜனின் உருவம் ரம்யாவின் மனதில் ஆழப் பதிந்ததின் விளைவு? ரம்யா வேலைக்காக மும்முரமாய்ச் செயல்பட்டாள். தன் தந்தை நாகப்பனிடம் சொல்லி மில்களிலும் முயற்சித்தாள். இன்டர்வியூ கார்டு வருவதே பெரிய பாடாய் இருந்தது. கொஞ்சம் கொஞ்சமாய்த் தளர்ந்து போனாள் ரம்யா. மனதில் புகுந்துகொண்ட அந்தத் தியாகராஜனைக் கொஞ்சம் கொஞ்சமாய் அழிக்க ஆரம்பித்தாள். முழுவதுமாய் அழிவதற்குள் நேற்றைக்கு நாகப்பன், தலையில் படிந்த பஞ்சுத் துணுக்குகளோடு முகமெல்லாம் சிரிப்பாய் வந்து சொன்னான்.

"ரம்யா... நாளைக்கு உனக்கு கண்டிப்பா வேலை கிடைச்சுடும். புரஃபஸர் ருத்ராவோட ஆராய்ச்சிக் கூடத்துல

ஏதோ வேலை காலி இருக்காம். எனக்குத் தெரிஞ்ச வக்கீல் ஒருத்தரை இன்னிக்குப் பார்த்தேன். அவர்தான் சொன்னார். எம் முன்னாடியேதான் டெலிபோன்ல பேசினார். நாளைக்குக் காத்தால பத்து மணிக்கு இன்டர்வியூ. ரெடியா இரும்மா ரம்யா."

ரம்யா மனசெல்லாம் பறவையின் சிறகாய் மாற, சந்தோஷக் காற்றில் மிதந்தாள்.

"ஏண்டி ரம்யா... என்ன குளியல்டி குளிக்கிறே? போய் அரை மணி நேரமாவுது. என்ன பண்றே? சட்டுபுட்டுன்னு குளிச்சுட்டு வெளியே வாடி. புள்ளைங்கல்லாம் குளிக்கக் காத்திட்டிருக்கு."

அம்மாவின் சத்தம் கேட்டு அரக்கப் பரக்கக் குளித்துவிட்டு ஈரம் துடைத்து, சேலையைச் சுற்றிக் கொண்டு வெளியே வெளியே அம்மா நின்றிருந்தாள். புலம்பினாள்.

"ஆமாண்டி.... கிழிஞ்சது கிருஷ்ணகிரி... போ! நாளைக்குக் கல்யாணமாயி புருஷன் வீட்டுக்குப் போன பின்னாடியும் இந்த மாதிரி எருமைக் குளியல் குளிச்சியானா உன்னை நல்லா மெச்சிக்குவாங்க. வளர்த்த என்னையும் மெச்சிக்குவாங்க."

ரம்யா தன் அறைக்குள்ளே வந்தாள். கதவை மூடிவிட்டு சேலையை நிதானமாகக் கட்டிக்கொண்டாள். தேங்காய் எண்ணெயை உள்ளங்கையில் ஊற்றி மயிர்க் கால்களில் தேய்த்துக் கூந்தலை உதறி முடிந்தாள்.

வாசலில் சைக்கிள் மணி கிணுகிணுக்கும் சப்தம். நாகப்பனுடைய சைக்கிள் மணி சப்தம். நைட் டூட்டி முடிந்து இப்போதுதான் வீடு திரும்புவார். ரம்யா ஓடிப் போய்க் கதவைத் திறந்தாள். நாகப்பன் முகமெல்லாம் பல்லாய் சிரித்தார்.

"என்னம்மா... ரெடியாயிட்டியா?"

"ஆச்சப்பா..."

"கொஞ்சம் முன்னாடியே போயிடு ரம்யா. இன்டர்வியூக்கு போற மொத நாளே லேட்டாகக் கூடாது. சம்பளத்துக்கு

ஆசைப்பட்டு போற வேலையில்லேம்மா இது. உன்னோட வாழ்க்கை நல்லா அமையறதுக்காக ஆசைப்பட்டுப் போற வேலை இது. வேலை கிடைச்ச உடனே என்னோட மொதக் காரியம் என்ன தெரியுமா? அந்த மாப்பிள்ளை வீட்டுக்காரங்களுக்கு லெட்டர் எழுதிப் போடறது தான்...”

“போங்கப்பா...” ரம்யா முகம் சிவந்து போனாள்.

“அப்ப எழுத வேண்டாமா...?”

“ஹ...!” அதிர்ச்சியோடு தலை நிமிர்ந்தவள், மறுகணமே தன் அதிர்ச்சியை இவ்வளவு வெளிப்படையாகக் காட்டிக் கொண்டிருக்க வேண்டாம் என்ற எண்ணத்தில் குன்றிப் போனாள். விருட்டென்று சமையலறைக்குள் ஓடினாள் ரம்யா.

நாகப்பன் சிரித்துக் கொண்டே, சுவரில் சைக்கிளைச் சாத்திவிட்டு சிரிப்போடு டிரஸ்ஸைக் களைய ஆரம்பித்தார். அவர் மனம் மகள் ரம்யா மனதுக்குப் பிடித்த கணவனோடு குடும்பம் நடத்தும் கோலாகலத்தில் ஆழ்ந்து போகத் துவங்கியது.

அடுத்த அறையில், பலி மேடைக்குச் செல்லும் பலியாட்டைப்போல், தன்னை அலங்கரித்துக் கொள்வதில் ஈடுபட்டிருந்தாள் ரம்யா.

# 8

இந்த ஒரு வருட காலத்தில் பம்பாய் ரொம்பவும் மாறியிருப்பதாய்த் தோன்றியது வித்யாவுக்கு.

வி.டி ஸ்டேஷனில் ஜெயந்தி ஜனதா சோம்பேறித்தனமாய் உள்ளே நுழைந்தது. விடியற்காலை ஐந்தரை மணிக்கு வந்து சேர்ந்திருக்க வேண்டியது. நடுவில் குண்டக்கல் பிராட்கேஜ் பிரிவில் ஒரு கூட்ஸ் ரயில் பூமியில் ஓட ஆசைப்பட்டு மல்லாக்கக் கவிழ்ந்து கொண்டதின் விளைவு ஜெயந்தி ஜனதா சுத்தமாய் நான்கு மணிநேரம் லேட்.

உட்கார்ந்து உட்கார்ந்து களைத்துப் போயிருந்தாள் வித்யா. பூனா ஸ்டேஷனில் ஒரு வடையும், காபியும் சாப்பிட்டதுதான். நடுவில் ஒன்றுமில்லை. இப்போது வயிறு அக்கினி குண்டமாய் காந்தத் துவங்கியது. உடம்பு முழுக்க ரயில்வே பிசுபிசுப்பு... உடம்பை ஒரு மணி நேரம் சோப்புத் தண்ணீரில் ஊறப் போட வேண்டும்.

சூட்கேஸை எடுத்துக்கொண்டு வெளியே வந்தாள். பம்பாய், ஜன வெள்ளத்தில் சிக்கிக் கொண்டு திணற ஆரம்பித்திருந்தது. சிக்னல் விளக்குகள் சுறுசுறுப்பாய் வாகனங்களை நிறுத்தின. ஓட்டின.

“டாக்ஸி மாங்க்தா?” டாக்ஸி டிரைவர் ஒருத்தன் பின்னாலேயே வர, “ம்...” என்றாள் வித்யா, காரினுள் ஐக்கியமாகி “சயான் ஜெய்வீர் ரோட்...” என்றாள். மீட்டரைத் தட்டிவிட்டு டாக்ஸியை விருட்டென்று கிளப்பினான் டிரைவர்.

சுகமான வழுக்கல். டாக்ஸி ஃபோம் மெத்தையின் மேல் ஓடுவது போன்ற உணர்வு. சுத்தமாய் இருபது நிமிஷம்!

டாக்ஸியில் வீட்டை அடைந்ததும் காம்பௌண்ட் கேட்டைத் திறந்து கொண்டு உற்சாகமாய் உள்ளே நுழைந்தாள். வாசற்படியில் படுத்துக் கொண்டிருந்த டார்ஜான் வேகவேகமாய் ஓடிவந்து அவள் மேல் தாவியது. உச்சிமுகர்ந்து சிணுங்கியது.

"கீப் கொயட் டார்ஜான்... ஸ்ஸூ..." அதட்டினாள் வித்யா. பயந்து ஓடுவது போல் கொஞ்சதூரம் ஓடி மறுபடியும் வேகவேகமாய் ஓடி வந்து வித்யாவின் மேல் தாவியது. வித்யா அதை அடிப்பது போல் ஓங்கிக் கொண்டே, வாசற் கதவண்டை சென்றாள். கதவு திறந்தே இருந்தது. உள்ளே நுழைந்தாள்.

"அப்பா!" ஒரு சின்னக் குழந்தையின் சந்தோஷத்தோடு உதடுகளைச் சப்புக் கொட்டி அழைத்தாள். சமையலறையிலிருந்து சமையற்காரன் பட்லால் மட்டும் எட்டிப் பார்த்தான். கிழவன். ரொம்பக் காலமாய் சப்பாத்தி பிசைபவன். சம்பளம் கேட்காதவன்... எல்லாவற்றுக்கும் மேலாக வாய் பேசாதவன். பிறப்பிலேயே பேச்சு மைனஸ்.

வித்யாவைப் பார்த்ததும் சந்தோஷமாய் ஓடி வந்தான்.

அவளுக்குப் பக்கமாய் நின்று கொண்டு, அவளைத் தொடாத குறையாகக் கைகளை ஆட்டிக் கொண்டு சைகை செய்தான். ஊங்காரம் செய்தான்.

"நல்லாயிருக்கியா பட்லால்..."

"அப்பா எங்கே?"

மாடியைக் கை காட்டினான்.

"அப்பாவுக்கு எப்பவுமே அந்த லேப்தான்!" சலித்துக் கொண்டவளாய் மாடிப்படி ஏறினாள். பசிக் களைப்பில் மூச்சுவாங்கியது. மாடிப்படி ஏற ஏற மாயாவின் நினைவு

மனசுக்குச் சட்டென்று கிடைக்க... மாயா எங்கேயாவது தென்படுகிறாளா என்று பார்த்தபடி ஏறினாள்.

புரஃபஸர் ருத்ரா கண்ணாடி லேபுக்குள் மும்முரமாய் இயங்கிக் கொண்டிருந்தார். கண்ணாடிக் கதவின் வழியாக அவரையே பார்த்துக் கொண்டிருந்தாள் வித்யா. சில நிமிடங்கள்தான்!

எதற்கோ தலைநிமிர்ந்த புரஃபஸர், மகள் வித்யா நின்றிருப்பதைப் பார்த்ததும் சட்டென்று சலனப்பட்டார். கையிலிருந்த டெஸ்ட் ட்யூப்ஸை ஸ்டாண்டில் செருகிவிட்டு ஒருவிதப் பரபரப்போடு வெளியே வந்தார்.

“அப்பா!”

“என்ன வித்யா, திடீர்னு வந்து நிக்கிறே? வாட் அபௌட் யுவர் எக்ஸாம்?”

“எக்ஸாமெல்லாம் இருக்கட்டும் அப்பா! முதல்ல காலேஜ் திறக்கட்டும்.”

“ஸ்டிரைக்கா?”

“ஆமாம். இன்டெஃப்னட் ஸ்டிரைக். காலேஜையும் ஹாஸ்டலையும் ஒண்ணா மூடிட்டாங்க. திஸ் டைம்... காலேஜ் அதாரிட்டீஸ் ரொம்பவும் ஸ்டிரிக்டா இருப்பாங்க போலிருக்கு.”

புரஃபஸர் ருத்ரா முகம் இறுகினார். ‘இந்த நேரத்தில் இங்கே நீ வந்திருக்க வேண்டாம் மகளே!’ பார்க்கும் பார்வையில் ஒரு முள் உறுத்துவதைப் போல் வித்யாவைப் பார்க்கக் கூசினார்.

“மாயா எங்கேப்பா?”

எதிர்பார்த்த கேள்விதான். இருந்தாலும் முகம் மாறினார் புரஃபஸர். பயப் புன்னகையோடு சொன்னார்: “அவ... கிராமத்துக்குப் போயிருக்கா. திரும்ப நாளாகும்னு நினைக்கிறேன்.”

“இப்ப என்ன திடீர்னு கிராமத்து ஞாபகம்?”

“ஆசைப்பட்டா. போயிட்டு வரட்டுமேன்னு அனுப்பிச்சு வச்சேன்.”

“என்னிக்கு வரேன்னு சொன்னா?”

“ஒண்ணும் சொல்லலல்லே...”

வித்யா சட்டென்று பொரிந்தாள். “போங்கப்பா... எனக்குப் போரடிக்கும். மாயா இருந்தா அரட்டையடிக்கலாம். சினிமா போகலாம். இனிமே நான் ஒருத்திதான் பிசாசு மாதிரி இந்தப் பங்களா பூரா அலையணும். கண்ணாடி லேபுக்குள்ளே பூந்தா நீங்க அவ்வளவு சுலபமா வெளியே வரமாட்டீங்க...”

“பி ரிலாக்ஸ்ட் பேபி... ரெண்டு நாளா ட்ரெய்ன்ல வந்திருக்கே. டயர்டா இருக்கும். ரொம்பப் பசிக்கும். முதல் காரியமா குளி. சாப்பிடு. அப்புறமா என்னோட சண்டை பிடிக்கலாம். மாயா... இல்லேன்னா என்ன? புதுசா ஒரு அஸிஸ்டெண்ட் ரம்யான்னு ஒரு கேர்ள் கொஞ்ச நேரத்துல இங்க வரப் போறா. அவ கூடப் பேசேன். சினிமா போயேன்.”

“என்ன டாடி.... நீங்க சொல்றதைப் பார்த்தா மாயா வர்றதுக்கு ரொம்ப நாளாகும் போலிருக்கே?” வித்யா கொஞ்சம் கவலையோடு கேட்டாள்.

“அப்படித்தான் வெச்சுக்கோயேன்...” சொல்லிக்கொண்டே புரஃபஸர் கண்ணாடி லேபுக்குள் தன்னைத் திணித்துக் கொண்டார்.

வித்யா குளிக்கக் கீழே இறங்கினாள். ‘மாயா... என்ன மாயா இப்படிப் பண்ணிட்டே? உன்னோட கிராமத்துல அப்படி என்னதான் இருக்கு? அப்பா உன்னை ரொம்பவும் போரடிச்சுட்டாரா?’ (சித்தின்னு கூப்பிட்டு என்னை பெரிய மனுஷியாக்காதே வித்யா. ஏறக்குறைய உன்னோட வயசுதான் எனக்கு. ‘மாயா’ன்னே கூப்பிடலாம். இன்னும் சொல்லப்போனா... ‘வாடி.... போடி’ன்னே கூப்பிடலாம். ஐ கிவ் ஃபுல் ரைட்ஸ் டு கால் மீ இன் எனிவே.) மாயா

சித்தியாய் வீட்டுக்கு அடியெடுத்து வைத்த முதல் தினத்தில் வித்யா அவளை சித்தி என்று அழைக்கப்போக, மாயா அழுத்தந்திருத்தமாய் சொன்ன வார்த்தைகள்தான் மேலே பிராக்கெட்டில் சிக்கியிருக்கின்றன.

மாயா ஒரு மாறுதலான சித்திதான். வித்யா இப்படித்தான் நினைத்தாள்.

'நேத்து ராத்திரி உங்கப்பாவுக்கு வயசு இருபதாயிடுச்சு வித்யா.' அப்பாவைப் பற்றி ஒரு கமெண்ட்.

'அதோ போறானே ஒரு நெட்டைக் கொக்கன்! அவனுக்கு மனசிலே பெரிய அமிதாப்ன்னு நினைப்பு. அவனோட தலையைத் தட்டினா விக் பொக்குன்னு கீழே விழும்.' தெருவில் போனால் இப்படியொரு கிண்டல்.

மற்றவர்கள் ஓகோவென்று புகழும் பாரதிராஜா படங்களை விமர்சனம் என்ற பெயரில் நார் நாராய்க் கிழிப்பாள். மற்றவர்கள் இளக்காரமாய் நினைக்கும் விட்டலாச்சார்யா படங்களைப் புகழ்ந்து தள்ளுவாள்.

மார்கழி மாதக் குளிரில் பச்சைத் தண்ணீரில் குளித்துவிட்டு கோயிலுக்கும் போவாள். அடல்ட்ஸ் ஓன்லி ஜோக்குகளை நாலு பேர்க்கு எதிரில் பட்டவர்த்தனமாய்ச் சொல்லிப் பகபகவென்று சிரிப்பாள்.

மாயாவின் நினைவுகள் வித்யாவை முழுதுமாய் ஆக்ரமித்துக் கொள்ளக் கொஞ்சம் சோர்வோடு படியிறங்கினாள். பாத்ரூமை நோக்கி மெல்ல நடை பயின்றவள் சட்டென்று நின்றாள்.

வெளியே, போர்ட்டிகோவில் டார்ஜான் பயங்கரமாய்க் குரைத்தது. விருட்டென்று வெளியே வந்தாள். கையில் ஏதோ ஒரு ஃபைலோடு அந்த அழகான பெண், நாய்க்குப் பயந்து மிரட்சியோடு நிற்க, டார்ஜான் ஈறுகள் தெரிய உர்ர்ர்ர்ர் என்று உறுமியது.

"ஏய் டார்ஜான்... லீவ் ஹர்."

டார்ஜான் உறுமுவதை நிறுத்தியது.

வித்யா அந்தப் பெண்ணைப் பார்த்தாள். அப்பா சொன்ன அந்த அஸிஸ்டெண்ட் ஞாபகம் வந்தது.

"நீதான் ரம்யாவா?"

அவள் தலையசைத்தாள்.

# 9

புழுதியைக் கிளப்பிக்கொண்டு புகையைக் கக்கிக்கொண்டு அந்த பஸ் சின்னக் குயிலி கிராமத்திற்குள் நுழைந்து - பஸ் ஸ்டாண்டுக்குள் வட்டமடித்து நுழைகிறபோதே... சிவா இறங்கிக் கொண்டான்.

முதல் பார்வையிலேயே சின்னக் குயிலி கிராமம் கொஞ்சம் நாகரிக வாசனையோடு இருப்பதை மோப்பம் பிடித்தான். வேலுவின் பெட்டிக்கடை 'வேலு ஸ்டேஷனரி மார்ட்' ஆக மாறியிருந்தது. ஒரு ஜவுளிக்கடை ஷோகேஸ் சகிதம், ஒரு மருந்துக்கடை, ஒரு ஃப்ரூட் ஸ்டால் புதியதாய் பிறந்திருந்தது. சின்னக் குயிலி கிராமத்தின் ஜனத்தொகை சதவீதம் கணிசமாய் உயர்ந்திருந்தது. எல்லாமே புதிய முகங்கள்...

நடந்தான் சிவா. இதோ! இதே இடம்தான்... அந்தக் கறுப்பு தடியனைச் சரிய வைத்த இடம். பிழைத்துக் கொண்டதாய்ச் சொன்னார்கள். கத்தி கொஞ்சம் சாய்வாக ஓரவஞ்சனையோடு பாய்ந்துவிட்டது. தடியன் கண்ணை மூடியிருந்தால் கண்டிப்பாய் ஆயுள் போட்டிருப்பார்கள் இல்லாவிட்டால் முகத்துக்குக் கறுப்புத் துணியை மாட்டி சூரியன் உதிக்காத, இருட்டான ஒரு விடியற்காலையில் தூக்கில் ஊசலாட விட்டிருப்பார்கள்.

வேகமாய் நடந்தான் சிவா. எதிரில் ஒரு தெரிந்த முகம். ஆனால் தாடி மீசை புதரில் சிறிது விடுகதை போட்டது. உற்றுப் பார்த்தான் சிவா.

"என்னடா அப்படிப் பார்க்கறே சிவா? நான்தான்டா தண்டபாணி..." தாடிக்குள்ளிருந்து சத்தம் வந்தது.

சிவாவுக்குச் சட்டென்று புரிந்தது. அவன் வைத்த ஆட்டோமொபைல் ஒர்க்ஷாப்பில் கொஞ்சக்காலம் வேலை செய்தவன் தண்டபாணி.

"என்னடா தாடி வளர்க்கிறே?" சிவா கேட்டான்.

"எனக்குக் கல்யாணமாயிடுச்சு..."

"பொண்டாட்டி சலூனுக்குப் போக வேண்டாம்னு சொல்றாளா?"

சிரித்தான் தண்டபாணி. பிறகு சொன்னான், "ஒரு வேண்டுதல்..." சிவா சில விநாடிகள் அவனைப் பார்த்துவிட்டுப் புன்னகைத்தான்.

தண்டபாணி கேட்டான்: "எப்போ வந்தே ஜெயில்லருந்து?"

"ரெண்டு நாளாச்சு..."

"நீ அப்படி அவசரப்பட்டிருக்கக் கூடாது சிவா..."

"என்னோட நிலைமையில யார் இருந்தாலும் அதைத்தான் செஞ்சிருப்பாங்க."

"உளறாதே. ஒரு விநாடி யோசிச்சு நிதானமா யோசனை பண்ணியிருந்தியானா நீ கத்தியை எடுத்திருக்க மாட்டே, அவனைக் கையாலேயே சமாளிச்சிருக்கலாம். கத்தியை எடுத்து கீறிவுட்டே. கொலை முயற்சிக் கேஸ் ஆயிடுச்சு."

"இனி பழையதைப் பத்திப் பேசிப் பிரயோஜனமில்ல. அவசரப்பட்டு செஞ்ச குத்தத்துக்காக அஞ்சு வருஷத்தை அணு அணுவா அனுபவிச்சாச்சு. ஆமா, மாயா இன்னமும் அதே ஸ்கூல்லதானே இருக்காளா?"

தண்டபாணி நெற்றியைச் சுருக்கினான்.

"உனக்கு விஷயம் தெரியாதா?"

"என்ன விஷயம்?"

"மாயாவுக்குக் கல்யாணமாயிடுச்சு..."

சிவா பொடிப் பொடியாய் உதிர்ந்தான். "நீ... எ... ன்... ன... டா... சொல்றே...?"

"கல்யாணமாயிடுச்சுன்னு சொல்றேன். உனக்கு விஷயம் தெரிஞ்சிருக்கும்ன்னு நினைச்சேன்."

சிவா வாய் உலர்ந்து போய்க் கேட்டான், "அவளுக்கு எப்பக் கல்யாணமாச்சு?"

"நீ ஜெயிலுக்குப் போன ரெண்டாவது மாசத்திலேயே! மாப்பிள்ளை யார் தெரியுமா?"

"யார்?"

"புரஃபஸர் ருத்ரா! கோடீஸ்வரன்! படிச்சவன். ஆன ஐம்பத்தெட்டு வயசுக் கிழவன். மூணாவது தாரமா மாயாவைக் கொத்திகிட்டுப் போயிட்டான்."

சிவாவுக்கு ஜெயந்தி ஜனதாவில் சந்தித்த அந்தப் பெண்ணின்... வித்யாவின் நினைவு வந்தது. அவள் குறிப்பிட்டது என் மாயாவைத்தான். மாயா... மாயா... உன்னால் எப்படி இது முடிந்தது? காசுக்காக ஆசைப்பட்டுவிட்டாயா? எப்படித் தவறினாய் நீ?

"அவளாவே இஷ்டப்பட்டுக் கல்யாணத்துக்கு சம்மதிச்சாளா..?"

"அதென்னமோ எனக்குத் தெரியல்ல. ஒரு கான்பரன்ஸுக்காக அந்த புரஃபஸர் ருத்ரா திருச்சி வந்தாராம். பயாலஜி சம்மந்தப்பட்ட கான்பரன்ஸாம். மாயாவும் போயிருக்கா. சந்திச்சு பேசியிருக்கா. அதுக்கு மறுநாள் அவரு காரை எடுத்துக்கிட்டு இந்தக் கிராமத்துக்கு வந்துட்டார். மாயாவோட மாமாவையும் அத்தையையும் பார்த்துப் பேசினார். மாயாவைக் கட்டிக்கிறதாச் சொன்னார். முதல்ல மறுத்தாங்க மாயாவோட மாமாவும் அத்தையும். ஆனா புரஃபஸர் காட்டின கரன்சி நோட்டுல கையைத்

தூக்கிட்டாங்க. மாயாவும் ஒண்ணும் பேசலை. கல்யாணம் வேணும்ன்னும் சொல்லல்லே. வேண்டாம்ன்னும் சொல்லல்லே. மௌனமா கழுத்தை நீட்டிட்டா. அஞ்சு வருஷத்துக்கு முன்னாடி புரஃபஸரோட போனவ இன்னிக்கு வரைக்கும் இந்த கிராமத்துப் பக்கம் எட்டிக்கூடப் பார்க்கல்ல."

சிவாவின் முக நரம்புகள் புடைத்தன. குரலில் கரகரப்புத் தட்டக் கேட்டான்.

"மாயாவோட அத்தையும், மாமாவும் இன்னும் இதே கிராமத்திலதான் இருக்காங்களா?"

"லட்சக்கணக்கா பணத்தை வெச்சுக்கிட்டு இந்தப் பட்டிக்காட்டுல உட்கார்ந்திருக்க அவங்களுக்கென்ன பைத்தியமா புடிச்சிருக்கு?"

"பின்னே எங்க போயிருக்காங்க?"

"மெட்ராஸுக்கு."

"அட்ரஸ் தெரியுமா?"

"ஆமாடா... ராத்திரியோட ராத்திரியா காலி செஞ்சுட்டு ஓடினவங்க விசிட்டிங் கார்டு அடிச்சு ஊர் முழுக்க குடுத்துட்டுத்தான் போயிருக்காங்க பாரு... மெட்ராஸ்ல எங்க இருக்காங்கன்னு யாருக்குத் தெரியும்?"

சிவா மௌனமாய் நின்றான்.

"அப்புறம் இன்னொரு விஷயம்!"

"என்ன?"

"நம்ம ஸ்கூல் கரஸ்பான்டெண்ட் ரத்னவேலு ஐயா போன வருஷம் காலமாயிட்டார்."

சிவா தூரத்தே தெரிந்த பள்ளிக்கூடத்தைப் பார்த்தான். அந்தக் கட்டிடத்தை எழுப்ப அவர் பட்ட பாட்டினை ஒரு விநாடி மனதின் மையத்துக்குக் கொண்டு வந்தான். கண்கள் நீரில் மிதக்க ஆரம்பித்தன. ஆள்காட்டி விரலால் நீரைச் சுண்டி எறிந்தான்.

"அப்போ நான் வரட்டுமா?" புறப்பட்டான்.

“என்னடா இது? இப்பத்தான் பஸ்ஸிலிருந்து இறங்கி வந்தே? ஊருக்குள்ளாறகூட இன்னமும் போகல்ல? உன்னோட அண்ணனையும் அண்ணியையும் பார்க்கல்ல? புறப்பட்டுட்டே!”

சிவா சட்டென்று நின்றான்.

“பார்க்க வேண்டியவங்களை முதல்ல பார்க்கணும். என்னோட அண்ணனும் அண்ணியும் எங்கேயும் ஓடிட மாட்டாங்க. இந்தச் சின்னக் குயிலி கிராமம் இருக்கிறவரைக்கும் இங்கதான் இருப்பாங்க. நிதானமா வந்து பார்த்துக்கறேன்...”

“இப்ப நீ எங்கடா போறே?”

“மாயாவைப் பார்க்கிறதுக்கு.”

“அவ பாம்பாயில இருக்கா.”

“எங்கே இருந்தாலும் சரி, பார்க்கத்தான் போறேன்.”

“பார்த்து?”

“கேக்கப் போறேன்!”

“என்னன்னு?”

“உம்மேலே ஒருத்தன் பழி சொன்னான்னு அவனை மண்ல புரள வெச்சேன். அஞ்சு வருஷம் உள்ளாரயிருந்தேன். என்னை புறக்கணிச்சுட்டு இன்னொருத்தனுக்கு அதுவும் மூணாந்தரமா கழுத்தை நீட்ட உனக்கு எப்டிடி மனசு வந்ததுன்னு கேக்கப்போறேன்!”

“இதனால உனக்கு என்ன நெறைஞ்சிடும்?”

“என்ன நிறைஞ்சிடுமா? வந்து சொல்றேன்.”

சிவா விருட்டென்று திரும்பவும் பஸ் ஸ்டாண்டை நோக்கி நடை போட, எதிரே புழுதியைக் கிளப்பிக் கொண்டு, புகையைக் கக்கிக்கொண்டு வந்த பஸ்ஸில் ஒருவித ஆவேசத்தோடு தொற்றி ஏறிக் கொண்டான்.

# 10

நாகப்பன் நீண்ட காலத்திற்குப் பிறகு அன்றைக்கு மிகவும் சந்தோஷமாயிருந்தார்.

வழக்கமாய்ப் புகைக்கும் ஒரு கட்டுப் பீடி அவர் கை படாமல் ஸ்டூலின் மேல் கட்டவிழாமல் இருந்தது.

ஒரு இன்லண்ட் கடிதத்தில் தான் சொன்ன விவரத்தை அழகாய் நிறுத்தி எழுதித் தந்த கார்த்தியை விட்டு மீண்டும் படிக்கச் சொல்லிக் கேட்டார்.

*'அன்பார்ந்த மகா-ள-ள-ஸ்ரீ மாணிக்கம் அவர்களுக்கு,*

*நாகப்பன் வணக்கத்துடன் எழுதிக் கொண்டது. இப்பவும் தாங்கள் சொல்லியபடி மாப்பிள்ளையின் விருப்பப்படி என் மகள் செல்வி ரம்யாவுக்கு ஒரு நல்ல வேலை கிடைத்துள்ளது. புரஃபஸர் ருத்ராவின் ஆராய்ச்சிக் கூடத்தில் அஸிஸ்டெண்ட்டாக பணிபுரிகிறாள். சம்பளம் ஐநூறு. போகப் போக உயரும் என்று சொல்கிறார்கள். தாங்கள் மேற்கொண்டு கல்யாண விஷயமாய்ப் பேச எப்பொழுது வருகிறீர்கள் என்பதைத் தெரிவித்தால், நானும் அதற்கேற்ற முன்னேற்பாடுகளுடன் தங்களைச் சந்திக்க தயாராக உள்ளேன்.*

*வேணும் சுபம். வேணும் பதில்.'*

வாசலில் சத்தம் கேட்டது. நாகப்பன் மனைவி எட்டிப் பார்த்தாள். சொன்னாள், "ரம்யா வந்துட்டா..."

ரம்யா கொஞ்சம் களைப்போடு உள்ளே நுழைந்தாள். "வாம்மா ரம்யா... முதல்நாள் வேலை எப்படி?"

ரம்யா நிறைவாய்ச் சிரித்தாள். "அப்பா, அந்த ஆராய்ச்சிக் கூடம் ரொம்பவும் வேடிக்கையா இருக்கப்பா. எத்தினி முயலு தெரியுமா...? அதைவிட எலி அதிகம்... எல்லாமே வெள்ளெலி... ரொம்ப அழகா கண்ணு சிவப்பா... என்னமா ஓடும் தெரியுமா?"

"அதை வெச்சுகிட்டு என்னம்மா பண்றாரு அந்த புரஃபஸர்? வித்தை காட்றாரா?" நாகப்பன் தான் சொன்ன ஜோக்குக்காகத் தானே வாய்விட்டுச் சிரித்தார்.

நாகப்பன் இப்படிப் பேசிக் கொண்டிருந்த அதே வினாடிகளில்...

புரஃபஸர் ருத்ரா பிணங்கள் சப்ளை செய்யும் நாராயணனிடம் சொல்லிக் கொண்டிருந்தார்.

"நாராயணா... இந்த ஒரு வாரத்துக்குள்ளாற இருபத்தஞ்சு வயசிலிருந்து முப்பது வயசுக்குள்ளாற இருக்கிற ஆணோட டெட் பாடி எனக்கு வேணும்... உயிர் போய் இருபத்திநாலு மணி நேரம்தான் ஆகியிருக்கணும். புதைச்ச பொணத்தை தோண்டியெடுக்கறப்போ... இதயப் பக்கம் அடிபடாமே பார்த்துக்க... இந்த வாரக் கடைசிக்குள்ளாற நான் செய்யப்போற இந்தச் சோதனை நிச்சயமா சக்சஸ்தான்."

பாடி சப்ளையர் நாராயணன் குறுக்கிட்டான். "நீங்க கவலைப்படாதீங்க புரஃபஸர் ஸார். டெட் பாடி கொண்டுவர நானாச்சு. ஆனா இந்தச் சோதனையில யாரோட உயிரை வெச்சு இயக்கப் போறீங்க...?"

"நீதான் சொல்லேன் பார்க்கலாம்..."

நாராயணன் ஒரு வினாடி யோசித்தான்.

"அந்த ரம்யாவா ஸார்...?"

"கரெக்டாச் சொல்லிட்டே..."

"சோதனை சக்சஸ் ஆகாமே விபரீதமா முடிஞ்சுட்டா..." நாராயணன் இழுத்தான்.

"ரெண்டு டெட்பாடியும் உன்கிட்டயே கொடுத்துடுவேன்..!" சொல்லிவிட்டு மிகக் குரூரமாய்ச் சிரித்தார் புரஃபஸர் ருத்ரா. நாராயணனுக்கு உடம்பு ஜிலீரென்றது.

# 11

டெலிபோன் அழைத்தது.

சோஃபா–கம்–பெட்டில் மல்லாந்து படித்தபடி ஈவ்ஸ் வீக்லியைப் புரட்டிக் கொண்டிருந்த வித்யா எரிச்சலோடு டெலிபோனைப் பார்த்தாள். ஈவ்ஸ் வீக்லியின் ஒரு சுவாரசியமான கட்டுரையில் சுகமாய் ஆழ்ந்திருக்கும் அந்த நிமிஷங்களில் டெலிபோனின் அந்தக் கதறல் அவளுள் கோபத்தை ஊட்டியது. எந்த விஞ்ஞானக் கிழமாவது எதையாவது தத்துப்பித்தென்று சந்தேகம் கேட்க புரஃபஸரை அழைக்கும். சில சபலக் கிழடுகள் புரஃபஸரோடு பேச மறந்து போய் வித்யாவிடமே அரட்டை அடிக்க ஆரம்பித்து விடும். அந்தக் கிழடுகளில் ஏதாவது அழைக்கிறதோ?

டெலிபோன் இன்னமும் கதறிக் கொண்டிருந்தது.

வீக்லியை வீசிவிட்டு எழுந்தாள் வித்யா,

ரிஸீவரின் கழுத்தைப் பிடித்துத் தூக்கினாள். "ஹலோ!"

"ஹலோ... அது புரஃபஸர் ருத்ரா பங்களாதானே?" மறுமுனையில் ஆண் குரல்.

"எஸ்... நீங்க யாரு? உங்களுக்கு யார் வேணும்?"

"எம் பேரு சிவா. நான் வித்யாவோட கொஞ்சம் பேசணும்..."

வித்யா சட்டென்று பிரகாசமானாள். "ஓ! சூட்கேஸை மீட்டுத் தந்த வீரரா?"

"ம்... வித்யாவைக் கொஞ்சம் கூப்பிடறீங்களா?"

“என்னோட குரலை உங்களாலே அடையாளம் கண்டுபிடிக்க முடியலையா மிஸ்டர் சிவா? நான்தான் வித்யா பேசறேன்...”

“ஓ..? குரல் கொஞ்சம் மாறினாப்பல தெரியுதே. உங்க சித்தி மாயாவோன்னு நினைச்சேன்.”

வித்யா வியந்தாள். “என்னோட சித்தி பேரை ரொம்பவும் ஞாபகமா வெச்சிருக்கீங்களே. உங்ககிட்ட ரயில்ல ஒரு தடவைதான் சொன்னதா ஞாபகம். ஆமா... இதென்ன திடீர்ன்னு பம்பாய் விஜயம்?”

“ஒரு முக்கியமான விஷயமா வந்தேன். அன்னிக்கு நீங்க எழுதிக் குடுத்த உங்க பம்பாய் வீட்டு அட்ரஸை எங்கேயோ விட்டுட்டேன். அதான் போன் பண்ணினேன்.”

“போன் நெம்பர் எப்படிக் கிடைச்சுது?”

“டெலிபோன் டைரக்டரியில...”

“யூ ஹேவ் ஏ கீன் ப்ரெயின் சிவா! இப்ப எந்த டெலிபோன் பூத்திலிருந்து பேசறீங்க?”

“வி.டி ஸ்டேஷன் பூத்.”

“ஓ.கே. ஸ்டேஷன்லேயே இருங்க. இப்பப் புறப்பட்டு வர்றேன். கார்லதான்....” ரிஸீவரைக் கீழே வைத்தாள் வித்யா.

“யார் வித்யா போன்ல?” புரஃபஸர் மாடிப் படியினின்று கீழே இறங்கிக் கொண்டே கேட்டார். வாயில் சிகரெட் பைப் மெலிதாகப் புகைந்தது.

“போன் உங்களுக்கு இல்லேப்பா... எனக்குத்தான். ஒரு ப்ரெண்ட்!”

புரஃபஸர் ருத்ரா அதற்கு மேல் ஒன்றும் பேசாமல் போர்ட்டிகோவை நோக்கி நடந்தார். வித்யா அவர் பின்னடியே ஓடினாள். “அப்பா எங்கேயாவது வெளியில போறீங்களா?”

“எஸ்...”

"கார்லயா?" வித்யா மெல்ல கேட்க,

"ம்..."

"அப்பா, கார் எனக்கு வேணும்ப்பா. ஒரு ஃப்ரெண்டை மீட் பண்ண வி.டிக்குப் போகணும்."

புரஃபஸர் கண்கள் இடுங்க வித்யாவைப் பார்த்தார். "யார் வித்யா அந்த ப்ரெண்ட்? ஆணா? பொண்ணா?"

"ஆண்..."

"வெளியூரிலிருந்து வர்றாரா?"

"ஆமா."

"மே ஐ நோ தட் பர்சன்?"

"கோயமுத்தூர் ரயில்வே ஸ்டேஷன்லதான் அவர் அறிமுகமானார். என்னோட சூட்கேஸை ஒருத்தன் திருடிட்டுப் போகப் பார்த்தப்ப அவர்தான் அவனைப் பிடிச்சார். ஈரோடு வரைக்கும் என் கூடத்தான் ரயில்ல வந்தார். ரொம்பவும் நல்ல மாதிரியா பழகினார். பம்பாய் வந்தா நம்ம வீட்டுக்கு வரச்சொல்லி அட்ரஸ் குடுத்தேன்."

புரஃபஸர் கண்களை மூடி ஒரு சில விநாடிகள் யோசித்தார்.

"சரி... வித்யா. நீயே காரை எடுத்திட்டுப் போ. நான் பாந்த்ரா வரைக்கும் போய் ருக்மாங்கதனைப் பாத்துட்டு வரலாம்ன்னு நினைச்சேன். டாக்ஸியில் போயிக்கறேன். நீ போய் அந்த ஃப்ரெண்டை ரிசீவ் பண்ணிட்டு வந்திடு, போ."

"தேங்க்யூப்பா..." ஒரு குழந்தையின் குதூகலத்தோடு சொல்லிவிட்டு வேறு உடை மாற்றிக் கொள்ளக் குதித்து ஓடினாள் வித்யா.

சொன்னபடியே வி.டி ஸ்டேஷனில் நின்றிருந்தான் சிவா.

மெலிதாய் ரெவ்லான் இன்டிமேட் சென்ட் பரவ, அவனை நெருங்கினாள் வித்யா.

"ஸாரி...! ரொம்ப நேரம் காக்க வெச்சுட்டேனா சிவா?"

சிவா மூன்று நாள் தாடியில் கொஞ்சம் கருமை தட்டிப் போயிருந்தான். கண்கள் உள்வாங்கியிருந்தன. பழைய சிவா காணாமல் போயிருந்தான். உதடுகள் புன்னகைக்க மறுத்து அடம் பிடித்தன.

சிவாவின் இந்தக் கோலத்தைப் பார்த்து திடுக்கிட்டாள் வித்யா.

"என்னங்க...! மூணே நாள்லே ஆளே மாறிப் போயிட்டீங்க? உடம்புக்கு ஏதாச்சும்?"

சிவா புன்னகைக்க முயன்றான். வறண்டுபோன உதடுகளினின்றும் வறட்சி வீசும் குரலில் பேசினான். "மிஸ் வித்யா! நான் என்னோட ஊருக்குப் போயிருக்க வேண்டிய அவசியமேயில்லை. உங்க கூடவே அதே ரயில்ல பம்பாய்க்கு வந்திருக்கலாம்."

"ஏன்... என்ன விஷயம்?"

"நான் ஆர்வமாய்ப் பார்க்கப் போன அந்த ஒருத்தர் தற்சமயம் பம்பாயிலதான் இருக்காராம்." கைகளை நெஞ்சின் குறுக்காகக் கட்டிக் கொண்டு வித்யாவையே குறுகுறுவென்று பார்த்தான் சிவா.

"அப்படியா? இந்த விஷயம் உங்களுக்கு முதலிலேயே தெரியாதா?"

"எனக்குத் தெரிய நியாயமில்லை..." சிவா இப்போது புன்னகைத்தான்.

"எங்கயாவது வெளியூர் போயிருந்தீங்களா?"

"ஆமா..."

"எந்த ஊருக்கு?"

"கோயமுத்தூருக்கு! ஆனா கோயமுத்தூர் ரோட்ல நான் உலவ முடியாது. ஒரு அஞ்சாறு ஏக்கர் நிலப்பரப்புல...

கருங்கல் கட்டிடத்துக்குள்ள இரும்புக் கம்பிகளுக்கு பின்னாடி மெஷின்தனமா அஞ்சு வருஷம் இருந்துட்டு மூணு நாளைக்கு முன்னாடிதான் விடுதலையாயி வெளிவந்தேன். ஐ மீன்... உங்களை சந்திச்ச நாளன்னைக்கு!"

வித்யாவின் முகம் ரத்தமின்றி வெளுத்தது. கண்களில் வியப்புக் குடித்தனங்கள் மளமளவென்று கிரகப் பிரவேசங்களை நடத்தின. லேசாக இதழ்கள் பிளந்து 'ஓ' எழுத்தை அதிர்ச்சியுடன் உச்சரித்தன. "நீங்க ஜெயில்லயிருந்தா வந்தீங்க?"

கண்ணிமைகளை அழுத்தமாய் ஒரு முறை மூடித் திறந்து 'ஆம்' என்றான் சிவா.

"பார்த்தா படிச்சவராட்டம் தெரியறீங்க. ஜெயிலுக்கு போறளவுக்கு என்ன செஞ்சீங்க?" வித்யாவின் குரலில் அவன் ஜெயிலுக்குப் போனதை நம்பாத தன்மை தெரிந்தது.

சிவா சிரித்தான். "படிச்சவன் தப்பு பண்ணமாட்டான்னு ஏதாச்சும் விதி இருக்கா வித்யா?"

"அப்படி என்ன செஞ்சீங்க?"

சிவா மௌனம் சாதித்தான்.

"ம்... சொல்லுங்க."

சிவா வாயைத் திறந்தான். "உங்களோட இந்த கேள்விக்கு பின்னாடி பதில் சொல்றேன். இப்போ என்னை உங்க வீட்டுக்குக் கூட்டிட்டுப் போக முடியுமா?"

வித்யாவின் முகத்தில் ஒரு விநாடி தயக்கம் தேங்க, அதை சட்டென்று யூகித்த சிவா முகம் இறுகிப் போய்ச் சொன்னான். "நான் முன்னாள் கைதிங்கிற அதிர்ச்சி உங்களை ஆழமாத் தாக்கிடுச்சுன்னு நினைக்கறேன். ஜெயிலுக்கு போயிட்டு வந்தவனை எப்படி நம்பி நம்ம வீட்டுக்குக் கூட்டிட்டுப் போறதுன்னு நீங்க தயங்கற தயக்கம் எனக்குத் துல்லியமாத் தெரியுது மிஸ் வித்யா. இட்ஸ் வாட்..? நீங்க விரும்பல்லேன்னா நான் வரல்லே..."

அவன் போகத் திரும்பினான்.

"நில்லுங்க, சிவா!" வித்யா கண்டிப்புத் தெறிக்கும் குரலில் அழைத்தாள். "ஜெயிலுக்குப் போயிட்டு வந்தவங்களெல்லாம் நிஜமாவே தப்பு பண்ணிட்டுத்தான் போயிருப்பாங்கங்கிற கோட்பாட்டுல எனக்கு நம்பிக்கையில்லே. சிலர் நிரபராதிகளாகவும் இருக்கலாம். அவங்கள்ள ஒருத்தராதான் நான் உங்களை நினைக்கிறேன். என்னோட நினைப்பு தவறாயிருந்து நிஜமாவே நீங்க குற்றம் பண்ணியிருந்தாலும் அதை நான் பொருட்படுத்தப் போறதில்லை. முதன்முதலா உங்களைச் சந்திச்சப்ப எனக்கு உங்க மேலே விழுந்த நல்லெண்ணத்தில் இந்த விநாடி வரைக்கும் எந்தவித மாறுதலும் இல்லை. உங்களைச் சந்தோஷமா என்னோட வீட்டுக்கு வாங்கன்னு கூப்பிடறேன்."

சிவா கொஞ்சம் முகம் மலர்ந்தான். "ரொம்ப தேங்க்ஸ்... வித்யா."

"புறப்படலாமா?" வித்யா தன் காரை நோக்கி நகர்ந்தாள்.

"ம்..." சிவா பின்தொடர்ந்தான்.

வி.டி ஸ்டேஷனுக்கு வெளியே பம்பாய் வெயிலில் பொரிந்து கொண்டிருந்தது.

சிவாவின் பார்வை மின்னல் வேகத்தில் மறையும் கட்டிடங்கள், மனிதர்களின் மேல் படிந்திருந்தாலும் மனம் மட்டும் மாயாவின் முகத்தை பல தினுசுகளில் படம் பிடித்துக் கொண்டிருந்தது. இப்படி திடுதிப்பென்று வித்யாவோடு காரில் போய் இறங்கினால்...?

மாயா ரொம்பவும்தான் திகைத்துப் போவாள்!

அந்தத் திகைப்பை அவள் ஜீரணித்துக் கொள்ளும் அழகைப் பார்க்க வேண்டும். வித்யா அவனை அறிமுகம் செய்து வைக்க, அவள் வணக்கம் போடுவாளா? இல்லை, விழிகள் தெறித்து விழுந்து விடுவதைப் போல் பார்த்துக்கொண்டு நிற்பாளா? பார்க்க வேண்டும் அந்த வேடிக்கையை!

இரண்டு பக்கமும் கட்டிடங்களாகவே வந்த கொண்டிருந்த பாதை, இப்போது மரங்களை கொண்டு வந்தது. செம்மண் பாதை. ஆனால் சீரான பாதை.

“பங்களா ரொம்பவும் உள்ளார தள்ளியிருக்கே?”

“எஸ்... யூ ஆர் கரெக்ட். அப்பா ஒரு சைன்டிஸ்ட். உங்களுக்குத்தான் தெரியுமே. அவரோட ஆராய்ச்சிக்கு இந்த மாதிரி கொஞ்சம் தனிமைத்தனம் வேணும். அதான்...” பேசிக்கொண்டே காரை காம்பௌண்ட் கேட்டினுள் நுழைத்து உள்ளே செலுத்தி ஓடி வந்த டார்ஜானை அதட்டியபடி, போர்ட்டிகோவின் பரப்பில் காரை ‘சரக்’கென்று நிறுத்த, மாடிப்படி ஏறிக் கொண்டிருந்த புரஃபஸர் சட்டென்று நின்று திரும்பிப் பார்த்தார்.

சிவாவின் முகம் அவர் பார்வையில் சிக்கியது.

# 12

புரஃபஸர் ருத்ராவுக்குச் சட்டென்று சிவாவின் முகம் பிடிபடவில்லை.

இவனை எங்கோ பார்த்திருக்கிறோம்? எங்கே? தன் முன் வழுக்கையின் ஓரத்தை ஆள்காட்டி விரலால் தட்டிக் கொண்டார். ரொம்பவும் பரிச்சயமானவனைப் போல அந்த சதுர முகம்... சுருண்ட முடி... மூக்கின் மெலிதான வளைவு... அந்த மீசை... அந்த மோவாய்க் குழி...

புரஃபஸர் நெற்றியைச் சுருக்கினார்.

என்னுடைய இத்தனை நாள் பார்வைகளில் இவன் எந்த நாளில் எனக்கு தட்டுப்பட்டிருக்கிறான்? நிச்சயமாய் இவன் எனக்கு நண்பன் இல்லை. அது நிச்சயம்.

"அப்பா... ஒன் மினிட்!" காரைவிட்டு இறங்கி வாசற்படி ஏறிக் கொண்டிருந்த வித்யா. மாடிப்படியில் நின்றபடி சிவாவையே வெறித்துப் பார்க்கும் அப்பாவுக்குத் தன் சுட்டு விரலைக் காட்டியபடி சொன்னாள்.

சிவாவின் மேல் படிந்திருந்த பார்வையை வலுக்கட்டாயமாய்ப் பெயர்த்தெடுத்து வித்யாவின் மேல் ஓட்டினார் புரஃபஸர். "என்ன வித்யா?" என்றார் ஒரு செயற்கையான குழைவோடு!

"நான் சொன்னேனே, அந்த ஃப்ரெண்ட் இவர்தான்ப்பா! சிவா! சொந்த ஊர் திருச்சிக்குப் பக்கத்துல. என்னமோ கிராமம். மிஸ்டர் சிவா, அந்தக் கிராமத்தோட பேர் என்ன? சொல்லுங்க, மறந்துட்டேன்..."

சிவா புரஃபஸரை ஏறிட்டுப் பார்த்தான். அவர் நின்ற இடத்திலிருந்து அசையாமல் அவனைப் பார்த்தார். அவன் சொன்னான், "சின்னக்குயிலி கிராமம்."

புரஃபஸர் உடம்பு பூராவும் சட்டென்று அதிர்ந்தார்.

ஒரு விநாடிதான்... அந்த அதிர்வைத் தன் இதயப் பெட்டியில் கப்பென்று அடைத்தார். கழுவப்பட்ட ஃபிலிம் சுருளில், வெளிச்சம் பட்டு பிம்பங்கள் தெளிவாகத் தெரிவதைப் போல சிவா திடீரென்று வெட்ட வெளிச்சமானான். மாயா வைத்திருந்த பாஸ்போர்ட் சைஸ் போட்டோவில் சிரித்த அதே சிவா... போட்டோவுக்கு பின்னால் பச்சை மசியில் 'என்றும் உன் சிவா' என்று முத்திரை குத்திய அதே சிவா...

இவன்? ஐந்து வருடமாய்க் காணாமல் போயிருந்த இவன், மாயா பொசுங்கிப்போன இந்தச் சமயத்தில் எதற்காக வந்திருக்கிறான்? புரஃபஸர் யோசிக்க ஆரம்பித்து, தன் யோசிப்பை அவன் படித்துவிடக் கூடும் என்ற முன் ஜாக்கிரதையான எதிர்பார்ப்பில் சட்டென்று சகஜமான மனோபாவத்திற்குத் தாவினர். இன்ஸ்டன்ட் பாசத்தை சட்டென்று வார்த்தைகளில் கொட்டினர்.

"ப்ளீஸ்டு டூ மீட் யூ மிஸ்டர் சிவா!"

சிவா கையைக் குவித்து பவ்யமாய் ஒரு வணக்கம் போட்டான். மனதுக்குள், 'அதிர்ஷ்டக்கார கிழட்டு புரஃபஸரே! மாயாவை எப்படி விலைக்கு வாங்கினே? எம்மேலே அவ வெச்சிருந்த நிஜமான காதலை எப்படி காணாமே போகடிச்சே?' புலம்பினான்.

"உட்கார் தம்பி! உன்னைப் பத்தி வித்யா முதல்லயே சொல்லியிருக்கா. அதுவுமில்லாமே இன்னொரு விஷயத்துலகூட நீ எனக்கு ரொம்பவும் நெருங்கி வர்றே?"

சிவா திகைக்க...! புரஃபஸர் சொன்னார்.

"வித்யாவோட சித்தி மாயா. உங்க கிராமத்தைச் சேர்ந்தவதான்..."

"ஐ ஸீ..." என்றான் சிவா, சலனமில்லாமல்.

புரஃபஸருக்கு ஆச்சரியமாயிருந்தது. இவனால் எப்படி இவ்வளவு சாதாரணமாய் இருக்க முடிகிறது?

"ஓகே... ரெண்டு பேரும் பேசிட்டிருங்க. நான் லேபுக்குப் போறேன்." புரஃபஸர் கனமான மனதோடு மாடியேறினார். 'அழகான இளைஞனே! எந்த நோக்கத்தோடு இப்போது என் பங்களாவுக்குள் நுழைந்திருக்கிறாய்? மாயா சாம்பலாகி இன்றைக்கு ஒரு வாரம் முடியப் போகுதடா...'

புரஃபஸரின் தலை மறைந்ததும்,

வித்யா, சிவாவிடம் கேட்டாள். "குளிக்கிறீங்களா?"

"கண்டிப்பா குளிக்கணும். அதுக்கு முன்னால..."

"அதுக்கு முன்னால?"

"உங்க சித்தி மாயாவை எனக்கு அறிமுகப்படுத்தி வைக்கணும்."

வித்யா சட்டென்று வாடினாள். "இப்ப அது சாத்தியமில்லை சிவா."

"ஏன்?"

"அவ இப்ப இங்கே இல்லை! என்ன அப்படி விருட்ன்னு பார்க்கறீங்க? சித்தியை போய் 'அவ' 'இவ'ன்னு சொல்றேன்னா? சிவா, மாயாவோட ஆர்டர் இது. என்னை சித்தின்னு கூப்பிடாதே வித்யான்னு அடிக்கடி சொல்லுவா. உண்மையைச் சொல்லப்போனா நாங்க ரெண்டு பேரும் ஃபிரண்ட்ஸ் மாதிரித்தான் பிஹேவ் பண்ணுவோம்."

"இப்ப உங்க சித்தி எங்கே போயிருக்காங்க?"

"அவங்க கிராமத்துக்கு! ஐ மீன் உங்க கிராமத்துக்கு!"

சிவா சிரித்தான், உதடுகள் பிரியாமல். பிறகு சொன்னான்.

"உங்க அழகான உதடுகளிலேயிருந்து ஒரு அபூர்வமான பொய்..."

“இல்ல சிவா. நிஜமாத்தான் சொல்றேன். நான் பம்பாய் வந்த அன்னிக்கே மாயா இங்க இல்லே. அப்பாகிட்ட கேட்டேன். மாயா அவ கிராமத்துக்குப் போயிருக்கிறதாச் சொன்னார்.”

“சுத்தமான பொய்! மாயா கிராமத்துக்குப் போகல்லே.”

“அதெப்படி உங்களுக்குத் தெரியும்?”

“என்னோட கிராமத்திலிருந்துதானே இப்ப வர்றேன்.”

“மாயா உங்க கிராமத்துக்கு வரல்லேன்னு உங்களுக்கு எப்படித் தெரியும்? அவ வீட்டுக்குப் போய்ப் பார்த்தீங்களா?”

“மாயாவோட வீட்டுக்குப் போய் பார்க்கணும்ங்கிற அவசியமே இல்லை. ஏன்னா மாயாவோட மாமாவும் அத்தையும் அந்த ஊரிலேயே இப்ப இல்ல. அவங்க என்னிக்கோ மெட்ராஸ் போயிட்டாங்க.”

வித்யா தன் கண்கள் இடுங்க, சிவாவைக் கூர்மையாய்ப் பார்த்தாள்.

“மாயா மேல உங்களுக்கென்ன இவ்வளவு அக்கறை?”

“காரணம் இல்லாமே அக்கறை வருமா?”

“அப்ப காரணத்தைச் சொல்லுங்க.”

“காரணம் என்ன... பெரிய காரணம்? மாயா எங்க ஊரைச் சேர்ந்த பொண்ணு! தட்ஸ் ஆல்...”

வித்யா சட்டென்று சிரித்துச் சமாதானமாகிப் போனாள். “அப்போ மாயா ஒருவேளை மெட்ராஸ் போயிருக்கலாம்.”

“மே பி...”

அதே சமயம், வழக்கமாய் லேபுக்குள் அடைபடும் புரஃபஸர் ருத்ரா அன்றைக்கு மாடி ஜன்னல் கதவை திறந்து வைத்துக்கொண்டு, சிவாவையே உக்கிரத்தோடு பார்த்துக் கொண்டிருந்தார்.

# 13

"என்னடா... இன்னிக்கு ரொம்பவும் டல்லடிக்கிறே...? உடம்புக்கு முடியலையா...?" ஒன்றுமே பேசாமல் மௌனமாய் உட்கார்ந்திருந்த புரஃபஸர் ருத்ராவைப் பார்த்துக் கேட்டார் ருக்மாங்கதன்.

மோவாயை வலது கையால் தாங்கிக் கொண்டு முகத்தைக் கவிழ்த்திருந்த புரஃபஸர் கண்களை மட்டும் உயர்த்தி ருக்மாங்கதனைப் பார்த்தார். கேட்டார்.

"என்னைப் பார்த்தா டல்லாவா தெரியுது?"

"ரொம்ப... ரொம்ப..."

"அந்த ஃபீலிங் எனக்கில்லே..."

"சரி... சரி... நீ டல்லாயிருந்தா எனக்கென்ன...! ஓடிப் பிடிச்சு விளையாடினா எனக்கென்ன...! என்னை எதுக்காக அவசரமா வரச் சொன்னே...? அதைச் சொல்லு முதல்லே!" ருக்மாங்கதன் கொஞ்சம் ஆர்வம் கலந்த குரலில் கேட்டார்.

"ஒண்ணுமில்லடா... அந்தப் பழைய உயிலை மாத்தி எழுதணும்."

"அதுக்கு இப்ப என்னடா அவசரம்...?"

"அவசரமோ... சாவகாசமோ... செய்ய வேண்டியதை முதல்லேயே செஞ்சுட வேண்டியது என்னோட கடமை. பழைய உயில்லே மாயாவுக்குச் சில சொத்துக்களை எழுதி வெச்சேன்... மாயா இப்ப இல்லே. ஐ... மீன் என்கிட்ட இல்லே. அதனால அவ பேர்ல எழுதி வெச்ச சொத்துக்களைப் பூராவும்

வித்யாவுக்கே எழுதிவெச்சுடலாம்னு முடிவு பண்ணிட்டேன். வாட் டூ யூ ஸே...?" புரஃபஸர் ருத்ரா கன்னத்தைத் தேய்த்துக்கொண்டே கேட்டார்.

"நாளைக்கு மாயா ஏதாச்சும் க்ளெய்ம் பண்ணினா...?" ருக்மாங்கதன் கேட்டார்.

"அவ க்ளெய்ம் பண்ண வரமாட்டா...!"

"வந்தா...?"

"நிச்சயமா வரமாட்டா...!"

"அதெப்படி அவ்வளவு ஷ்யூரா சொல்றே... சட்டப்படி அவ உனக்கு மனைவி... அந்த உரிமையை வெச்சுகிட்டு, விஷயம் தெரிஞ்ச வக்கீல் ஒருத்தனை வெச்சுகிட்டு... உன்னோட உயிலை நார் நாரா கிழிச்சு... கோர்ட் வராந்தால காத்துல பறக்க விடுவா!"

புரஃபஸர் ருத்ரா மௌனமாய் புன்னகைத்தார். "டேய்... அரைகுறை வக்கீல்... உனக்கு அந்தப் பயமே வேண்டாம்டா... மாயா கண்டிப்பா திரும்பி வரமாட்டா... அவ போன இடம் அந்த மாதிரியான இடம்... ரொம்பவும் பசையுள்ள இடம்... ன்னைவிட அவன் பெரியவன்... என்னோட பிசாத்து சொத்து ஒரு கோடி சொச்சத்துக்காக என்கிட்டே வரமாட்டா... நீ நாளைக்கே சொத்து பூராவையும் வித்யா பேருக்கு உயிலை மாத்தி எழுதிக் கொண்டா!"

"ம்... ம்... சரி... சரி... ஒண்ணைச் சொன்னா திரும்பத் திரும்ப நீ அதையேதான் சொல்லிக்கிட்டிருப்பே. பி.ஏ.பி.எல். படிச்ச ஒருத்தன்... முப்பது வருஷமா கிரிமினல் வழக்குகளை அக்குவேறா ஆணிவேறா அலசின ஒருத்தன் நமக்கும் ஃபிரண்டா இருக்கான்... அவன் சொல்றதைக் கொஞ்சமாவது கேக்கலாம்னு உனக்கு தோணவே தோணாதாடா..?"

புரஃபஸர் ருத்ரா காற்றில் புகையை ஊதினார்.

"குட்மார்னிங் ஸார்..." இனிப்பான அந்தக் குரல் கேட்டு சட்டென்று புரபசரும் ருக்மாங்கதனும் திரும்பினார்.

ரம்யா உதடுகளில், அப்போதுதான் பிறந்த புன்னகையோடு ஒரு உயிருள்ள சிற்பமாய் நின்றிருந்தாள். ரோஸ் வண்ண காலிசிந்த் புடவையில், அதே வண்ண ப்ளவுஸில் ஒரு ரோஜாப் புஷ்பமாய்த் தெரிந்தாள். நிலா நெற்றியில் செஞ்சாந்து பிரகாசித்தது. மாடிப்படிகள் ஏறி வந்ததில் முகம் கொஞ்சமாய் வியர்த்திருந்தாள்.

“வாம்மா... ரம்யா... வா!” உற்சாகமாய் வரவேற்றார் ருக்மாங்கதன். “எப்படியிருக்கு வேலையெல்லாம்...? புரஃபஸர் ரொம்ப அதிகமாய் வேலை வாங்கறாரா...?”

ரம்யா பதில் சொல்லாமல் சிரித்தாள்.

ருக்மாங்கதன் புரஃபஸர் பக்கமாய்த் திரும்பினார். கேட்டார்.

“உனக்கு விஷயம் தெரியுமாடா ருத்ரா...?”

“என்ன...?” அலட்சியமாய்க் கேட்டார்.

“ரம்யாவுக்கு இங்கே வேலை கிடைச்ச நேரம்... அவளுக்கு சீக்கிரமே கல்யாணமாகப் போகுது.”

புரஃபஸரின் இதயம், மூலையில் எங்கோ கொஞ்சம் விண்டு கொண்டது.

“ரியலி...?” நிஜமான ஆச்சரியத்தோடு கேட்டார்.

“ரம்யாவையே கேளேன்...! சொல்லுவா...!” ருக்மாங்கதன் சொல்ல புரஃபஸர் அவளைப் பார்த்தார். ரம்யா முகம் சிவந்து செம்பருத்திப் பூவாய் மாறிக் கொண்டிருந்தாள்.

“என்ன ரம்யா... இந்த வாய்தா வக்கீல் சொல்றது நிஜமா...?”

“எ... எஸ்... ஸார்.”

“ரைட்! நீ லேபுக்கு போ...! அந்த ஆசிட் ரீடிங்க்ஸை பேப்பர்ல குறிச்சு வைச்சிருக்கேன்! அதை வெச்சு நேத்தைக்கு போட்ட மாதிரி ஒரு கிராபிகல் டயாக்ராம் போட்டு வை... இப்ப நான் வந்துடறேன்.”

ரம்யா நகர்ந்தாள்.

ருக்மாங்கதன் அலுப்போடு எழுந்தார். "அப்போ நான் புறப்படறேன்டா... நாளைக்கு நீ சொன்ன மாதிரியே எழுதிட்டு வர்றேன்... படிச்சுப் பாரு! அப்புறமா ஃபேர் பண்ணிக்கலாம்..."

"சரிடா..."

ருக்மாங்கதன் கேஸ் கட்டுகளை வாரி மார் போடணைத்துக் கொண்டு மாடிப்படிகளில் இறங்கினார்.

மெல்ல நாராயணன் உள்ளே வந்தான். அவர் முன்னே பவ்யமாய் வந்து நின்றான்.

"என்ன விஷயம்...?" என்றார் மெலிதான குரலில்.

"இன்னிக்கு ஒரு பாடி புதைப்புக்கு வருது ஸார்." கிசுகிசுத்தான்.

"வயசு..."

"இருபத்தஞ்சுக்கு மேலே தாண்டாது..."

"எப்படிச் செத்தானம்...?"

"மூணு நாளைக்கு முன்னாடி காய்ச்சல்ன்னு படுத்தானாம்... இன்னிக்கு காத்தாலே அவுட்!"

"பாடியைப் பார்த்தியா...?"

"பார்க்காம சொல்லுவேனா ஸார்!"

"எத்தினி மணிக்கு புதைப்பு...?"

"இன்னிக்குச் சாயந்தரம் ஆறுமணிக்கு..."

"பாடியை எத்தினி மணிக்கு இங்க கொண்டாருவே...?"

"ராத்திரி பதினோரு மணியிலிருந்து பன்னிரண்டு மணிக்குள்ளாற..."

"நிச்சயமா...?"

"சத்தியமா ஸார்!"

“சரி... பாடியைத் தோண்டி எடுக்கிறப்ப ஜாக்கிரதை... ஹார்ட் சேதப்படக் கூடாது!”

“ஞாபகமிருக்கு ஸார்...”

புரஃபஸர் கொஞ்ச நேரம் பேசாமல் மௌனம் சாதித்தார். நாராயணன் இன்னமும் அங்கேயே நின்று கொண்டிருந்தான். புரஃபஸர் சட்டென்று புரிந்து கொண்டார்.

“பணம் எவ்வளவு வேணும் நாராயணன்?”

“இருநூறு ரூபா. வெட்டியானுக்குத் தரணும். வாடகை ஜீப்புக்கு நூறு ரூபா தரணும். அப்புறம்...” நாராயணன் பேச்சை இழுக்க புரஃபஸர் தன் ஜிப்பாவினின்றும் அந்த பர்ஸை எடுத்து ஐந்து நூறு ரூபாய் நோட்டுகளை உருவினார். நாராயணனிடம் நீட்டியபடி சொன்னார்: “நாராயணா... பாடியை நீ நிச்சயமா கொண்டு வருவேங்கிற நம்பிக்கையில இன்னிக்கு நான் முழு மூச்சா சோதனையில இறங்கப் போறேன். எப்படியும் ரம்யாவை இந்த சோதனையில பயன்படுத்தப் போறேன். அதனால இன்னிக்கு ராத்திரி அவளை இங்கேயே தங்க வெக்கப் போறேன். மயக்க நிலையிலதான். அவளுக்கு மயக்கம் தெளியறதுக்கு முன்னாடி... பாடியோட வந்துடு. ஜீப் உள்ளார வந்ததும் உடனடியா பாடியை இறக்கிடாதே. என்னோட மக வித்யா தூங்காமே முழிச்சிட்டிருந்தாலும் முழிச்சிட்டிருப்பா. பி கேர்ஃபுல்.”

“நீங்க அதைப் புத்திக் கவலையேபடாதீங்க ஸார். பாடியை யாருக்கும் தெரியாமே பக்குவமா கொண்டாந்துடறேன்.” பணத்தை வாங்கித் தன் காற்சட்டைப் பைக்குள் திணித்துக் கொண்டான் நாராயணன். பணம் கிடைத்த நிறைவில் கோணலாய் அவன் உதடுகள் புன்னகை செய்தன.

“நான் வர்றேன் சார்.”

“சரி... நான் சொன்னது ஞாபகம் இருக்கட்டும்.”

“ம்...” கொட்டிவிட்டு அவன் கீழே இறங்கிய அதேநேரம்– வித்யா மேலே ஏறி வருவது தெரிந்தது. புரஃபஸர் கேட்டார்.

“என்ன வித்யா... அந்தப் பையன் போயிட்டானா?”

“அப்பவே...”

“பம்பாய்க்கு அவன் இப்பத்தான் முதல் தடவையா வர்றானாமா?”

“ஆமாப்பா. அவர் எதுக்காக பம்பாய் வந்தார்ங்கிறதை சொல்லத் தயங்கறார்...” வருத்தத்துடன் சொன்னாள் வித்யா.

“ஏதாச்சும் தப்புத்தண்டா பண்ணிட்டு ஊரைவிட்டு ஓடி வந்திருப்பான். அவன்கூடக் கொஞ்சம் தள்ளி நின்னே பழகு. உதவி செஞ்சவன்தான். அதுக்காக ரொம்பவும் ஓட்டாதே...” புரஃபஸரின் பேச்சில் கொஞ்சம் கடுமை தொனித்தது.

அந்தக் கடுமை வித்யாவைப் பாதித்ததாகத் தெரியவில்லை. அவரின் விழிகளை நேருக்கு நேர் சந்தித்தபடியே பேசினாள் “எனக்கென்னவோ அப்படி நினைக்கத் தோணலை அப்பா. அவரோட மனசுல பெரிசா ஏதோ சுமை ஒண்ணு இருக்கு. அதை இறக்கி வைக்க முடியாமே திணர்ற மாதிரி எனக்குத் தோணுது. தட்ஸ் ஆல். அடுத்த தடவை அவரைச் சந்திச்சு பேசறப்ப அந்தச் சுமையைப் பத்தி அவசியம் தெரிஞ்சுக்கணும்.”

“இன்னமும் எத்தனை நாளைக்கு பம்பாய்ல இருப்பானாம்?”

“தெரியல்லேப்பா. ஆனா நாளைக்கு சாயந்தரம் ஆறு மணிக்கு நம்ம வீட்டுக்கு வர்றதா சொல்லியிருக்கார்.”

“பம்பாயில எங்கே தங்கப் போறானாம்?”

“மாதுங்கால அவரோட ஃபிரண்ட் ஒருத்தர் இருக்காராம். அங்கேயே தங்கிக்கப் போறாராம்.” வித்யா சொல்லிக்கொண்டே லேபை ஒட்டிப் பிரிந்து சென்ற நடைபாதையில் நடந்து மாடியின் கோடியில் இருந்த தன் அறையை நோக்கி நடந்தாள்.

சிறிது நேரம் அவள் போவதையே பார்த்துக் கொண்டிருந்தார் புரஃபஸர். பிறகு மெதுவாய் லேபை நோக்கி நடந்தார்.

குடுவையில் அடர்த்தியான ஆரஞ்சு வண்ணத்தில் நொதித்துக் கொண்டிருந்த அமிலத்தின் தன்மையை விநாடிக்கு விநாடி ஆர்வமாய்க் குறித்துக் கொண்டிருந்தாள் ரம்யா.

புரஃபஸர் மௌனமாய் அவள் பின்னே போய் நின்றார். ரம்யா இன்றைக்கு ரொம்பவும் அழகாய் இருப்பதாக அவர் மனதுக்குப் பட்டது. திருமணப் பேச்சு பேசினால் பெண்களுக்கு ஒரு புது அழகு கூடுமாம். அந்த வகையில் ரம்யாவின் அழகு, இன்றைக்கு அதிகப்படியாய் தெரிகிறதோ? கண்களால் ரம்யாவை அளந்தார். இந்த அழகான உடம்பும் அவளுடைய அருமையான உயிரும் எந்த வகையில் அவருடைய ஆராய்ச்சிக்கு உதவப் போகிறது?

எதற்கோ சட்டென்று திரும்பிய ரம்யா, புரஃபஸர் தன் நெஞ்சுக்குக் குறுக்காக இரு கைகளையும் கட்டிக் கொண்டு தன்னையே பார்த்துக் கொண்டிருப்பதை உணர்ந்தாள். ஒருவித மரியாதை உணர்வோடு சிரித்தாள். அவருடைய பார்வையின் தீவிரத்தைக் குறைப்பதற்காக பேசினாள்.

“அந்த கே.என்.ஓ. போர் கரைசலை ஃபில்டர் பண்ணச் சொன்னீங்களே ஸார், இதை முடிச்சுட்டு அதைப் பண்ணட்டுமா?”

புரஃபஸர் தலையை ஆட்டினார். “அவசரமில்ல ரம்யா. கரைசல்ல இன்னமும் நுரை தட்டணும். நாளைக்கு காத்தாலே பண்ணிக்கலாம்.”

“சரி ஸார்...” திரும்பவும் ஆரஞ்சு வண்ண அமிலத்தின் பக்கமாய் திரும்பினாள் ரம்யா. புரஃபஸர் ஒருமுறை அவளை வட்டமடித்தபடி அந்த லேபுக்குள் நடந்து அவளுக்கு முன்பக்கமாய் வந்து நின்றார்.

அவள் ரீடிங் எடுப்பதையே கொஞ்சநேரம் பார்ப்பதைப் போல் பாசாங்கு செய்தார். சில விநாடிகளுக்கு பிறகு மெல்லிய குரலில் கேட்டார்.

“என்னோட இந்த ஆராய்ச்சியைப் பத்தி நீ என்ன நினைக்கிறே ரம்யா?” ரம்யா கொஞ்சம் தயங்கிவிட்டுச் சொன்னாள். “ரொம்பவும் உயர்வா நினைக்கிறேன் ஸார்...”

“ரியலி... ரம்யா? நீ எனக்காக சொல்லாதே. உன்னோட மனசிலே பட்டதைத் தைரியமா சொல்லலாம்.”

ரம்யா முன்வரிசைப் பற்கள் தெரிய அடக்கமாய்ச் சிரித்தாள். அவரின் கேள்வியில் இருந்த ஆதங்கத்தை சட்டென்று ஜீரணித்தாள். “ஸார்... ஆரம்பத்துல நீங்க உங்களோட ஆராய்ச்சியைப் பத்தி என்கிட்ட சொன்னப்ப கொஞ்சம் பைத்தியக்காரத்தனமான ஆராய்ச்சியா எம் மனசுக்குப் பட்டது. ஆனா... நான் போகப் போகத்தான் உங்க ஆராய்ச்சியோட உன்னதமான நோக்கத்தை புரிஞ்சுகிட்டேன். இன்னிக்கு இல்லேன்னாலும் இன்னொரு நாளைக்காவது உங்க ஆராய்ச்சி கண்டிப்பா வெற்றியடையும்ங்கிற நம்பிக்கை எனக்கிருக்கு...”

“தேங்க்யூ ரம்யா... ஃபார் யுவர் ஓப்பன் டாக்.” புரஃபஸர் செயற்கையாய் சந்தோஷப்பட்டுக் கொண்டார். எரிந்து கொண்டிருந்த ஸ்பிரிட் விளக்கின் நீலநிறச் சுவாலையைக் கொஞ்சம் தணித்தபடியே தொடர்ந்து பேசினார். “ரம்யா... என்னோட ஆராய்ச்சியோட முதல் கட்டமா இன்னிக்கு ராத்திரி ஒரு சோதனை நடத்தப் போறேன். ஒரு இளைஞனோட பாடியை நாராயணன் கொண்டு வர்றதா சொல்லிட்டுப் போயிருக்கான்... சொன்னா சொன்னபடி கண்டிப்பா அவன் கொண்டாந்துருவான். பாடி ரெடி..! ஆனா... சோதனையிலே பங்கேற்கிறதுக்கு ஒரு உயிருள்ள ஆள் வேணும். அது ஆணாவும் இருக்கலாம்... பெண்ணாவும் இருக்கலாம்.”

ரம்யா அவருடைய முகத்தையே சலனமில்லாமல் பார்த்துக் கொண்டிருந்தாள். புரஃபஸர் குரலைத் தாழ்த்திக்கொண்டு பேச்சைத் தொடர்ந்தார். “இன்னிக்கு ராத்திரி நான் நடத்தப்போற சோதனையை ஒரு விஷப்பரீட்சையின்னே சொல்லலாம்... இதயத்துக்கு

துடிப்பைத் தர்ற முயற்சியிலே கொஞ்சம் எசகுபிசகா தப்பு ஆனாலும்... அந்த உயிரும் போயிடும்... அதனால அந்தச் சோதனையை ரொம்பவும் கவனமாச் செய்யணும்.”

ரம்யா குறுக்கிட்டாள். “பாடிக்கு சப்ளையர் நாராயணன் கொண்டு வந்துடுவார், சரி! அந்தப் பாடிக்கு இதயத் துடிப்பைத் தரப்போற துணிச்சல்காரர் யார் ஸார்?” ரம்யாவின் குரலில் அதிகப்படியான ஆர்வம் தெரிந்தது.

“துணிச்சல்காரின்னு சொல்லு ரம்யா...” புரஃபஸர் பேச்சைத் திருத்தினார். ரம்யா தன்னைப் பற்றிய நினைவு இல்லாமல்... “துணிச்சல்காரியா! யார் ஸார் அந்தப் பொண்ணு?”

“அது சஸ்பென்ஸ்... பின்னாடி சொல்றேன். பை த பை... இன்னிக்கு ராத்திரி நீ வீட்டுக்குப் போக ராத்திரி மணி பத்தாயிடும். வீட்டுக்கு தகவல் சொல்லிடு ரம்யா.”

உற்சாகமாய்த் தலையாட்டினாள் ரம்யா. “ஓகே ஸார். எங்க வீட்டுக்குப் பக்கத்து வீடு ஒரு ஆடிட்டர் வீடு ஸார். அங்கே போன் இருக்கு. அவங்களுக்குப் போன் பண்ணினா... அவங்க என்னோட அம்மாவையோ அப்பாவையோ கூப்பிடுவாங்க ஸார்...”

“சரி. இப்பவே கூப்பிட்டுத் தகவலைச் சொல்லிடு. அப்படியே ராத்திரி பத்து மணிக்கு உங்கப்பாவை இங்கே வரச்சொல்லி உன்னைக் கூட்டிட்டுப் போகச் சொல்லு...”

ரம்யா தலையசைத்தபடியே லேபின் கதவைத் திறந்துகொண்டு வெளியே வந்தாள். சுவரோரமாய் முக்காலியின் மேல் இருந்த டெலிபோனை உசுப்பினாள்.

# 14

'மாதுங்காவில் இருக்குற ஒரு நண்பனோட அறையில தங்கிக்கறேன்.' என்று ஜம்பமாய் சொல்லிவிட்டு வெளியே வந்த சிவாவுக்கு அந்தப் பரபரப்பான சாயந்தர நேர பம்பாய் கொஞ்சம் பயத்தை ஊட்டியது. மாயாவைப் பார்க்க முடியாத ஏமாற்றம் இதயத்தை அடைத்துக்கொண்டு விம்மியது.

மெரைன் டிரைவ் ஓரமாக சமுத்திரத்தின் ஈரக் காற்றை வாங்கிக்கொண்டே நடந்தான். வலதுகைப் பக்கம் கடல் 'உஸ்... உஸ்...' என்று சீற, இடது கைப் பக்கம் மொசைக்காய் மின்னிய கான்கிரீட் ரோட்டில் தொடர்ச்சியாய் யாரோ அம்புகள் விட்ட மாதிரி கார்கள் 'விஸ்க்... விஸ்க்...' என்று பறந்தன. கடலின் சுற்றுச்சுவரின் மேல் ஆண்களும் பெண்களும் உட்கார்ந்து இருட்டுவதற்காகக் காத்திருந்தனர். தூரத்தில் கேட் வே ஆஃப் இண்டியா ஒரு குட்டிச் சுவராய்த் தெரிந்தது. மலபார் ஹில்ஸின் பக்கமாய் சில அவசர நியான்கள் பளிச்சிட்டன.

சிவா நடந்தான். மனம் பூராவும் மாயா சிரித்தாள்.

'மாயா! உன்னால் இது எப்படி முடிந்தது? சவசவத்துப் போன அறுபது வயது புரஃபஸருக்கு உன்னோட இளமையைப் பலி கொடுக்க உன்னாலே எப்படி முடிந்தது?' சிவாவின் இதயம் நம்ப முடியாமல் கேள்விகளை அடுக்கியது. ஒரு விநாடி.... பொருட்காட்சியில் கலர் வாட்டரைப் பலூனில் நிரப்பிக் கொண்டு தோழிகளைப் பயமுறுத்திய மாயா மனதின் ஓரமாய் சிரிக்க... அடுத்த

விநாடி... சின்னக்குயிலி கிராமத்தில் டீச்சர் வேலைக்காகக் குதிரை வண்டியில் குறும்புச் சிரிப்போடு உட்கார்ந்தபடி இன்டர்வியூவுக்குப் போன மாயா தெரிந்தாள்... 'உங்களுக்கு இந்த ஆட்டோமொபைல்ஸ் வேலை வேண்டாம். வேற ஏதாச்சும் ஒரு நல்ல வேலையாப் பாருங்களேன்... கல்யாணம் ஆன பின்னாடி உங்க கிரீஸ் டிரஸ்ஸைத் துவைக்க நம்மாலே ஆகாது ஸார். சட்டையும் பேண்ட்டும் ஒரே எண்ணெய்ப் பிசுக்கு. அப்பறம் நாமெ ரெண்டுபேரும் சம்பாதிக்கிற காசு சோப் வாங்கவே போதாது...' தலையை ஒருபுறமாகச் சாய்த்துக் கொண்டு கொஞ்சம் கேலியான சிரிப்போடு கண்களைச் சிமிட்டிக் கொண்டே கேட்ட மாயா.

சிவா பம்பாய் காற்றோடு பேசிக்கொண்டே நடந்தான்.

சூரியன் தக்காளிப் பழமாய் உருமாறி மேகத் துணுக்குகளுக்கு நிமிஷத்திற்கொருமுறை சிவப்பை அதிகமாக்கினான். சிவாவின் நெஞ்சில் மாயா சில விநாடிகளுக்குத் தற்காலிகமாக விலகிக்கொள்ள, இன்றைக்கு இரவு பம்பாயில் எங்கே தங்குவது என்ற பயம் உள்ளே புகுந்தது.

'ரயில்வே ஸ்டேஷன்? பீச் ஓரம்? ஏதாவது ஒரு கட்டிடத்தின் வெளிப்புறத் திண்ணை?' சிவா யோசித்தபடியே நடந்தான்.

மாயா ஊரிலிருந்து பம்பாய்க்குத் திரும்பிய பின்னாடி அவளைப் பார்த்து... சூடாய் கேட்டுவிட்டுத்தான் ஊர் திரும்ப வேண்டும். சிவா உஷ்ணத்தோடு பொருமினான்.

'மா... யா... எவ்வளவு சுலபமா என்னோட வாழ்க்கையை நகர்த்தி வெச்சிருக்கே! கால்லே குத்தின முள்ளைப் பிடுங்கி எறியற மாதிரி...'

நரிமன் பாயிண்ட்டை சிவா நெருங்கிக் கொண்டிருந்தான். பானி பூரி, வெள்ளை குல்லா வைத்த மார்வாடிகளின் வயிற்றில் சுகமாய்ப் போய்க் கொண்டிருந்தது. 'மொபைல்

ஃப்ரிஜ்' வண்டியில் ஐந்து பைசாவுக்கு ஒரு கண்ணாடி டம்ளர் நிறைய ஜில்லென்று தண்ணீர் கிடைத்துக் கொண்டிருந்தது. தோளில் சேலையின் முந்தானை நிற்காமல் சரிந்து விழ விழ பம்பாய் பெண்கள் அதைப் பற்றிக் கவலைப்படாமல் பஸ் கிடைக்குமோ கிடைக்காதோ என்ற கவலையோடு ஓடிக் கொண்டிருந்தார்கள். காப்பிக் கொட்டை வண்ண அங்கிகளில் இரண்டு துபாய் அரேபியர்கள் பம்பாயின் வானளாவிய கட்டிடங்களை அலட்சியப்படுத்திக் கொண்டு நடந்தார்கள். இன்னொரு பக்கம் சொல்லி வைத்தாற் போல் உட்காருவதும்... எழுவதும்... பறப்பதுமாய் உற்சாகப்பட்டுக் கொண்டிருந்தது ஒரு பெரிய புறாக் கூட்டம்.

சிவாவுக்குப் பசிக்கிற மாதிரி ஓர் உணர்வு.

அது நிஜமாகவே பசி தானா? இல்லை மன உளைச்சல்களினால் உதித்த வெப்பமா? 'ஒரு டீயைக் குடித்து வைப்போம்...' மனதுக்குள் முடிவு செய்துகொண்டு, எதிர்ச் சாரியில் தெரிந்த டீ ஸ்டாலை நோக்கி ஓடினான் சிவா.

ரோட்டைக் கிராஸ் செய்து பிளாட்பாரம் ஏறிய அதே வினாடி...

அவன் கையை யாரோ கப்பென்று பிடித்தார்கள். திரும்பினான் சிவா.

டிராஃபிக் கான்ஸ்டபிள் கொஞ்சம் சிவப்பாய் முகம் நிறைய மீசையோடு நின்று கொண்டிருந்தார்.

"யஹ் ஜாகா மே கிராஸிங் நை கர்த்தா ஹை!" அதட்டினார் இந்தியில்.

மடமடவென்று கூட்டம் சேர்ந்துவிட்டது.

"அட... சிவா! நீயா?" கூட்டத்தின் ஓரத்திலிருந்து அந்தக் குரல் கேட்டது. சிவா குரல் வந்த பக்கமாய் தலையை உயர்த்திப் பார்க்க... இதயம் அதிசயத்தில் ஆழ்ந்தது.

நாகப்பன் கூட்டத்தைத் தள்ளிக்கொண்டு உள்ளே வந்தார்.

“என்ன விஷயம் சிவா?” நாகப்பன் அவனை நெருங்கிக் கேட்டார்.

சிவா சொன்னான். “ரோட்டைத் தெரியாமே இங்கே க்ராஸ் பண்ணிட்டேன். ஊருக்கு புதுசுன்னு சொன்னா அவருக்குப் பாஷை புரியாமே என்னை மிரட்டறார்.”

நாகப்பன் சிரித்தார். கான்ஸ்டபிளின் பக்கமாய் திரும்பி மளமளவென்று இந்தியில் பேசினார். நிலைமையைப் புரிய வைத்து சிவாவை மீட்டுக் கொண்டு டீ ஸ்டாலுக்குள் நுழைந்தார்.

சிவாவின் மனதில் கொஞ்ச நேரத்துக்கு மாயா காணமல் போனாள். திடீரென்று சந்தித்த நாகப்பன் ஆக்ரமித்தார். ஐந்து வருடங்களுக்கு முன்... திருச்சி சிறையிலிருந்து கோயமுத்தூர் சிறைச்சாலைக்கு சிவாவை மாற்றியபோது ஒரு புதன்கிழமை காலை பதினோரு மணிக்கு நாகப்பனையும் அவர் கீழே வேலை நிறுத்தம் செய்த இருபது முப்பது தொழிலாளர்களையும் கொண்டு வந்து அடைத்தார்கள். அப்போது சிவாவுக்கும் நாகப்பனுக்கும் நட்பு ஏற்பட்டது. ஆனால் நாகப்பனைத் தவிர மற்றவர்கள் மன்னிப்புக் கேட்டு விடுதலை வாங்கிக்கொண்டு போய்விட்டார்கள்.

“சீ! இவங்களோட சேர்ந்து மில்லிலே வேலை செய்ய இனிமேல எனக்குப் பிடிக்காது... விடுதலையாயி வெளியே போனதும் நான் என் குடும்பத்தோட பம்பாய் போறேன். என்னோட சகலைக்குத் தெரிஞ்ச ஒருத்தர் பம்பாய் மில் ஒண்ணுல மானேஜரா இருக்காராம். அவரைப் புடிச்சு வேலை வாங்க போறேன். இந்தப் பேடிப் பசங்க மத்தியில வேலை செய்யறதைக் காட்டிலும் பிச்சை எடுக்கலாம்...” என்று அன்று நாகப்பன் சீறியது இப்போது சிவாவுக்கு நினைவு வந்துவிட்டது. சொன்னபடியே பம்பாய் வந்துவிட்டாரே!

“டீ... ஆறிடப் போவுது... சாப்பிடு தம்பி!”

நாகப்பனின் குரல் ஒலிக்க சுயநினைவுக்கு மீண்டான் சிவா. அந்தச் சின்னஞ்சிறு டீக்கடையில் அந்த சாயங்கால வேளையில் வியாபாரம் பிய்த்துக் கொண்டு போயிற்று. காந்தல் வாசம் அடிக்கும் கடுகு எண்ணெயில் மிளகாய் பஜ்ஜிகள் பொரிந்து கொண்டிருந்தன.

சிவா ஸாஸரில் டீயைக் கொஞ்சமாய் ஊற்றிச் சுவைத்தான்.

நாகப்பன், சிவாவை ஏறிட்டுப் பார்த்தபடி சொன்னார். "பம்பாய்ல டீ நல்லாயிருக்கும்... உனக்கு புடிச்சிருக்கா தம்பி?"

"ம்..." சிவா மீதி டீயை உறிஞ்ச ஆரம்பித்தான்.

நாகப்பன் டீயைக் குடித்து முடித்துவிட்டு சட்டைப் பையிலிருந்து பீடிக் கட்டில் ஒரு பீடியை உருவிக்கொண்டே கேட்டார்.

"தம்பி... பம்பாய்க்கு எப்ப வந்தாப்பல?"

"இன்னிக்குக் காத்தாலேதான் வந்தேன்."

"பம்பாயில யார் இருக்கா?"

"யாருமில்லே..."

"பின்னே எதுக்கோசரம் வந்திருக்கே?"

சிவா சில விநாடிகள் தயங்கி நாகப்பனின் முகத்தை ஒருவிதக் கூச்ச உணர்வோடு பார்த்துவிட்டு தலை குனிந்தான். குரல் கரகரக்க சொன்னான் "ஒரு வேலை தேடிக்க வந்தேன்..."

நாகப்பன் பீடியை ஒரு இழுப்பு இழுத்துப் புகையைச் செல்லமாய் வெளியேற்றினார். மெல்லிய குரலில் கேட்டான், "கிராமத்துல இருந்த ஒர்க் ஷாப் வேலை என்னாச்சு?"

"அந்த வேலை எனக்குப் பிடிக்கல்ல..."

"அந்த வேலை பிடிக்காமே போனதுக்கு என்ன காரணம்ன்னு நான் சொல்லட்டுமா தம்பி?"

சிவா நாகப்பனை வியப்போடு பார்த்தான். “ம்... சொல்லுங்க.”

நாகப்பன் உதடுகள் பிரியாமல் சிரித்தார். “சிவா தம்பி! நீ காதலிச்ச பொண்ணு இப்ப அந்தக் கிராமத்துல இல்லே. அந்தப் பொண்ணுக்கு கல்யாணம் ஆகியிருக்கும். அந்த ஏமாற்றத்தை தாங்க முடியாமே... அந்த ஊர்ல இருக்கப் பிடிக்காமே... ஒரு வேலை தேடிக்க பம்பாய்க்கே வந்துட்டே. அப்படித்தானே?”

“ம்... அப்படித்தான் வெச்சுக்கோங்களேன்...” சிவா வெறுமையாய்ச் சிரித்தான்.

“சரி வா தம்பி! பேசிட்டே போகலாம்.” நாகப்பன் பில்லுக்குக் காசை எண்ணி வைத்துவிட்டு வெளியே வந்தார். சிவா பின் தொடர்ந்தான்.

வெளியே வந்ததும் பரபரப்பான பம்பாயை இருட்டு ஆக்ரமித்து, சாலையோர உருண்டை விளக்குகளுக்கு முன்னால் சாயமிழந்து கொண்டிருப்பதை உணர்ந்தான் சிவா.

“ஆமா தம்பி. நீ எங்கே தங்கியிருக்கே?” நாகப்பனின் இந்த எதிர்பாராத கேள்வியில் ஒரு கணம் திணறிப் போனான் சிவா. சிவாவின் திணறலைப் பார்த்து சிரித்தார் நாகப்பன்.

“என்ன தம்பி திணர்றே? என்ன பொய் சொல்லி தப்பிக்கலாம்னு பாக்கறியா... அந்த வேலையெல்லாம் வேண்டாம். அந்தப் பாச்சாவெல்லாம் நம்மகிட்டே பலிக்காது. பேசாமே எம் பின்னாடியே வா. எங்க வீட்டோட தங்கிக்க. உனக்கேத்த மாதிரி ஒரு வேலையை வாங்கித் தர நானாச்சு...”

சிவா ஏதோ சொல்ல முயற்சித்து வாயைத் திறக்க...

“ஒண்ணும் பேசாதே... ‘கப்சிப்’ன்னு வரணும். பம்பாய்க்கு வந்து புதுசா பிளாட்பாரத்துல படுத்துத் தூங்கினா போலீஸ் வேன் குப்பையை அள்ளிகிட்டுப் போற முனிசிபாலிடி வேன் மாதிரி... உன்னைத் தூக்கிப் போட்டுகிட்டுப் போயிடும்.”

அதற்குப் பிறகு சிவாவினால் ஒன்றும் பேச முடியவில்லை.

நாகப்பனை மௌனமாய்ப் பின் தொடர்ந்தான்.

நாகப்பன் உற்சாகமாய்ப் பேசிக்கொண்டே வந்தார். “சிவா தம்பி... நீ பம்பாய்க்கு வந்த இந்த நேரத்தில நம்ப வீட்டில ஒரு கல்யாணம் நடக்கப் போகுது.”

“கல்யாணமா?”

“ஆமா தம்பி. என்னோட மக ரம்யாவுக்குத்தான். என்னோட மகளை நீ பார்த்திருக்க நியாயமில்லை. காலேஜ் படிப்பை போன வருஷந்தான் முடிச்சா. இப்பத்தான் வேலை கிடைச்சுது.”

“என்ன வேலை?”

“நல்ல வேலைதான். புரஃபஸர் ருத்ரான்னு ஒருத்தர். சயான்ல ஆராய்ச்சிக் கூடம் ஒண்ணு வெச்சிருக்காராம். அவருக்கு அஸிஸ்டெண்ட்டா எம் பொண்ணு வேலைக்குப் போகுது... சேர்ந்து ஒரு வாரமாச்சு.”

கால்களை யாரோ கப்பென்று பிடித்துக் கொண்டாற்போல் சட்டென்று நின்றான் சிவா.

“ஏன் தம்பி நின்னுட்டே?”

“ஒண்ணுமில்லே...” சிவா நடக்க ஆரம்பித்தான். “புரஃபஸர் ருத்ராவா?”

“ஆமா... ஏன் அவரை உனக்குத் தெரியுமா?”

“இல்ல. பேரைக் கேள்விப்பட்டிருக்கேன்...” சிவா மோவாயைத் தேய்த்தான்.

“ம்... கேள்விப்பட்டிருக்கலாம். அவர் ரொம்பவும் பெரிய ஆளு தம்பி. சரியான கெட்டிக்காரராம். அவருக்கு அஸிஸ்டெண்ட்டா எம் பொண்ணு ரம்யா இருக்கிறதுனால எனக்கு ரொம்பவும் பெருமை. நீ என்ன சொல்றே தம்பி?”

சிவா ஒன்றும் சொல்லவில்லை. முதன் முதலில் அவன் மனதில் அந்தச் சந்தேகம் மெல்ல எட்டிப் பார்த்தது.

ஆராய்ச்சிக்கு உதவி செய்ய மாயா இருக்கையில் புதிதாய் இந்த ரம்யா எதற்கு? மாயா என்ன ஆனாள்?

சிவாவின் சந்தேகம் உயிர் பிடிக்க ஆரம்பித்தது.

# 15

இரவு மணி ஒன்பது.

வித்யா பாலைக் குடித்துவிட்டுப் படுக்கையில் சாய்ந்தபடி கையில் இருந்த ஹேரால்ட் ராபின்ஸைப் பிரித்து வைத்துக் கொண்டாள். ராபின்ஸ் சில நிமிடங்களுக்குள்ளாகவே வித்யாவுக்கு அலுப்பையூட்டினார். புத்தகத்தைப் பட்டென்று ஓசைப்படுத்தி மூடிவிட்டு அலமாரியில் இருந்த புத்தக வரிசையில் சேஸ் கிடைக்குமா என்று தேடினாள். சேஸ் காணாமல் போயிருந்தார்.

‘எத்தனை புத்தகங்கள் வாங்கி வந்திருக்கிறேன். சமயத்துக்கு ஒன்று கூடக் கிடைக்காது...’ எரிச்சலோடு முணுமுணுத்துக் கொண்டாள்.

எங்கே போயிருக்கும் அத்தனை புத்தகங்களும்?

மாயாவின் ரூமில் இருக்குமோ?

அந்தச் சந்தேகம் உதித்த அதே வினாடி, வித்யா அறையைவிட்டு வெளியே வந்தாள். தன் தந்தையைத் தேடினாள். கண்ணாடி லேபுக்குள் அவரும் ரம்யாவும் மசமசவென்று தெரிந்தார்கள். வித்யாவுக்குக் கொஞ்சம் கோபம் கொஞ்சம் ஆச்சரியம் இரண்டுமே வந்தன. இந்நேரம் வரைக்கும் அந்த ரம்யாவோடு அப்படியென்ன ஆராய்ச்சி வேண்டியிருக்கிறது? ‘செத்த பிணத்துக்கு உயிரூட்டப் போறாராம். வீதியில வித்தைக்காரன் கீரிக்கும் பாம்புக்கும் சண்டை விடறேன் விடறேன் என்று சொல்லியே பாவ்லா காட்டிக் கூட்டம் சேர்ப்பான். அப்படித்தான் அப்பாவும்...

நாளைக்கு முதல் காரியமா... அப்பாவைச் செமத்தியாத் திட்டணும்.'

மனதுக்குள் கறுவிக்கொண்டே மாயாவின் அறைக்குள் சரேலென நுழைந்தாள் வித்யா. சுவரின் இடது பக்கத்தில் இருந்த ஸ்விட்சைத் தடவி 'க்ளிக்'கினாள். நாற்பது வாட்ஸ் பல்பு பளீரென உயிர்பிடித்து அறையை எக்ஸ்ரேயாய்க் காட்டியது.

அறை சுத்தமாய் இருந்தது.

மாயாவின் ஆலிவ் வண்ண பீரோ சுவரோரமாய்ச் சாய்ந்தபடி காத்திருந்தது.

வித்யா அதன் கைப்பிடியைப் பற்றிச் சாய்த்து இழுக்க பீரோ நிர்வாணமானது. பீரோவின் மேல் தட்டில் சேஸ்கள் அணிவகுத்து நின்றிருந்தார்கள். கீழ்த்தட்டில் மாயாவின் சேலைகள் ஜவுளிக் கடை அலமாரிகளில் அடுக்கி வைத்திருப்பது போல் ஒன்றன் மேல் ஒன்றாய் அமர்ந்து ஒழுங்கிற்கு இலக்கணம் வகுத்தன. இன்டிமேட் செண்ட் பாட்டில் உள்ளே ஒதுங்கி நின்றிருந்தது. வித்யா குதிகாலால் எக்கி நின்று சேஸின் வரிசையைக் கலைத்துத் தேடினாள்.

எப்பவோ பாதி படித்து முடித்த ஒரு புத்தகத்தை உருவிக் கொண்டு,

தரையில் கால் பாவுவதற்குள்......

கையிலிருந்த புத்தகம் நழுவி, பக்கத்தில் இருந்த கட்டிலுக்கும் அவளுக்கும் இடைப்பட்ட அந்த சந்தில் சரக்கென்று விழுந்து ஒளிந்து கொண்டது.

"சை!" வித்யாவின் உதடுகள் கோபத்தில் மடிந்தன. கட்டிலுக்குக் கீழே குனிந்து பார்த்தாள். புத்தகம் சுவரோரமாய் மல்லாக்க விழுந்து ஓய்வு எடுத்துக் கொண்டிருந்தது.

வித்யா கட்டிலின் அடியில் உடம்பைக் குறுக்கிக் கொண்டு நுழைந்தாள். வித்தியாசமான, நாசிக்குப் பழக்கமில்லாத ஒரு நெடி திடீரென்று வியாபித்தது. வித்யா இன்னமும் உள்ளே போனாள். புத்தகம் கைக்கு எட்டும் தூரம்.

கையை எக்கிப் புத்தகத்தை எடுத்தாள்.

கூடவே, அந்தப் புத்தகத்தோடு ஓட்டிக்கொண்டு அந்தச் சிவப்பு நிற சேலைத் துண்டும் வந்தது.

முதலில் அதை அலட்சியமாய் உதறிவிட நினைத்த வித்யா ஒரு விநாடி அதை உற்றுப் பார்த்தாள். மாயா வெகு ஆசையாய் எடுத்த சேலையல்லவா இது? சேலை எடுத்து ஆறு மாதம் கூட இருக்காதே. அதற்குள் சேலை கிழிந்து இப்படிச் சேலைத் துணுக்காய்...

வித்யா ஆச்சரியப்பட்டுக் கொண்டே அந்தச் சேலைத் துணுக்கோடு கட்டிலின் அடியினின்றும் வெளியே வந்தாள். உள்ளங்கையில் வைத்து அதை வெளிச்சத்தில் பார்த்தாள்.

அடுத்த விநாடி....

அவள் இதயம் சூட்டுக்கோலால் இழுபட்டதைப் போல் சுரீரென்றது. திரும்பவும் அந்தச் சேலைத் துணுக்கைப் பார்த்தாள். சந்தேகமேயில்லை. நிச்சயமாய் இந்தச் சேலையின் மீதிப் பரப்பு எரிந்து கருகிப் போயிருக்கிறது. மிச்சப்பட்ட இந்த சின்னஞ்சிறு சேலைத் துணுக்கின் விளிம்புகள் எல்லாமே கருகிப் போய்... மாயாவுக்கு இந்த சேலையின் மேல் அப்படியென்ன திடீர்க் கோபம்? ஏன் எரித்தாள்?

வித்யா அந்தக் கருகிப்போன சேலைத் துணுக்கை சேஸ் புத்தகத்தில் பத்திரப்படுத்திக் கொண்டு, விளக்கை அணைத்துவிட்டு வெளியே வந்தாள். மாயாவின் அறைக்கதவை சாத்திவிட்டு நிமிர்ந்தவள், கண்ணாடி லேபுக்குள் இன்னமும் புரஃபஸரும் ரம்யாவும் இருப்பதை உணர்ந்தாள்.

'இன்றைக்கு ராத்திரி பூராவும் இருக்கிற மிச்ச சொச்சம் முயல்களையும்-வெள்ளெலிகளையும் தீர்க்காமல் அப்பா தூங்கமாட்டார்... அவர் செய்கிற பாவத்திற்குப் பக்கத் தாளம் போட அந்தப் பெண் ரம்யா வேறு வந்து சேர்ந்திருக்கிறாள்...'

வித்யா மனதுக்குள் சொல்லிக் கொண்டே தன் அறையை நோக்கி நடந்தாள். அறைக்குள் நுழைந்து படுக்கையில் விழுந்து புத்தகத்தைப் பிரிக்கையில்.....

மறுபடியும் அந்தக் கருகிப் போன சேலைத் துணுக்கு அவள் கண்களில் பட்டது. 'இந்தச் சேலையில் எப்படித் தீ பிடித்திருக்கும்?' வித்யா கொஞ்சம் ஆழமாய் யோசிக்க முற்பட்டாள்.

# 16

மணி ஓன்பதரை.

புரஃபஸர் ருத்ரா பாடி சப்ளையர் நாராயணனுக்காகக் காத்துக் கொண்டிருந்தார்.

அந்த இளைஞனின் பிணத்தோடு நிச்சயம் அவன் வருவானா? ருத்ராவுக்குக் கொஞ்சம் சந்தேகம் வந்தது. சொன்னபடி பிணத்தைக் கொண்டு வந்துவிட்டால், மற்றதை மளமளவென்று கவனித்து விடலாம். ரம்யாவுக்கும், அவள் சந்தேகப்படாத வகையில் அனஸ்தீஷியா தர வேண்டும். மயங்கி விழும் அவளை மறைத்து வைக்கவேண்டும். பத்து மணிக்கு ரம்யாவைக் கூட்டிக்கொண்டு போக வரும் நாகப்பனிடம் ரம்யா அப்போதே வீட்டுக்குப் போய்விட்டாளே என்று சிரித்தபடி சொல்ல வேண்டும். நாகப்பன் அதை நம்பிக்கொண்டு போன பிறகு... நாராயணனின் உதவியோடு சோதனையை மளமளவென்று முடிக்க வேண்டும். சோதனையின் முடிவு எதிர்பார்த்தபடி இல்லாமல் வழக்கம்போல் அமைந்து விட்டால் ரம்யாவின் பிணத்தை உடனடியாய் அப்புறப்படுத்த வேண்டும்.

"ஸார்...! ஃபெர்ரஸ் ஆக்ஸைட் கேஸைக் குளிரப் பண்ணியிருக்கேன். நெக்ஸ்ட் என்ன ஸார்?" ரம்யா நெற்றியில் அரும்பிவிட்ட வியர்வையைக் கைக்குட்டையால் துடைத்தபடி புரஃபஸரிடம் கேட்டாள்.

புரஃபஸர் புன்னகைத்தார், அவளைப் பார்த்து. "நெக்ஸ்ட்... நீ ஒண்ணும் செய்ய வேண்டியதில்லை ரம்யா. உனக்குப் பசிக்குதா... டேக் சம் பிரட் ஸ்லைஸ்."

"வேண்டாம் சார்...எனக்கு நிஜமா பசியில்லை. இந்த லேபுல நுழைஞ்சிட்டா... பசி... தாகம் எல்லாமே மரத்துப் போயிடுது. நீங்க வேணுமின்னா சாப்பிடுங்க ஸார்..." ரம்யா புரஃபஸரை நெருங்கியபடி சொன்னாள்.

அவர் தலையை ஆட்டி மறுத்தார். "நைட் ஹவர்ஸ்ல நான் சாப்பிடறதே கிடையாது. ஒரு கப் பால்... ஒரு வாழைப் பழத்தோடு சரி. இன்னிக்கு அதுவும் இல்லை..."

ரம்யா கொஞ்சம் தயக்கமாய்க் குரலைத் தாழ்த்தியபடி கேட்டாள். "ஸார்...! நான் பத்து மணிக்கு வீட்டுக்குப் போயிடலாமில்லையா...?"

புரஃபஸர் தோள்களை குலுக்கினார். "தாராளமாய்... பத்து மணிக்கு மேலே நானே உன்னை இருக்க விடமாட்டேன். உங்கப்பாவை வரச்சொல்லி போன் பண்ணியிருக்கே இல்லை? அவர் வந்ததும் நீ போயிடலாம்."

ரம்யா ஒரு கணம் மனம் லேசாகி மிதந்தாள்.

புரஃபஸர் மணிக்கட்டை உயர்த்தி வாட்ச்சை முறைத்தார்.

மணி ஒன்பது முப்பத்தைந்து.

எங்கே நாராயணனை இன்னமும் காணோம்...?

லேபைத் திறந்துகொண்டு வெளியே வந்தார். மாடிப்படிகளை ஒட்டினாற் போலிருந்த ஜன்னலைத் திறந்து காம்பௌண்ட் கேட் வரைக்கும் பார்வையைச் செலுத்தினார்.

இருட்டு அடர்த்தியாய்ப் பரவி நிலா ஒளியைச் சாப்பிட்டு ஏப்பம் விட்டுக் கொண்டிருந்தது. டார்ஜான் போர்ட்டிகோவில் கண்கள் பளபளக்க நின்றிருந்தது. காம்பௌண்டை ஒட்டி வளர்ந்திருந்த செங்கொன்றை

மரத்தில் இலைகள் காற்றில்லாமல் தவம் செய்தன. ரோட்டின் வளைவில் வேகத்தைக் குறைத்துக் கொண்டு சாதுவாய்த் திரும்பிய லாரி ஒன்று... மீண்டும் வேகம் பிடிக்கக் கியரை மாற்றிக்கொண்டு உறுமியது.

ஜன்னலை மூடினார் புரஃபஸர்.

ரம்யாவுக்கு அனஸ்தீஷியாவைக் கொடுத்து பீரோவுக்குப் பின்னால் சாய்த்து விட்டால் என்ன...? ருத்ரா யோசித்துக் கொண்டே லேப்புக்குள் நுழைந்தார்.

ரம்யா கூண்டிலிருந்த ஒரு வெள்ளெலியோடுச் சீண்டி சீண்டி விளையாடிக் கொண்டிருந்தாள். புரஃபஸர் கதவைத் திறந்துக்கொண்டு உள்ளே வருவதைப் பார்த்ததும் எழுந்து நின்றாள். அவர் சில விநாடிகள் ரம்யாவையே பார்த்தார். ‘கல்யாணம் பண்ணிக் கொள்ளப் போகிற அழகான பெண்ணே... உன்னோட இதயம் இன்னும் எத்தனை தடவை துடிக்குமோ எனக்குத் தெரியாது...! உன்னோட இதயத் துடிப்பு அந்த இளைஞனோட பிணத்துக்கு உயிரூட்டுமா... இல்லே... உன்னோட துடிப்பையே அடங்க வெச்சிடுமான்னு எனக்குத் தெரியல்ல... லெட் அஸ் ஸீ...’

“ஸார்... டயம் இப்போ 9.40!” ரம்யா சொன்னாள்.

“உங்கப்பா வந்ததும் நீ வீட்டுக்குப் போயிடலாம் ரம்யா! அதுக்கு முன்னாடி... அந்த எஸ்1 எஸ்2 ராபிட்ஸுக்கு அனஸ்தீஷியா தரணும்... ஏற்பாடு பண்ணு...”

ரம்யாவுக்கு என்னவோ போல் இருந்தது. “ஸார்... அந்த ரெண்டு முயலும் அப்படியே இருக்கட்டும் ஸார்... அதுக்கு அனஸ்தீஷியா வேண்டாம்...”

“ஏன்...?”

“அந்த ரெண்டும் ரொம்பவும் ஒண்ணுக்கொண்ணு... அன்பா விளையாடுது ஸார்... ஐ... மீன்... லவ் பேர்ட்ஸ்ன்னு சொல்ற மாதிரி... ‘லவ் ராபிட்ஸ்’ன்னு இந்த ரெண்டையும் சொல்லலாம்...” ரம்யா கொஞ்சம் நாணம் கலந்த

தயக்கத்தோடு சொல்லிமுடித்த அதே விநாடி புரஃபஸர் சர்ரென்று பாம்பாய்ச் சீறினார்.

"நான்ஸென்ஸ்! டூ... வாட் ஐ... சே! இந்த பாசம்... அன்பு... காதல் இந்த வார்த்தைகளுக்கு இந்த லேப்ல கொஞ்சம் கூட இடம் கிடையாது... புரிஞ்சுதா? குயிக்... நான் சொன்னதை செய்! அனஸ்தீஷியா கொடுக்க ஏற்பாடு பண்ணு!"

ரம்யா வெலவெலத்துப் போனாள்.

"எஸ்... ஸார்!" நாக்குழறச் சொல்லிவிட்டு பரபரவென்று இயங்கினாள்.

அதே நேரம்... "டக்... டக்... டக்..."

மாடிப் படிகளில் யாரோ ஏறிவரும் சப்தம்.

புரஃபஸர் ருத்ரா கண்ணாடிக் கதவைத் திறந்துகொண்டு வெளியே வந்தார். மாடிப்படிகளைப் பார்த்தார்.

நாராயணன் வந்து கொண்டிருந்தான்.

"இப்பவே மணி ஒன்பதே முக்கால்... இனி நடந்து போய்... சயான் சேர்றதுக்குள்ளாற மணி பதினொன்னாயிடும்... அதனால டாக்ஸியைப் புடிச்சிட வேண்டியதுதான்..." நாகப்பன் வீட்டு வாசற்படியை விட்டு கீழே இறங்கினார். கூடவே சிவாவும் இறங்கினான்.

மாதுங்காவினின்றும் தாதர் போகும் சாலையின் சங்கமத்தில் நின்று கொண்டு டாக்ஸிக்காகக் காத்திருந்தார்கள்.

'இவ்வளவு நேரம் வரைக்கும் புரஃபஸர் ருத்ராவின் லேபில் ரம்யா எதுக்காக இருக்கணும்...? அப்படி என்ன அவசர அவசரமா ஆராய்ச்சியை நடத்தறார்..? மாயா ஊரிலிருந்து வந்த பின்னாடி இந்த ஆராய்ச்சியையெல்லாம் வெச்சுக்க முடியாதா...?' சிவா புரஃபஸரை சந்தேகத்தின் சந்திக்கு இழுத்து வந்து அவரை மானசீகமாய்ச் சோதனை போட்டான். அவர் பிடி கொடுக்காமல் நழுவினார்.

‘டாக்ஸி... டாக்ஸி...’ நாகப்பன் போய்க் கொண்டிருந்த டாக்ஸிகளை கைதட்டி அழைக்க, அவை அவரை அலட்சியப்படுத்திவிட்டு விரைந்தன.

“...ப்பசங்க...” நாகப்பன் ஒரு கெட்ட வார்த்தையைச் சுலபமாய் பிரசவித்தார். சிவா புன்னகை செய்தான். “நாம படற அவசரத்துக்கெல்லாம் டாக்ஸி கிடைக்காது... லேசா நடையைப் போடலாமா?”

“இங்கிருந்து லேப் ரொம்ப தூரம் தம்பி... முடியாது. நடக்க ஆரம்பிச்சா பம்பாய் வளர்ந்துட்டே போகும். இருங்க, கிடைச்சுடும்... டாக்ஸி கிடைச்சுடும்... மணி ஒன்பது அம்பது. டாக்ஸி கிடைச்சா பத்தே நிமிஷத்திலே புரஃபஸர் பங்களாவுக்குப் போயிடலாம்.” நாகப்பன் பேசிக்கொண்டே ரோட்டில் விரையும் டாக்ஸிகளை உற்றுப் பார்த்தார்.

“இவ்வளவு நேரம் வரைக்கும் ரம்யாவை அங்க இருக்கவிட்டதே தப்பு! இனிமேக் கேட்டா முடியாதுன்னு கண்டிப்பாச் சொல்லிடுங்க!” சிவா கண்டிப்பான குரலில் சொன்னான். நாகப்பன் தலையை ஆட்டி சிவா சொன்னதை ஆமோதித்தார்.

“இப்ப... அங்க போறமில்ல... கண்டிஷனா இன்னிக்கே சொல்லிடப் போறேன். கல்யாணம் ஆகப் போற பொண்ணு... அவ...! வேளை கெட்ட வேளையிலே வெச்சுக்கிட்டு நினைச்சப்ப வீட்டுக்கு அனுப்பாதீங்க... காலம் ரொம்பவும் கெட்டுக்கிடக்கு ஸார்... அப்படீன்னு சொல்லிடப் போறேன். அவர் ரொம்பவும் நல்லவர்... நாம சொல்ற நல்லதை கண்டிப்பா ஏத்துக்குவார். ஏய்... டாக்ஸி... டாக்ஸி... ஏய்!”

நேரம் நழுவிக் கொண்டேயிருக்க,

டாக்ஸிகள் நாகப்பனின் கைத்தட்டல்களுக்கு நிற்காமல் ஓடிக் கொண்டிருந்தன.

புரஃபஸர் சட்டென்று முகம் மலர்ந்தார்.

"என்ன நாராயணா, என்னாச்சு?" குரலைத் தாழ்த்திக் கொண்டு கிசுகிசுப்பாய்க் கேட்டார். நாராயணன் கீழ்ப் படிக்கட்டில் நின்றபடியே அவரை ஏறிட்டுப் பார்த்தான். இருட்டிலும் அவன் முகம் வியர்வையில் ஊறிப் பளபளத்தது.

"பாடி கைக்குக் கிடைக்கல்ல ஸார்!" - நாராயணன் சொல்லிவிட்டுத் தலையைக் குனிந்து கொண்டான்.

புரஃபஸர் துல்லியமாய் அதிர்ந்து ஓரடி பின் வாங்கினார். "நீ என்ன சொல்றே நாராயணா?"

"ஆமா ஸார். அந்தப் பையனோட பாடி புதைப்புக்குத்தான் வரும்ன்னு சொன்னாங்க. கடைசி நிமிஷத்தில எரிப்புக்குக் கொண்டு போயிட்டாங்க..."

"மை குட்னஸ்..." ஏமாற்றத்தோடு நெற்றியைத் தேய்த்துக் கொண்டார்.

வெளியே டார்ஜான் பயங்கரமாய்க் குரைத்தது. புரஃபஸர் நின்றார். மாடிப்படிகளில் இறங்கிப் போய்க் கொண்டிருந்த நாராயணனிடம் சொன்னார்.

"நாராயணா... யார் வந்திருக்காங்கன்னு பாரு. ரம்யாவோட அப்பாவாயிருக்கலாம். அவராயிருந்தா மேல வரச் சொல்லு!"

நாராயணன் வெளியே வந்தான். போர்ட்டிகோவில் கட்டிப் போடப்பட்டிருந்த டார்ஜான் இன்னமும் குரைத்துக் கொண்டிருந்தது.

"ஏய் டார்ஜான், சும்மாயிரு..." நாராயணன் அதட்டியபடியே காம்பௌண்ட் கேட்டைப் பார்த்தான். கேட் அருகே இருட்டில் இரண்டு உருவங்கள் நிழலங்களாய்த் தெரிந்தன.

"யாரது?" நாராயணன் குரல் கொடுத்தான்.

"ரம்யாவோட அப்பா. ரம்யாவைக் கூட்டிட்டுப் போக வந்தேன்."

“உள்ளார வாங்க!”

“நாய் கடிக்காதே?”

“கடிக்காது. கட்டிப் போட்டிருக்கு. தைரியமா வாங்க!”

நாயைக் கட்டிப் போட்டிருக்கிறார்கள் என்பது உறுதியானதும் நாகப்பனுக்குக் கொஞ்சம் தைரியம் வந்தது. அவனுடன் கூட வந்திருந்த சிவாவிடம் திரும்பிச் சொன்னான். “சிவா... நீயும் உள்ளார வா!”

அவன் இருட்டிலேயே நின்றிருந்தான். “வேண்டாங்க. நான் உள்ளே வரலை. இப்படியே நின்னுக்கிறேன். நீங்க மட்டும் போய் ரம்யாவைக் கூட்டிட்டு வந்திடுங்க...”

நாராயணன் அவர்களையே பார்த்துக்கொண்டு நிற்க நாகப்பன் மேற்கொண்டு சிவாவை வற்புறுத்தாமல் உள்ளே நுழைந்தார். டார்ஜான் மறுபடியும் குரைத்தது.

நாராயணன் சொன்னான். “பயப்படாம போங்க... போர்ட்டிகோ பக்கமா போயி உள்ளார போனா மாடிப்படி வரும்... அது வழியா ஏறி இடது கைப்பக்கம் திரும்பினா லேப் இருக்கும். லேப்லதான் புரஃபஸரும் ரம்யாவும் இருக்காங்க...”

நாகப்பன், நாராயணன் சொன்ன அடையாளங்களை வைத்துக்கொண்டே லேபை அடைந்த பொழுது புரஃபஸர், ரம்யாவிடம் சொல்லிக் கொண்டிருந்தார். “ரம்யா... இன்னிக்கு ரொம்பவும் அருமையான எனக்கு அஸிஸ்ட் பண்ணியிருக்கே... குட்... உன்னோட விருப்பப்படியே அந்த ரெண்டு ராபிட்ஸுக்கு நான் அனஸ்தீஷியா தரலை... இன்னொரு நாள் பார்த்துக்கலாம்!” நாகப்பன் மாடிப்படியேறி வந்து லேப்பின் முன்பக்கம் நிற்கவும்... ரம்யாவின் பார்வை அவர் மீது படவும் சரியாக இருந்தது.

“அப்பா” அவள் உதடுகள் மட்டும் அசைய கண்ணாடி லேபுக்கு வெளியே நின்றிருந்த நாகப்பனின் கண்களுக்கு ரம்யா ஒரு பொம்மையாய்த் தெரிந்தாள்.

புரஃபஸர் கதவைத் திறந்துகொண்டு வெளியே வந்தார். செயற்கையான மரியாதையோடு நாகப்பனை வரவேற்றார்.

“வாங்க... நாகப்பன்! வாங்க!! முதல் தடவையா நம்ம வீட்டுக்கு வந்திருக்கீங்க... உட்காருங்க..!”

“உட்கார நேரமில்லீங்க. மணி பத்தாயிடுச்சு. நண்பர் ஒருத்தர் வேறே வெளியே நின்னுட்டிருக்கார். ம்... புறப்படு ரம்யா!”

அப்பாவைக் கண்டதும் ரம்யா சிரிப்போடு வெளியே வந்தாள்.

“ஸார்... நான் வர்றேன்.”

“ஓகே. குட்நைட் ரம்யா...” புரஃபஸர் தப்பியோடும் புள்ளி மானைப் புலியொன்று பார்ப்பதைப் போல் ரம்யாவைப் பார்த்தார்.

நாகப்பன் குறுக்கிட்டார். “அப்புறம்... ஐயாகிட்ட ஒரு சின்ன விஷயம் சொல்லணும்.”

புரஃபஸர் நெற்றியைச் சுருக்க... நாகப்பன் தொடர்ந்தார்.

“ரம்யா கல்யாணமாகப் போற பொண்ணு ... ராத்திரியிலே ரொம்ப நேரம் கழிச்சு வீட்டுக்கு அனுப்பாதீங்க ஐயா! பகல் பூராவும் வேணுமின்னா இங்க இருக்கட்டும்...”

புரஃபஸர் தலையாட்ட, அவரிடமிருந்து விடைபெற்று வெளியே வந்தார். சிவா இன்னமும் அங்கேயே நின்றிருந்தான்.

“போலாமா சிவா?”

“ம்...” சிவா முனகிக்கொண்டே பின்னால் திரும்பி ரம்யாவைப் பார்க்க, ரம்யாவும் அவனைப் பார்த்தாள்.

“என்ன ரம்யா பாக்கிறே? தம்பி யாருன்னு பாக்கிறியா? எனக்குத் தெரிஞ்சவர்தான். பேரு சிவா. படிச்ச தம்பி. பம்பாய்க்கு வேலை தேடிகிட்டு வந்திருக்கு. நம்ம வீட்லதான் இருக்கச் சொல்லியிருக்கேன்...” நாகப்பன் படபடவென்று பேசிக்கொண்டே போனான்.

ரம்யா ‘வணக்கம்’ சொல்ல, சிவாவும் கையைக் குவித்தான்.

மனதில் எண்ணிக் கொண்டான்.

முன்னே மாயா!

இப்போது ரம்யாவா?

# 17

மறுநாள் மாலை ஆறு மணி.

மேற்குத் திசையில் ரத்தம் கக்கிச் செத்துக் கொண்டிருந்த சூரியனுக்காக ஒரு காகக் கூட்டம் கத்திக் கொண்டே அந்தச் செங்கொன்றை மரத்தைச் சுற்றிச் சுற்றி வந்தது.

சிவா, வித்யாவைப் பார்க்கக் கிளம்பினான்.

புரஃபஸரின் பங்களா பிரம்மாண்டமான மௌனத்தைப் பூசிக்கொண்டு நின்றது.

அவன் போன சமயம் டார்ஜான் போர்ட்டிகோவில் இல்லை. கேட்டைத் திறந்துகொண்டு சுதந்திரமாய் உள்ளே போனான். 'வித்யா இருப்பாளா..?'

முன்னறையிலேயே வித்யா இருந்தாள்.

அப்போதுதான் குளித்திருந்தாள். பௌடர் பூச்சு கழுத்துப் பக்கமாய் அதிகம் தெரிந்தது. மெலிதான பச்சை வண்ணச் சேலையில் தெரிந்தாள். முந்தின இரவு படிக்கத் தொடங்கிய 'சேஸ்' இன்னமும் பாக்கியிருந்தார்.

"குட் ஈவினிங் மிஸ் வித்யா..." சிவா குழைவான குரலில் சொன்னான்.

தாழ்ந்திருந்த வித்யாவின் கருவிழிகள் சரேலென நிமிர, உதடுகள் புன்னகைக்க ஆரம்பித்து, "ஹலோ!" என்று முடித்தன. சேஸ் டீபாயின் மேல் விழுந்தார்.

"ரொம்பவும் இன்ட்ரஸ்டிங்கா ஏதோ படிச்சிட்டிருந்தீங்க போலிருக்கு. நான் கெடுத்திட்டேனா?"

"நத்திங். சும்மா ஒரு கதை புத்தகம். பொழுது போகலை. மாயா இருந்திருந்தா சினிமாவுக்குப் போயிருப்போம்... ஐ ஃபீல் லோன்லி..."

"புரஃபஸர்... ஐ மீன் உங்க அப்பா, வீட்டில் இல்லையா?"

"அவர் இப்பத்தான் டார்ஜானோட வெளியே வாக்கிங் போனார். அவர் திரும்பி வர எப்பிடியும் ஒரு அரை மணி நேரமாகும்."

"அப்போ வீட்ல யாருமே இல்லை?"

"வேலைக்காரன் மட்டும் பின்கட்டில இருப்பான். அவனும் ஊமை. காதும் கேட்காது!" வித்யா சலிப்புடன் சொன்னாள்.

சிவா விழி இமைக்காமல் வித்யாவைப் பார்த்தான்.

"என்ன அப்படி பார்க்கறீங்க சிவா?"

"நான் ஒண்ணு சொன்னா நீங்க தப்பா நினைச்சுக்க மாட்டீங்களே..."

"இல்லே. நிச்சயமா தப்பா நினைச்சுக்க மாட்டேன். தாராளமா சொல்லுங்க..."

"ஒண்ணுமில்லை. இந்த இளம் பச்சைக்கலர் சேலையில நீங்க ரொம்பவும் அழகாயிருக்கீங்க..."

வித்யா கலீரென்று சிரித்தாள். "ரியலி? அப்படியானா அந்த பெருமை பூராவும் மாயாவுக்குத்தான் சொந்தம்."

சிவா புரியாமல் விழிக்க... வித்யா சிரித்தபடியே சொன்னாள்.

"இந்தச் சேலை மாயாவோட சேலை..."

சிவா முகம் மாறினான். அதை கவனிக்காத வித்யா பேசிக்கொண்டே போனாள். "சிவா! ஒரு ஆச்சரியமான ஆச்சரியம். மாயாவுக்கு சேலைன்னா வெறி! விதவிதமா செலக்ட் பண்ணுவா. எங்கேயாவது ரெண்டு நாள் டூர் போறதானாலும் பீரோல இருக்கிற மொத்தச் சேலையையும்

சூட்கேஸில அடைச்சுக்குவா. இந்தத் தடவை அவங்க கிராமத்துக்குப் போயிருக்காளாம். ஆனா... ஒரு சேலை கூட எடுத்துட்டு போகல்லே. அவளோட சேலை பூராவும் அப்படியே பீரோல அடுக்கி வெச்சிருக்கு. ஊர்ல போய் எதைக் கட்டிக்குவா?"

வித்யா பேசப் பேச....

சிவாவின் மூளை பிரதேசம் பரபரப்படைந்தது. இரண்டு நாள் நீருக்கே சேலை மொத்தத்தையும் அள்ளிக்கொண்டு போகிற மாயா... வெறும் கையை வீசிக் கொண்டு கிராமத்துக்குப் போயிருக்கிறாளா? நான் கிராமத்தை விட்டுப் புறப்படும் வரையில் அவள் அங்கே வராதபோது... மாயா எங்கே போனாள்?

வித்யா எழுந்தாள். "என்ன சாப்பிடறீங்க சிவா? டீ? காபி?"

"டீ..." நிஜமாகவே டீ தேவைப்பட்டது சிவாவுக்கு.

வித்யா உள்ளே போனாள். நெற்றியை ஆள்காட்டி விரலால் தட்டிக் கொண்டு யோசித்தான் சிவா.

டீபாயின் மேலிருந்த சேஸ் மேலே சுற்றிக் கொண்டிருந்த மின் விசிறியின் சுழற்றலில் தன் பக்கங்களைப் படபடக்க வைத்தார். என்னை எடுத்து சரியாய் மடித்து வையேன் என்கிற மாதிரி பார்த்தார். சிவா சட்டென்று முன்பக்கமாய் சாய்ந்து, டீபாயின் மேலிருந்த சேஸை எடுத்துக்கொண்டு பின்பக்கமாய்ச் சாய்ந்து பக்கங்களைப் புரட்ட...

அந்தச் சிவப்பு நிறச் சேலைத் துணுக்கு சிவா மடியில் விழுந்தது.

சேஸை அலட்சியப்படுத்திவிட்டு அந்தச் சேலைத் துணுக்கை எடுத்தான் சிவா.

ஓரங்கள் கருகிப் போன நிலையில் இந்த சேலைத் துணுக்கை, முக்கியத்துவம் கொடுத்து மறைத்து வைக்க

வேண்டிய அவசியம்? சேலைத் துணுக்கையே திரும்பத் திரும்பப் பார்த்தான் சிவா.

"உங்க கைக்கும் இது கிடைச்சுட்டதா?" வித்யா சிரித்தபடியே உள்ளேயிருந்து வந்தாள். "இதுவும் மாயாவோட சேலைதான். ரொம்பவும் பிரியமா அடிக்கடி இதைக் கட்டிக்குவா. எனக்கு இரவல் தரகூட யோசனை பண்ணுவா. அந்த சேலையில எப்படியோ தீ பட்டிருக்கு."

சிவா சரேலென எழுந்தான். குரலில் ஒரு பதற்றம் தொற்றிக் கொண்டது.

"மாயா சமையல் செய்வாளா வித்யா?"

"நோ... நோ! மாயா சமையல் செய்ய ஆசைப்பட்டாலும் அப்பா விடமாட்டார். சமையல் பண்ணத்தான் ஆள் இருக்கானேன்னு சொல்லிடுவார்."

சிவா இன்னமும் அதிகமாய்ப் பரபரத்தான். "அப்படியானா... இந்த சேலையில் எப்படித் தீ பட்டிருக்கும்ன்னு நீங்க நினைக்கறீங்க வித்யா?"

"எனக்குத் தெரியல்ல..."

"எனக்கு மனசில ஒரு சந்தேகம் தட்டுது. அது உண்மையாயிருக்குமோன்னு பயப்படறேன், வித்யா."

வித்யா முகம் மாறினாள். "என்ன சந்தேகம்?"

"மாயா இப்போ இந்த வீட்லேயும் இல்லை. எங்க கிராமத்திலேயும் இல்லை. அவங்க மெட்ராஸுக்குப் போயிருக்கிறது உண்மையாயிருந்தா பீரோல இருக்கிற சேலை மொத்தமும் எடுத்துட்டுப் போயிருக்கணும். அதுவும் எடுத்துட்டுப் போகல்ல. தீயில எரிஞ்சு போன இந்தச் சேலைத் துணுக்கு ஏன் ஒரு தீ விபத்தின் அடையாளமா இருந்திருக்கக் கூடாது? ஐ மீன் மாயா தற்சமயம் உயிரோடதான் இருப்பாளா இல்ல...?"

சிவா பேசிக்கொண்டே போக, வித்யா விழிகள் நிலைகுத்தி நின்றாள். மறுவிநாடியே மெல்லிய குரலில்

சொன்னாள். "அப்படி ஏதாச்சும் விபரீதமா நடந்திருந்தா அப்பா எனக்குத் தகவல் கொடுத்திருப்பாரே. மாயா நிச்சயமா அவளோட அத்தையையும் மாமாவையும் பார்க்கிறதுக்காக மெட்ராஸ் போயிருப்பா. வீணா கற்பனை பண்ணாதீங்க..."

"நோ...! இது கற்பனையில்லை வித்யா. மாயாவுக்கு நிச்சயமா ஏதோ நேர்ந்திருக்கு. இல்லாட்டி ரம்யாவைப் புதுசா தன்னோட அஸிஸ்டெண்டா புரஃபஸர் நியமிக்க வேண்டிய அவசியமே இல்லை. ஊருக்குப் போன மாயா திரும்பி வராமலா போயிடப் போறா? அதுக்குள்ளாற இந்த ரம்யா எதுக்கு? அனாவசியம்!"

வித்யா சிவாவை கையமர்த்தினாள். குரல் கரகரக்கக் கேட்டாள்.

"மாயாவைப் பத்தி உங்களுக்கென்ன இவ்வளவு அக்கறை சிவா? நேத்தே உங்ககிட்டே கேட்டேன். நீங்க சரியா பதில் சொல்லலே. 'என்னோட ஊரைச் சேர்ந்தவ'ன்னு பூசி மெழுகிட்டீங்க. இன்னிக்குக் கேக்கறேன். உண்மையைச் சொல்லுங்க. மாயா உங்களுக்கு எந்த வகையில நெருக்கம்?"

சிவா ஒரு முறை கண்களை மூடி மலர்த்தினான். "கண்டிப்பா சொல்லித்தான் தீரணுமா வித்யா?"

"கண்டிப்பா."

சிவா சலனமில்லாமல் சொன்னான். "மாயா எனக்கு மனைவியா வந்திருக்க வேண்டியவ. 'காதலி'ங்கிற உறவோட நின்னு, சட்டுன்னு விலகி உங்களுக்கு சித்தியா வந்திருக்கா..."

வித்யா அதிர்ந்து போய் நின்றாள்.

"ஆனா ஒரு விஷயம். உங்க சித்தி மேல ஒரு அவதூறையும் சொல்ல முடியாது. அவளும் நானும் மனசாலேதான் தொட்டுத் தொட்டு விளையாடியிருக்கோம். உடம்பாலே ஒரு விநாடிகூட விளையாடினதில்லை. நம்பலாம். தாராளமா நம்பலாம்..."

வித்யா இன்னமும் அதிர்ச்சி நீங்காமல் நின்று கொண்டிருந்தாள்.

"நான் பம்பாய் வந்ததே அவளைப் பார்க்கத்தான். ஆனா அவ வாழ்க்கையில குழப்பத்தை உண்டாக்க வரலை. அவளைப் பார்த்து ரெண்டு வார்த்தை சூடாக் கேட்கத்தான் வந்தேன். அவ்வளவு சுலபமா என்னை ஒதுக்கி வெச்சுட்டு உங்கப்பாவுக்குக் கழுத்தை நீட்ட அவளாலே எப்படி முடிஞ்சதுன்னு கேட்கத்தான் வந்தேன். ஆனா மாயா..."

சிவா பேச்சை நிறுத்திவிட்டு வித்யாவைப் பார்த்தான். வித்யா இப்போது தெளிந்திருந்தாள். சிவாவின் கண்களை இதமான ஒரு புன்னகையோடு சந்தித்தாள்.

"மாயா ரொம்பவும் அழுத்தக்காரிதான். எல்லா விஷயங்களையும் ஒப்பனாப் பேசற என்கிட்டேயே தன்னோட கடந்தகாலக் காதலை மறைச்சிருக்கா. ஓகே... பாஸ்ட் ஈஸ் பாஸ்ட். இனி நீங்க மாயாவைச் சந்திச்சு என்ன ஆகணும், சிவா? ஆனா அவ ஊருக்குப் போயிருக்காளா இல்லையாங்கிறதே இப்ப பெரிய குழப்பமா இருக்கே?"

சிவா குரலில் உறுதி தொனிக்கச் சொன்னான். "நிச்சயமா மாயா ஊருக்குப் போகலை."

"பின்னே?"

"அவளுக்கு என்னமோ நடந்திருக்கு."

"வாட் டூ யு மீன்?"

"வித்யா, மாயாவோட அறை எதுன்னு எனக்குக் காட்ட முடியுமா?"

"எதுக்கு? அறையை சோதனை பண்ணப் போறீங்களா?"

"ஆமா."

"மாயாவோட அறையை நீங்க சோதனை போடறதுலே எனக்கொரு அப்ஜெக்‌ஷனும் இல்லை. ஆனா அப்பா வர்ற நேரம். பார்த்தா மனுஷர் மிருகமாயிடுவார்."

"ப்ளீஸ்...! ஒரு பத்து நிமிஷம். மாயாவோட அறையைப் பார்த்தேன்னா ஏதாச்சும் தடயம் கிடைக்கும். நிச்சயமாக் கிடைக்கும். மாயா என்ன ஆனான்னு தெரிஞ்சுக்க உங்களுக்கு ஆசையில்லையா வித்யா?"

"ம்... ம்...!" யோசித்த வித்யா, "சரி வாங்க!" என்றாள். காம்பௌண்ட் கேட் வரைக்கும் ஒரு தடவை பார்வையைப் பாய்ச்சிவிட்டு மாடிப்படிகளில் ஏறத் துவங்கினாள் வித்யா. இதயம் தடக்தடக்கென்று அடித்துக்கொள்ள அவளைப் பின் தொடர்ந்தான் சிவா.

மாடிப்படிகளைக் கடந்து நீண்ட வராந்தாவில் நடந்து இடது கைப் பக்கமாய்ப் பார்த்த மாயாவின் அறையைச் சுட்டிக் காட்டினாள் வித்யா.

சிவா அறைக்குள் நுழைந்தான். ஒரு நிமிடம் அறையைச் சுற்றிச் சுற்றி வந்தான். பிறகு வித்யாவை நெருங்கிக் கேட்டான், "அந்தக் கருகின சேலைத் துணுக்கு உங்களுக்கு எங்கே கிடைச்சுது?"

கட்டிலின் அடியில் கை காட்டினாள் வித்யா.

சிவா கட்டிலின் கீழே குனிந்தான். பார்த்தான். கட்டிலின் கீழே ஒன்றுமில்லை. தலையை உயர்த்த நினைத்தவன் சட்டென்று விழிகள் நிலைகுத்த அந்த ஸ்டீல் கட்டிலின் காலைப் பார்த்தான்.

கட்டிலின் மற்ற கால்கள் ஸ்டீலின் நிறத்தைக் காட்ட அந்த நான்காவது கால் மட்டும் கட்டிலின் நிறத்தினின்றும் கொஞ்சம் மெலிதாக வேறுபட்டு நின்றது.

லேசாகக் கரி பிடித்த மாதிரி... தீப்பட்டுக் கருகின மாதிரி...

வித்யாவுக்கு அதைக் காட்டினான். "நிச்சயமா இந்த ரூம்ல நெருப்பு விளையாடியிருக்கு..." குனிந்து பார்த்த வித்யாவின் இதயம் கலவரப்பட்டது.

“இன்னொண்ணை கவனிச்சீங்களா வித்யா!” சிவா கேட்டான்.

‘என்ன?’ என்பது போல் அவனைப் பார்த்தாள் வித்யா.

“இந்த ரூமுக்கு மட்டும் புதுசா பெயிண்ட் அடிச்சிருக்காங்க.”

வித்யா சுவர்களைப் பார்த்தாள். சிவா சொன்னது நிஜம்தான். சுவர்கள் பளிச்சென்று டிஸ்டெம்பரில் மின்னின.

வித்யாவின் முகம் வெளிறிக்கொண்டு போனது. சிவா அவளுக்கு வெகு அருகாக நின்று கொண்டு பேசினான். “வித்யா, அந்த ரூம்ல என்னமோ நடந்திருக்கு. மாயாவுக்கு நிச்சயமா ஏதோ ஒண்ணு ஆகியிருக்கு. உங்கப்பா அதை மறைக்கிறார். நிச்சயமா மறைக்கிறார். மாயா தற்கொலை பண்ணிகிட்டாளா இல்லே கொலை செய்யப்பட்டிருக்காளான்னு தெரிஞ்சுக்க வேண்டியது. இப்ப ரொம்பவும் அவசியம். தற்சமயம் மாயாவைப் பத்தி நீங்க ஒண்ணுமே உங்க அப்பாகிட்டே கேட்க வேண்டாம். நாமளே கண்டுபிடிப்போம்.”

வித்யா சட்டென்று உடைந்து போய் முகத்தை மூடிக்கொண்டு சுவருக்குச் சாய்ந்தபடி அழ ஆரம்பித்தாள்.

“நோ... நோ... வித்யா, ப்ளீஸ் அழாதீங்க,”

வெளியே டார்ஜானின் குரைப்புச் சத்தம் கேட்டது.

“அவர் வந்துட்டார் போல. சீக்கிரமாக் கீழே போயிடலாம். வாங்க...” அழுது கொண்டிருந்த வித்யா கண்களைத் துடைத்துக்கொண்டு மாயாவின் அறைக் கதவை மூடிவிட்டு பரபரப்போடு, மாடிப்படி இறங்கினாள். சிவா அவளைப் பின் தொடர்ந்தான். எதிரே...

புரஃபஸர் மாடிப் படிகளில் ஏறிக் கொண்டிருந்தார்.

நாகப்பனின் கையில் அந்த இன்லேண்ட் கவர், படாதபாடு பட்டது.

வீட்டில் சமையலறையில் பால் பாயசம் மணக்க மணக்க கொதித்துக் கொண்டிருந்தது. ரம்யா கண்ணாடிக்கு முன் நின்றுகொண்டு லல்லல்லா பாடிக் கொண்டிருந்தாள். சிவா வெளித்திண்ணையில் உட்கார்ந்தபடி ஆகாயத்தில் மாயாவின் நினைவுகளைத் தேடிக் கொண்டிருந்தான்.

"என்ன சிவா தம்பி! ரொம்பவும் டல்லடிக்கிறே... என்ன விஷயம்?"

"ஒண்ணுமில்லீங்க."

"வேலை கிடைக்கல்லேன்னு கவலையா? கவலைப் படாதே! பம்பாய்க்கு வந்து இப்பத்தானே ரெண்டு நாளாச்சு. சீக்கிரமா கிடைச்சுடும். தம்பி இந்த கவர்ல இருக்கிறதை இன்னோர் வாட்டி படிச்சு சொல்லு தம்பி..." அந்த இன்லேண்ட் கவரை நீட்டினார் நாகப்பன்.

சிவா ஒரு வறண்ட புன்னகையோடு கடிதத்தை வாங்கிப் படித்தான்.

*'அன்புள்ள நாகப்பன் அவர்களுக்கு,*

*வணக்கம். இப்பவும் உங்கள் கடிதம் கிடைத்து விபரம் அறிந்தோம். தங்கள் மகள் ரம்யாவுக்கு வேலை கிடைத்தது பற்றி ரொம்பவும் சந்தோஷப்பட்டோம். நான் ஏற்கனவே சொல்லியுள்ள பிரகாரம் உங்கள் மகளை என் மருமகளாக்கிக் கொள்ள இப்போது சம்மதிக்கிறேன். இது பற்றிப் பேச வருகிற திங்கட்கிழமை சாயந்தரம் ஐந்து மணிக்கு உங்கள் வீட்டுக்கு வருகிறோம்.*

*அன்புடன்*
*மாணிக்கம்'*

நாகப்பன் முகமெல்லாம் பல்லாகச் சிரித்தார். சொன்னார்.

“சிவா தம்பி...! நீ நம்ம வீட்டுக்குள்ளே அடியெடுத்து வெச்ச நேரம் எனக்கு மருமகன் வரப்போறார். கல்யாண மாப்பிள்ளைக்கு நீதான் தோஸ்து!” என்றவர் சமையலறைப் பக்கமாய் திரும்பி “நீ என்னடி சொல்றே?” என்று வடையைத் தட்டி வாணலியில் போட்டுக் கொண்டிருந்த மனைவியிடம் கேட்டார்.

“நானென்ன சொல்றது அதான் நீங்களே சொல்லிட்டீங்களே...” சமையலறையிலிருந்து பதிலுக்கு குரல் வந்தது.

“இன்னும் திங்கட்கிழமைக்கு எத்தினி நாளு இருக்கு. இன்னிக்கு புதன். நாளைக்கு வியாழன்.” விரல்களை மடக்கி கணக்கு போட்டுக் கொண்டே போன ஒரு ‘கல்யாண சந்தோஷத் தகப்பனை’ முழுமையாய் ரசித்தான் சிவா.

‘எல்லோருக்கும் ஏதாவது ஒரு விதத்தில் சந்தோஷம் வருது. எனக்கு மட்டும் ஏன் எல்லா வழிகளுமே அடைபட்டு போயிருக்கு?’ சிவாவின் இமையோரங்கள் யாருக்கும் தெரியாமல் கசிந்தன.

மாயா! என் அனுமானங்கள் பொய்யாய் இருக்க வேண்டும். தீயில் கருகிய அந்த சேலைத் துணுக்கு, தீயில் கரியேறிய அந்தக் கட்டிலின் கால், புதிதாய் டிஸ்டெம்பர் பூசப்பட்ட சுவர்கள்.... எல்லாமே உன் இழப்பை சாத்தியப்படுத்தும் அனுமானங்கள். இந்த அனுமானங்கள் பூராவும் பொய் என்று நிரூபிப்பதைப் போல் திடீரென்று நீ பிரசன்னமாகி...

“தம்பி எழுந்திரு. சாப்பாடு ரெடி. சாப்டுட்டு ஏதாச்சும் ஒரு மேட்னி ஷோவுக்கு போயிட்டு வரலாம்...” நாகப்பனின் வலுவான கரமொன்று சிவாவின் புஜத்தை இறுகப் பற்றி இழுத்தது.

பசிக்காத வயிற்றோடும் பசிக்கிற மனதோடும் எழுந்தான் சிவா.

**நா**ராயணன் சுவரோரமாய்க் கைகளைக் கட்டியபடி நின்றிருந்தார்.

எதிரே புரஃபஸர் ருத்ரா சாய்வு நாற்காலியில் சாய்ந்தபடி சிகரெட் பைப்புக்குப் புகையிலையை அடைத்துக் கொண்டிருந்தார். நாராயணன், புரஃபஸரின் உதடுகளையே பார்த்துக் கொண்டிருந்தான். அவர் அவனை ஏறெடுத்துப் பார்க்காமலேயே கேட்டார். "என்னோட மக வித்யா வெளியே போயிட்டாளா இல்லே இன்னமும் கீழேதான் இருக்காளா?"

நாராயணன் பளிச்சென்று சொன்னான். "அப்பவே அவங்க போயிட்டாங்க..."

"அப்ப... நான் சொல்றதை மனசுல நல்லா வாங்கிக்க..."

நாராயணன் சுவரோரத்தை விட்டு மெதுவாய் அவரருகே வந்து நின்றான்.

"உனக்கு சிவாவைத் தெரியுமில்லே?"

"யாரு? வித்யா அம்மா கூடவந்த அந்தச் செவத்த பையன் தானே?"

"கரெக்ட்! அவன் யாருன்னு உனக்குத் தெரியுமா நாராயணன்?"

"தெரியாது ஸார்..."

"அவன் மாயாவுக்கு வேண்டியவன். ரொம்பவும் வேண்டியவன். ஆனா அவனை எனக்குத் தெரியும்ங்கிற விஷயம் அவனுக்கு இன்னமும் தெரியாது. அதனாலதான் தைரியமா இந்த வீட்டுக்கு வர்றான். மாயா ஊருக்கு போயிருக்காள்னு நான் சொன்னதை அவன் நம்பலை. நம்பிட்டிருந்த என் மக வித்யாவோட மனசையும் கலைச்சிருக்கான். நான் வீட்ல இல்லாத நேரத்தில மாயாவோட ரூமை அலசியிருக்கான். அவனை இப்பவே நறுக்கணும். வளரவிட்டா... மாயா விஷயம் ஈஸியா அம்பலத்துக்கு வந்துடும்." பேச்சை நிறுத்திவிட்டுப் பைப்பின் தலையில் தீயை வைத்தார்.

நாராயணன் பேசாமல் நின்றிருந்தான்.

"அவனை எப்படி முடிக்கப்போறே நாராயணன்?"

“நீங்க எப்படி சொல்றீங்களோ... அப்படியே முடிச்சுடறேன் ஸார்...”

புரஃபஸர் ருத்ரா கண்கள் இடுங்க நாராயணனைக் கூர்ந்து பார்த்தார். “அந்த சிவா ரொம்பவும் சாதாரணமா இயல்பா சாகணும். பம்பாயில நடக்கிற தினசரி சாவுல இதுவும் ஒண்ணா அடிபட்டு போகணும்... இது கொலைன்னு மத்தவங்களுக்குத் தெரியாத மாதிரி நடக்கணும்.”

“ம்... சரி ஸார்...”

நாராயணன் நகர்ந்தான். அவன் கீழே இறங்கிப் போனதும் வக்கீல் ருக்மாங்கதன் வந்தார். புரஃபஸர் கேட்டார். “என்ன, உயில் வாசகங்களை எழுதி முடிச்சிட்டியா?”

“ம்... முடிச்ச மாதிரித்தான்!”

“அப்படீன்னா...”

“வர்ற திங்கட்கிழமை உயிலை தயாரிச்சு கொண்டு வர்றேன். ஆமா, வித்யா எங்கே?”

“ஷாப்பிங் போறதா சொன்னா... போயிருப்பா.”

“சரி சரி... உன்னோட ஊமை வேலைக்காரனைக் காப்பி கலக்கச் சொல்லு. சாப்டுட்டுக் கிளம்பலாம்.”

புரஃபஸர் கீழே இறங்கிப் போனார். கீழே இறங்கிப் போகும் அவரை இமைக்காமல் பார்த்துக் கொண்டிருந்தார் ருக்மாங்கதன். ‘அழகான பொண்டாட்டி கை நழுவிப்போன பின்னாடியும் மனுஷன், ரொம்பவும் தெம்பாத்தான் இருக்கார்...’ ருக்மாங்கதன் உள் மனதில் சிரித்துக் கொண்டார்.

# 18

"மாயாவோட மரணத்துக்கு எங்கப்பாதான் காரணமாயிருக்க முடியும்ன்னு சொல்றீங்களே சிவா, அது எப்படி?" வித்யா வலது கையால் மோவாயைத் தாங்கிக்கொண்டு உண்மையான கவலையோடு கேட்டாள்.

இடம்: மகாலட்சுமி கோயிலின் அலைகள் ஆர்ப்பரிக்கும் பின்பகுதியின் பாறைத் திட்டு.

வெயிலின் உறைப்பை அந்தப் பெயர் தெரியாத மரம் ஏற்றுக்கொள்ள, அதன் கீழே பரவியிருந்த நிழலில் எதிரும் புதிருமாய் சிவாவும் வித்யாவும் உட்கார்ந்திருந்தனர். சில நிமிஷங்களுக்கு ஒரு தரம் ஒலிக்கும் மகாலட்சுமி கோயிலின் மணியோசையைத் தவிர, வேறு எந்தச் சப்தமும் நுழைய முடியாத பகுதி அது.

சிவா தன் இடது கையின் ஐந்து விரல்களை விரித்து அவைகளை ஒவ்வொன்றாய் மடக்கினான். "வித்யா, மாயாவோட மறைவுக்கு நிச்சயமா உங்கப்பாதான் காரணமா இருக்க முடியும். முதல் காரணம் மாயா தற்கொலை பண்ணிட்டிருந்தா நிச்சயமா அவர் அதை போலீஸ்ல சொல்லியிருப்பார். உனக்கும் தகவல் கொடுத்திருப்பார். ஏதோ ஒரு காரணத்துக்காக மாயா அவரால பழி வாங்கப்பட்டிருக்கா. அதுவும் ரொம்பவும் கொடூரமான முறையில. ஏதாச்சும் ஒரு ஆயுதத்தாலே தாக்கி மாயாவை சாகடிச்ச பின்னாடி அவ உடம்பை எரிச்சிருக்கலாம். மாயாவோட ரூம்ல வெச்சே எரிச்சிருக்கார். ரெண்டாவது

காரணம், மாயா எங்கேயும் நிச்சயமா வெளியூர்ப் பயணம் போகல்லே. அவ பீரோல அவளோட சேலை பூராவும் அப்படியே இருக்குன்னு நீயே சொன்னே. மூணாவது மாயா உண்மையாவே ஊருக்குப் போயிருந்தா இந்நேரத்துக்கு லெட்டர் வந்திருக்கணும். லெட்டர் வரல்லேன்னு உங்க பீட் போஸ்ட்மேன் எனக்குத் தகவல் சொன்னான். நாலாவதா...”

“ப்ளீஸ் ஸ்டாப் இட் சிவா! போதும்! நல்லாவே புரியுது... அப்பா அப்படியெல்லாம் செய்யக் கூடியவர்தான். மனிதாபிமானமோ... பாச உணர்வோ இல்லாத அவர் கண்டிப்பா மாயாவைக் கொன்னிருக்க முடியும். இன்னிக்கு நானே நேருக்குநேர் அவரை கேட்டுடப் போறேன்.”

“வேண்டாம். உங்கப்பாவே தான் செஞ்ச அந்தக் கொலையை அவரோட வாயாலே சொல்ல வைக்கணும்.”

“தட் ஈஸ் இம்பாஸிபிள்!”

“எதுவுமே பாஸிபிள்ன்னு நினைச்சா கண்டிப்பா முடியும். யோசிப்போம்.” வித்யா வாட்ச்சைப் பார்த்தாள். மணி இரண்டு. புறப்பட எழுந்தாள்.

“புறப்படலாமா?”

“ம்...”

சிவாவும் வித்யாவும் மகாலட்சுமி கோயிலைத் தாண்டி சாலைப் பகுதிக்கு வருகையில், எதிரே இருந்த பெட்டிக்கடையொன்றில் கர்ச்சீப்பால் முகத்தை மறைத்துக் கொண்டு சோடா குடிப்பது போல் பாவ்லா காட்டிக் கொண்டிருந்த அந்த நபர் பளிச்சென்று கண்ணில் பட்டான்.

முதலில் கவனித்தவன் சிவாதான். ‘இவனை எங்கேயோ பார்த்திருக்கிறோமே... எங்கே?’

சிவா யோசிக்க ஆரம்பித்த அதே நேரத்தில் வித்யா மெல்லிய குரலில் கீழே பார்த்தபடி கிசுகிசுத்தாள். “சிவா, அந்தப் பெட்டிக்கடையில ஒருத்தன் சோடா குடிச்சிகிட்டு

கர்ச்சீஃப்பால முகத்தை மறைச்ச மாதிரி நம்மையே நோட் செய்யறானே அவன் எங்கப்பாவோட அடியாள். நன்றி விசுவாசம் எக்கச்சக்கம். அப்பாவோட சோதனைக்கு வேண்டிய முயல், எலி, சில சமயம் அநாதைப் பிணங்கள் எல்லாமே சப்ளை செய்யறவன். பேரு நாராயணன்."

சிவாவுக்கு இப்போது ஞாபகம் வந்தது. ரம்யாவைக் கூட்டிக் கொண்டு வர நாகப்பனோடு புரஃபஸர் பங்களாவுக்குப் போன போது இருட்டில் போர்ட்டிகோவில் நின்றிருந்தவன் இந்த நாராயணன்.

"அவனைப் பார்க்காமலேயே நடங்க, வித்யா. நிச்சயமாய் அவன் நம்மளைப் பின்தொடர்ந்து வந்திருக்கான்."

"அப்படின்னா.... எங்கப்பாவுக்கு நாம ரெண்டுபேரும் மாயாவோட அறையைச் சோதனை போட்ட விஷயம் தெரிஞ்சிருக்கு."

"யூ ஆர் கரெக்ட். மேற்கொண்டு நாம என்ன பண்றோம்னு பார்க்கத்தான் இந்த நாராயணனை வேவு பாக்க விட்டிருக்கார். இனிமே நாம உஷாரா இருக்கணும். உங்கப்பா உங்களுக்குக் கெடுதல் செய்யமாட்டார். நீங்க அவரோட டாட்டர். ஆனா... என்னை விடமாட்டார்."

வித்யாவும், சிவாவும் சாலைக்கு வந்து டாக்ஸிக்காக நின்றனர். நாராயணன் பெட்டிக் கடையில் இன்னமும் சோடா குடித்துக் கொண்டிருந்தான்.

நாராயணனைக் கவனிக்காதவர்களைப் போல் சிவாவும் வித்யாவும் நின்று கொண்டு பேச ஆரம்பித்தனர். "அந்த நாராயணனை எப்படிச் சமாளிக்கலாம்?" வித்யா கேட்டாள்.

"நீங்க டாக்ஸி பிடிச்சு வீடு போய்ச் சேருங்க வித்யா. அவனை நான் கவனிச்சுக்கறேன்."

"அந்த நாராயணனைப் பத்தி உங்களுக்குத் தெரியாது. அவன் ரொம்பவும் முரடன்..."

“மூளையுள்ளவங்ககிட்டதான் மோதக் கூடாது. முரடன் கிட்ட மோதலாம். நீங்க கவலைப்படாமே போங்க! நாராயணனை நான் பாத்துக்கறேன்...”

“பி கேர்ஃபுல்!”

“ம்.”

காலியாய்ப் போன டாக்ஸி ஒன்றை நிறுத்தினாள் வித்யா. ஏறிக்கொண்டு கையை அசைக்க, டாக்ஸி நகர்ந்தது.

சிவா டாக்ஸிபோன திசைக்கு எதிர்த் திசையில் நடக்க ஆரம்பித்தான். நாராயணன் பின்னால் வருகிறானா இல்லையா என்பதைக்கூட கவனிக்காமல் நடந்தான். நான்கு அடிகள் நடந்த பிறகு பிரிந்த அந்த வளைவுப் பாதையின் திருப்பத்தில் சரேலெனத் திரும்பி சில விநாடிகள் அங்கேயே நின்று தலையை மட்டும் நீட்டி நாராயணன் வருகிறானா என்று பார்த்தான்.

காணோம். சிவாவுக்கு இப்போது சந்தேகம் வந்தது.

நாராயணன் நிஜமாகவே வேவு பார்க்க வந்தானா? எதேச்சையாய் வந்தவனாகயிருந்தால் வித்யாவோடு போயிருப்பானே!

யோசித்துக் கொண்டே பஸ் ஸ்டாப்புக்கு வந்தான் சிவா. நாகப்பன் குறித்துக் கொடுத்த பஸ் நம்பரை மனதில் வாங்கிக்கொண்டு அந்த பஸ்ஸுக்காகக் காத்துக் கொண்டிருந்தான். பார்வையை நாலா பக்கமும் சுழற்றி நாராயணனைத் தேடி ஏமாந்தான்.

பஸ் வந்தது. டபுள் டெக் பஸ் அது. கீழ் டெக்கில் கூட்டம் பிதுங்கியது. சிவா முண்டியடித்து ஏறி மேல் டெக்கை நோக்கிப் போனான்.

பஸ் ஊர்ந்து வேகம் பிடித்து அடுத்த ஸ்டாப்பிங் போவதற்குள் - ஜன்னலோரமாய் இடம் கிடைத்தது. ஜன்னலோரமாய் அமர்ந்து கீழே இறங்க முயன்றவர்களையும்

கீழிலிருந்து மேலே ஏற முயன்றவர்களையும் வேடிக்கை பார்த்துக் கொண்டிருந்த சிவா...

ஒரு விநாடி திகைத்துப் போனான்.

நாராயணன் அந்த பஸ்ஸில் ஏறிக் கொண்டிருந்தான்.

"டிக்கெட்..." கண்டக்டர் பஞ்ச்சிங் மெஷினால் டிக்கெட் பெட்டியைத் தட்டி கவனத்தைத் தன் பக்கமாய் இழுத்தார்.

காசைக் கொடுத்து டிக்கெட் வாங்கிக்கொண்டு தலையை நீட்டி வெளியே எட்டிப் பார்த்தான். நாராயணன் ஃபுட்போர்டில் தொற்றிக் கொண்டிருந்தான்.

பஸ் நகர்ந்தது. பாதி பம்பாயை மேலோட்டமாய் சுற்றிக்கொண்டு, சிவப்பு சிக்னல்களில் தயங்கி பச்சைகளில் உயிர் பிடித்து ஊர்ந்து ஒருமணி நேரத்திற்குப் பிறகு சிவா இறங்க வேண்டிய ஸ்டாப்பிங்கைத் தஞ்சம் அடைந்தது.

சிவா கூட்டத்தினின்றும் உருவிக்கொண்டு வெளியே வந்து விழுந்தான். நாராயணனைத் தேட, அந்தர்தியானமாகியிருந்தான்.

அவன் எந்த ஸ்டாப்பிங்கில் எப்போது இறங்கினான்? இல்லை, இன்னமும் இந்த பஸ்ஸிலேயே இருக்கிறான்? சிவாவினால் ஒரு முடிவுக்கும் வர முடியவில்லை.

சிவா நாகப்பனின் வீட்டை நோக்கி நடந்தான். எதிரே தெரிந்த வாட்டர் டேங்க் கிளாக் டவரில் மணி நான்காயிருந்தது. நாகப்பன் இன்னமும் மில்லிலிருந்து திரும்பியிருக்க முடியாது. மணி நாலரையானால் தான் நாகப்பனின் சைக்கிள் மணி ஒலிக்கும்.

நாகப்பனின் வீட்டை அடைந்தபோது அவன் நினைத்தது போலவே இன்னமும் நாகப்பன் மில்லிலிருந்து திரும்பியிருக்கவில்லை. நாகப்பனின் மனைவிதான் வாசல் திண்ணையில் உட்கார்ந்திருந்தாள். சிவாவைப் பார்த்ததும் கேட்டாள், "மத்தியானம் சாப்பிடக்கூட வராமே எங்க போனே தம்பி..."

அந்தக் கேள்வியின் நெகிழ்ச்சியில் ஒரு விநாடி கரைந்தான் சிவா.

“வேலை தேடிப் போன இடத்தில கொஞ்சம் லேட்டாயிடுச்சு.”

“சரி, முகத்தை அலம்பிகிட்டுச் சாப்பிட வா தம்பி!” நாகப்பனின் மனைவி உள்ளே எழுந்து போனாள். சிவாவும் வீட்டுக்குள் நுழைந்து ஷர்ட்டைக் கழற்றி ஆணியில் மாட்டிவிட்டு ஜன்னல் வழியே தெருவைப் பார்த்தவன் திடுக்கிட்டான்.

தெருவின் கோடியில் நாராயணனின் தலை தெரிந்தது.

# 19

"ஸார்..."

புரஃபஸர் ருத்ரா தலை நிமிர்ந்தார். நாராயணன்!

நாராயணனின் முகத்தில் வியர்வையும் சந்தோஷமாய் ஏக காலத்தில் வடிந்து கொண்டிருந்தன.

கையிலிருந்த பால் பாயிண்ட் பேனாவினால் எதையோ எழுதிக் கொண்டிருந்த புரஃபஸர் பேனாவை வீசிவிட்டு எழுந்தார். "என்ன நாராயணன்?"

நாராயணன் பார்வையை ஒருமுறை சுழற்றிவிட்டுத் தாழ்ந்த குரலில் சொன்னான்.

"இன்னிக்கு ஒரு பாடி கிடைக்கும் ஸார்... இருபத்தெட்டு வயசு. ஸடன் ஹார்ட் அட்டாக்காம்."

ருத்ரா நம்பிக்கையில்லாமல் அவனைப் பார்த்தார். "உன்னை எப்படி நம்பறது நாராயணன்?"

"இந்தத் தடவை என்னைக் கண்டிப்பா நம்பலாம் ஸார்."

"ஈஸிட்? பாடி எத்தனை மணிக்குக் கிடைக்கும்?"

"ராத்திரி பதினோரு மணியாயிடும் ஸார்."

"ரம்யாவை ராத்திரியில் அனுப்ப அவளோட அப்பன் ஒத்துக்க மாட்டானே..."

நாராயணன் நெற்றியைத் தேய்த்தான். "சோதனையைப் பகல் நேரத்தில வெச்சிக்க முடியாதா ஸார்?"

“வாய்ப்பே இல்லை..!” உதட்டைப் பிதுக்கினார் புரஃபஸர். “வித்யா வீட்ல இருக்கிறாளே?” நாராயணன் புரஃபஸரை நெருங்கி வந்து “வேணும்ன்னா இப்படி செய்யலாம் ஸார்!” என்றான்.

“எப்படி?”

“பகல் நேரத்திலேயே ரம்யாவை அனஸ்தீஷியாவுக்கு உட்படுத்தி என்னோட கோடவுன்ல வெச்சுக்கறேன். ராத்திரி பதினோரு மணிக்கு ரம்யாவையும் அந்த பாடியையும் என்னோட ஜீப்பிலேயே கொண்டு வந்துடறேன்.”

“தட்ஸ் இட்..!” ஒரு விநாடி முகம் மலர்ந்த ருத்ரா மறுவிநாடியே முகம் வாடினார். “ரம்யா வீட்ல இன்னிக்கு விசேஷம். மாப்பிள்ளை வீட்டுக்காரங்க சாயந்தரம் நாலு மணிக்கு வர்றாங்களாம். நேத்தைக்கே ரம்யா பர்மிஷன் கேட்டா. நானும் குடுத்துட்டேன்.”

நாராயணன் உதட்டைக் கடித்தான்.

“இந்த மாதிரி பாடி உங்களுக்கு என்னிக்குமே கிடைக்காது ஸார். ரம்யாவும் இப்போதைக்கு வசமா சிக்கியிருக்கா. கஷ்டத்தைப் பார்க்காமே முடியுங்க ஸார்.”

புரஃபஸர் தன் மணிக்கட்டை உயர்த்தி வாட்ச்சைப் பார்த்தார்.

மணி ஒன்பதரை.

வந்திருந்தால் ரம்யா இந்த நேரத்திற்கெல்லாம் லேப்புக்கு வந்திருப்பாள். நேற்றைக்கு அவள் கேட்டதும் லீவ் கொடுத்தது இமாலயத் தவறு. புரஃபஸர் தன்னையே திட்டிக் கொண்டார்.

“போன் செஞ்சு கூப்பிட்டுப் பாருங்களேன் ஸார்...” நாராயணன் சொன்னான்.

“அதுவும் சரிதான்! போன் செய்து கூப்பிட்டுப் பார்ப்போம்.”

டெலிபோன் டைரக்டரியின் முதல் பக்கத்தில் வெள்ளைக் காகிதத்தில் சிவப்பு மையில் 'ரம்யா, பக்கத்து வீடு ஆடிட்டர் போன் நெம்பர்' கிறுக்கெழுத்துக்களில் கிடைத்தது.

எண்களைச் சுழற்றிவிட்டு ரிஸீவரைக் காதில் வைத்தார் புரஃபஸர்,

மறுமுனையில் ஆடிட்டர் வைத்தியநாத கிருஷ்ணன் எடுத்தார் ரிஸீவரை.

"நான் புரஃபஸர் ருத்ரா பேசறேன். கொஞ்சம் உங்க பக்கத்து வீடு ரம்யாவைக் கூப்பிடறீங்களா?" புரஃபஸரின் குரலில் குழைவு கொட்டியது.

"அடடே...! புரஃபஸர் ஸாரா? வணக்கம் ஸார். உங்க மாதிரி ஸைன்டிஸ்ட் எங்க மாதிரி மனுஷாளோட பேசறதே பெரும் பாக்கியம். அப்படியே லைன்லேயே இருங்க ஸார். ரம்யாவை கூட்டிகிட்டு வர்றேன்."

ரிஸீவர் 'கொர்' என்று சப்திக்க, காத்திருந்தார்.

இரண்டே நிமிஷங்களில் ரம்யா கிடைத்தாள். "குட் மார்னிங் ஸார்! நான் ரம்யா பேசறேன்."

"வெரி வெரி குட் மார்னிங் ரம்யா... உன்னால எனக்கொரு காரியம் ஆகணுமே. செய்வியா ரம்யா?"

"சொல்லுங்க ஸார். செய்யக் காத்திட்டிருக்கேன்."

"நீ இப்ப உடனடியா லேபுக்கு வரணும். முடியுமா ரம்யா?"

மறுமுனையில் ரம்யா கொஞ்சம் தயங்கினாள். "இப்பவே வரணுமா ஸார்?"

"ஆமா."

"இன்னிக்கு மாப்பிள்ளை வீட்டுக்காரங்க வரப்போறதா அப்பா சொல்லியிருக்கார் ஸார். அதான் நேத்தே உங்ககிட்ட லீவு கேட்டேன். நீங்களும் குடுத்தீங்க."

“வாஸ்தவந்தான் ரம்யா. இப்பத்தான் எனக்குத் திடீர்னு செய்யவேண்டிய ஒரு முக்கியமான எக்ஸ்பரிமென்ட் ஞாபகத்துக்கு வந்தது. வில் யூ ஹெல்ப் மீ ப்ளீஸ்?”

“ஒன் நிமிஷம் லைன்லேயே இருங்க ஸார். அப்பாவைக் கேட்டுட்டு சொல்றேன்.”

மறுபடியும் காத்திருந்தார். ஒரு நிமிஷத்திற்குப் பிறகு நாகப்பனே பேசினார்.

“பொண்ணோட கல்யாண விஷயம் புரஃபஸர் ஸார்! அவங்க வர்ற நேரத்துல பொண்ணு வீட்ல இல்லேன்னா அவங்க என்ன நினைச்சுப்பாங்க?”

“பொண்ணைத்தான் அவங்க ஏற்கனவே பார்த்தாச்சே? இனிமே என்ன பாக்கணும்? முக்கியமான வேலை. அவளாலதான் அது முடியும். அதனால சிரமம் பார்க்காம ரம்யாவை லேபுக்கு அனுப்பி வையுங்க, நாகப்பன்!” புரஃபஸர் இதமான குரலில் சொன்னார்.

நாகப்பன் அந்த இதத்தில் கரைந்தார். “வேணுமின்னா இப்படிச் செய்யலாம் புரஃபஸர் ஸார். மாப்பிள்ளை வீட்டுக்காரங்க நாலு மணிக்கு வர்றதா சொல்லியிருக்காங்க. அதுக்கு முன்னாடிகூட வந்துடலாம் அவங்க வந்துட்டுப் போன பின்னாடி ரம்யாவை அனுப்பிச்சு வைக்கறேன்.”

“சரி நாகப்பன். ரொம்ப தேங்க்ஸ்...” புரஃபஸர் ரிஸீவரை சாத்திவிட்டு நாராயணனை இறுகிய முகத்தோடு ஏறிட்டார். “மாப்பிள்ளை வீட்டுக்காரங்க வந்துட்டுப் போன பின்னாடிதான் ரம்யாவை அனுப்புவாங்களாம் நாராயணன்! நீ ஒண்ணு செய்... ரம்யா நாலு மணிக்கு மேல வீட்டைவிட்டு வெளியே வந்ததும் உன்னோட ஜீப்புல அவளைத் தொடர்ந்து போய் லிப்ட் குடுக்கிறதா சொல்லி ஏத்திக்க. நேரா உன்னோட கோடவுனுக்குப் போயிடு. ரம்யாவுக்கு அங்கேயே அனஸ்தீஷியா குடுத்து மயக்கத்தில இருக்க வை. ரம்யாவைத் தேடிட்டு வர்ற நாகப்பனுக்கு ரம்யா லேபுக்கே வரலைங்கிற

விஷயத்தைச் சொல்லித் துரத்திடறேன். நீ சரியா பதினோரு மணிக்கு ரம்யாவையும் பாடியையும் கொண்டு வந்திடு.”

“சரி ஸார்.”

நகர முற்பட்ட நாராயணனை ஒரு தொண்டைச் செருமல் மூலம் நிறுத்தினார் புரஃபஸர். “அந்தச் சிவாவோட கதையை என்னிக்கு முடிக்கப் போறே?”

“அதுவும் இன்னிக்கே ஸார்.”

“தட்ஸ் குட்! ஜாக்கிரதை! யார் கண்ணிலேயும் படாமே காதும் காதும் வெச்ச மாதிரி காரியத்தை முடிக்கணும்...” புரஃபஸர் சொல்லி முடித்த அதே நேரம்,

டெலிபோன் கதறியது.

ரிஸீவரை எடுத்துக் காதுக்குக் கொடுத்தார். மறுமுனையில் ருக்மாங்கதன் பேசினார். “உன்னோட உயிலை ரெடி பண்ணிட்டேன். நீ கையெழுத்துப் போடணும். நான் எப்ப வரட்டும்?”

புரஃபஸருக்கு எரிச்சலாய் வந்தது.

“எப்ப வேணுமின்னாலும் வா...” சொல்லிவிட்டு ரிஸீவரை ஓங்கிச் சாத்தினார்.

# 20

நாகப்பன் சிரிக்கச் சிரிக்க மாப்பிள்ளை வீட்டுக்காரர்களை வழியனுப்பி வைத்துவிட்டு அதே சிரிப்போடு வீட்டுக்குள் நுழைந்தார். சிவா தரையில் போடப்பட்டிருந்த பாயில் மண்டியிட்டு அமர்ந்தபடி ரம்யாவோடு பேசிக் கொண்டிருந்தான்.

“மாப்பிள்ளை வரலேன்னு ரம்யாவுக்குக் கொஞ்சம் கோபம்...” சிவா சொல்ல நாகப்பனின் சிரிப்பு இன்னமும் அதிகமாகியது.

ரம்யா வெட்கப்பட்டுக் கொண்டு உள்ளே ஓடினாள்.

“எப்படி சிவா நம்ம சம்பந்தம்? மாப்பிள்ளை வீட்டுக்காரங்களைப் பத்தி உனக்கென்ன அபிப்பிராயம்? மனசிலே பட்டதைச் சொல்லு...” நாகப்பன் உரிமையோடு கேட்டுக்கொண்டே சிவாவுக்குப் பக்கமாய் உட்கார்ந்தார்.

“ம்... நல்ல மாதிரியாத்தான் எம் மனசுக்கு படுது...” சிவா சொல்லிக் கொண்டே எழுந்தான். ரம்யா உள்ளேயிருந்து வெளிப்பட்டாள். நாகப்பனிடம் சொன்னாள்.

“அப்பா, புரஃபஸர் லேபுக்கு வரச் சொன்னாரே போயிட்டு வந்துடட்டுமா?”

“அட...! ஆமா..! மறந்தே போயிட்டேன். போம்மா. போயிட்டு வந்திடு. ஆறு மணிக்குள்ளாற வந்திடு. நேரமானா போன் பண்ணு.”

“சரிப்பா..!” ரம்யா தன் சிறிய டம்பப் பையோடு புறப்படத் தயாரானாள். வாசலை விட்டு இறங்கித் தெருவில் நடந்து பஸ் ஸ்டாப்பை நோக்கி வேகமாய்ப் போனாள். பஸ் ஸ்டாப்பை நெருங்கி... பஸ்ஸுக்காக எதிர்பார்த்து சில விநாடிகள் செலவழித்த அதே நேரம்...

“ஹலோ மிஸ் ரம்யா...” அவளுக்குப் பின்புறமாய்க் குரல் எழுந்தது.

திரும்பினாள். ஜீப் நின்றிருக்க அதன் டிரைவர் சீட்டில் நாராயணன் சிரித்தபடி உட்கார்ந்திருந்தான்.

“நாராயணன் ஸார்! நீங்களா? எங்கே இந்தப் பக்கம்?”

“சும்மாத்தான். ஒரு ஃப்ரெண்டைப் பார்க்க வந்தேன். ஆமா நீங்க எங்கே? லேபுக்குக் கூட இன்னிக்கு வரலை போலிருக்கே?”

ரம்யா முகம் சிவந்தாள். “வீட்ல கொஞ்சம் விசேஷம். புரஃபஸர் கிட்டே நேத்தே சொன்னேன். லீவ் கொடுத்தார். இன்னிக்கு திடீர்ன்னு போன் பண்ணி சாயந்தரமாய் லேபுக்கு வரச் சொன்னார். அதான் போயிட்டிருக்கேன்.”

“லேபுக்கா போறீங்க? நானும் அங்கதான் போயிட்டிருக்கேன். உங்களுக்கு ஆட்சேபணை இல்லேன்னா ஜீப்பிலேயே வரலாமே...” நாராயணன் சிரிப்பு மாறாமல் கேட்டான்.

ரம்யா தயங்கினாள்.

“வாங்க ரம்யா..! இதிலென்ன தயக்கம்?” நாராயணன் ஊக்கினான்.

ரம்யா சுற்றுமுற்றும் பார்த்தாள்,

தெரிந்தவர்கள் முகம் ஒன்றுகூட இல்லை. பஸ் ஸ்டாப்பில் நின்றிருந்த இரண்டொரு நபர்களும் தத்தம் பஸ்களை எதிர்பார்த்து முகங்களைத் திருப்பிக் கொண்டு நின்றனர்.

"தேங்க்யூ..." ரம்யா சொல்லிக்கொண்டே ஜீப்பின் பின்புறமாய் ஏறி உட்கார்ந்தாள். நாராயணன் ஜீப்பை நகர்த்தினான்.

தெருமுனையைத் தாண்டி மெயின் ரோட்டைத் தொடும் வரை பேசாமல் இருந்த நாராயணன் பிறகு பேச ஆரம்பித்தான்.

"அப்படியென்ன அவசரமான வேலை லேப்ல?"

"போனாத்தான் தெரியும்."

"புரஃபஸர் நினைச்சு நினைச்சு ஏதாச்சும் ஒண்ணைச் செஞ்சுட்டேயிருப்பார். நூத்துக்கணக்கா முயலும் வெள்ளெலிகளும் கூண்டோட கைலாசம் போகுது. ஆன பிரயோஜனமில்லே..."

"எப்பவாவது ஒரு நாளைக்கு அவரோட சோதனை சக்சஸ்ஃபுல்லா அமையும்..."

நாராயணன் சிரித்தான். "புரஃபஸரை விட்டுக் கொடுக்காமே பேசறீங்களே..."

ரம்யாவும் சிரித்தாள். சிரித்தபடியே கண்ணாடி ஜன்னல் வழியாக வெளியே பார்த்தவளுக்குத் தூக்கிவாரிப் போட்டது.

சயானுக்குப் போகக்கூடிய வழி இதுவல்லவே!

"என்ன நாராயணன் வழிமாறிப் போறீங்க?" ரம்யா கொஞ்சம் பதற்றமாய்க் கேட்டாள்.

நாராயணன் உதடுகள் பிரியாமல் சிரித்தான்.

"பயந்துட்டீங்களா ரம்யா! நாம லேபுக்குத்தான் போகப் போறோம். நடுவுல என்னோட கோடவுனுக்குப் போய்ப் புரஃபஸருக்கு வேண்டிய விஷயங்கள் கொஞ்சம் இருக்கு. அதையும் எடுத்துட்டு போயிடலாம்."

ரம்யாவுக்கு முகம் சற்றுத் தெளிந்தது.

ஜீப் இப்போது பாந்த்ரா போகும் சாலையைத் தொட்டுவிட்டு சீற ஆரம்பித்தது. ஸ்பீடாமீட்டரில் 70-க்கும் 80-க்கும் இடையில் சிவப்பு முள் தள்ளாடியது.

“கோடவுன் ரொம்ப தூரமா நாராயணன்?”

“இன்னும் அஞ்சு கிலோமீட்டர் போகணும்.”

ரம்யாவுக்கு முதன்முறையாகப் பயம் பிடித்தது. பேசாமல் பஸ்ஸிலேயே போயிருக்கலாம். கலக்கத்தை வெளிக்காட்டிக்கொள்ளாமல் சகஜமாய்ப் பேசிக்கொண்டு வந்தாள்.

ஏறக்குறைய ஐந்து நிமிடம்...

ஜீப் கிறீச்சிட்டு நின்றது.

நாராயணன் கீழே இறங்கினான். ஜீப்பைச் சுற்றி பின்பக்கமாய் வந்து ரம்யாவிடம் சொன்னான். “இறங்குங்க ரம்யா...”

“நான் ஜீப்பிலேயே இருக்கேன்...”

நாராயணன் சிரித்தான். “நீங்க இப்ப இறங்கறதுதான் ரொம்ப முக்கியம்...”

“என்ன உளர்றீங்க...?”

“நான் ஒண்ணும் உளறல்ல... ஒழுங்காத்தான் சொல்றேன். ம்... இறங்குங்க!”

“மிஸ்பிஹேவ் பண்ண நினைச்சா புரஃபஸர்கிட்டே சொல்லிடுவேன்!”

நாராயணன் இன்னமும் அதிகமாய் சிரித்தான். “புரஃபஸர்கிட்ட சொல்லிடுவீங்களா...? எங்கே சொல்லுங்க பார்ப்போம்... இப்ப உங்க கையை புடிச்சுக் கீழே இறக்கி விடறேன்.” சொல்லிக்கொண்டே ரம்யாவின் கையை கப்பென்று பிடித்தான் நாராயணன். “ம்... இறங்கு!” மரியாதையை மைனஸ் பண்ணினான்.

கையை உருவிக்கொள்ள முயன்று போராடி... தோற்றுப்போய்க் கீழே இறங்கினாள் ரம்யா. “யூ... ராஸ்கல்..!” பல்லிடுக்கில் உறுமினாள்.

"பேசாமே...! கோடவுனுக்குள்ளாற போயிடு... இல்லாட்டி... இப்ப கையைப் புடிச்சு இறக்கிவிட்ட மாதிரி... அப்பிடியே உன்னைத் தூக்கிட்டுப் போயிடுவேன்."

ரம்யா அப்போதுதான் சுற்றுப்புறத்தைக் கவனித்தாள். பாந்த்ரா தாண்டி வந்துவிட்ட பொட்டல் வெளி பிரதேசம். வெகுதூரத்தில் கட்டிடங்கள் தெரிந்தன. ஆட்கள் மூலைக்கொருவராய் இலக்கின்றி நடந்து போனார்கள். பால் வற்றிப்போன பசுக் கூட்டம் காய்ந்த புல்லைச் சுவாரசியமின்றி மேய்ந்து கொண்டிருந்தது.

"நான் எதுக்காகக் கோடவுனுக்கு வரணும்...?" உஷ்ணமாய்க் கேட்டாள் ரம்யா.

"வந்தாதானே தெரியும்..."

வேறுவழியில்லாமல் ரம்யா கோடவுனை நோக்கி நடந்தாள். கருங்கல் கட்டிடத்தின் மேல் ஆஸ்பெஸ்டாஸ் கூரை சுகமாய்க் கவிழ்ந்திருந்தது. கதவுக்கு முன்புறம் மரப் பெட்டிகள், அட்டைப் பெட்டிகள் அம்பாரமாய்க் குவிந்திருக்க சுற்றிலும் முள்வேலி கிண்ணென்று நின்றிருந்தது.

"ம்... உள்ளார போ..!" நாராயணன் உறுமினான்.

ரம்யாவின் இதயம் தாறுமாறாய்த் துடிக்க ஆரம்பித்தது. பயத்தில் அவளுடைய சிறிய நெற்றியில் வியர்வை அரும்புகள் அணிவகுத்தன. கால்கள் ஒன்றோடு ஒன்று பின்னிக்கொள்ள உள்ளே நுழைந்தாள். குப்பென்ற வீச்சம் ரம்யாவின் நுரையீரல்களை அதிர வைத்தது. இரும்பு வலை பின்னிய மரக் கூண்டுகள்... அவற்றுள் அசையும் முயல்கள்... எலிகள்... குரங்குக் குட்டிகள்... சாக்குப் பைகளில் விதவிதமாய் உப்புகள்... ராட்சச ஜாடிகளில் அசையாமல் நிற்கும் அமிலங்கள்... ரப்பர் குழாய்கள்... செப்புத் தகடுகள்...

"அப்படி உட்கார்..." முதுகில்லாத ஒரு நாற்காலியைச் சுட்டிக் காட்டினான். திகில் முகத்தில் திட்டுத் திட்டாய் உறைய, நாராயணன் சொல்லியபடி உட்கார்ந்தாள் ரம்யா.

"இப்ப உனக்கொண்ணு தரப்போறேன் ரம்யா... அது என்னவாயிருக்கும்ன்னு உன்னால கெஸ் பண்ணமுடியுதான்னு பாரு..."

கண்களில் மிரட்சி நெளிய நாராயணனை ஏறிட்டாள்.

"ஒண்ணும் பயப்படாதே ரம்யா...! புரஃபஸர் உனக்கு என்ன தரச் சொன்னரோ அதைத்தான் தர்றேன்... சண்டித்தனம் பண்ணாமே நான் தர்றதை நீ... வாங்கிக்கணும்!"

"எ... ன்... ன...?" ரம்யாவின் உதடுகள் நடுங்கியது.

நாராயணன் சொன்னான். "அனஸ்தீஷியா..."

ரம்யா அதிர்ந்துபோய் எழுந்தாள். "அனஸ்தீஷியாவா...? எனக்கா...?"

"ஆமா... உனக்கேதான்..."

"எதுக்கு...?"

"உன்னைச் சோதனையில உட்படுத்தறதுக்கு..."

"சோதனையா...?"

"எஸ்... புரஃபஸர் பண்ணப் போறார்... ராத்திரி பதினோரு மணிக்கு ஒரு பிணம் இங்க வரும்... மயங்கிக் கிடக்கிற உன்னையும்... அதையும் லேப்புக்குக் கொண்டுபோய் புரஃபஸர்கிட்ட கொடுப்பேன். துடிச்சிட்டிருக்கிற உன் இதயத்தோட துடிப்பைக் கொஞ்சநேரம் அந்தப் பிணத்துக்குக் கடன் கொடுத்துப் பார்ப்பார் புரஃபஸர்... அப்படி குடுத்தும் பிணத்தோட இதயம் வேலை செய்யலேன்னா... மறுபடியும் உனக்கே அந்தத் துடிப்பைக் குடுப்பார். உன்னோட இதயம் அந்தத் துடிப்பை ஏத்துக்கிட்டா... மறுபடியும் நீ கண்ணை முழிச்சுப் பார்க்கலாம்... இல்லேன்னா... புரஃபஸரோட வீட்டுத் தோட்டத்துக்குப் பின்னாடி ஆறடிக் குழியில நிரந்தரமா தூங்க வேண்டியதுதான்."

ரம்யாவின் எலும்புக் குருத்துக்களில் ஜிவ்வென்று பயம் ஏறியது.

"நோ... நோ...! நான் இதுக்கு ஒத்துக்க மாட்டேன்! எனக்கு இந்த வேலையே வேண்டாம்... நான் போறேன். என்னை விட்டுடுங்க..."

திமிறிக்கொண்டு ஓட முற்பட்டாள்.

சரேலென அவளுக்குக் குறுக்காகப் பாய்ந்து கைகளை அகல விரித்துக் கொண்டு நின்றான் நாராயணன். சிலிர்ப்பைத் தரக்கூடிய சிரிப்பை உதிர்த்துக் கொண்டே சொன்னான். "இதோ பார் ரம்யா... சொன்னாக் கேக்கணும்... அடம்பிடிச்சு அழுது ஆர்ப்பாட்டம் பண்ணினியானா... இந்த நாராயணன் ரொம்பவும் மோசமா நடந்துக்குவான்... எங்கே... அப்படிப் போய் உட்காரு! நான் அனஸ்தீஷியா தர்ற வரைக்கும் அப்படியே உட்கார்ந்திருக்கணும்..."

"மாட்டேன்... செத்தாலும் மாட்டேன்." நாராயணனை முரட்டுத்தனமாய்த் தள்ளிக்கொண்டு ரம்யா ஓட... நாராயணன் பாய்ந்து சென்று அவள் புஜத்தைப் பற்ற...

*"நாராயணன்! அவளை விடு..!"*

வாசல் புறத்திலிருந்து அந்தக் குரல் கேட்டது.

நாராயணன் திடுக்கிட்டுத் திரும்பினான்.

சிவா...

வித்யா...

நாகப்பன்...

கதவை அடைத்தபடி மூவரும் சரியாய் நின்றிருந்தார்கள்.

"அப்பா... ஆ..!" தொண்டை தெறிக்கும்படியாய் அலறிக்கொண்டே நாகப்பனை நோக்கி ரம்யா ஓடினாள். நாகப்பன் அவளை ஆதரவாய் அணைத்துக் கொள்ள...

சிவா, நாராயணனை நோக்கி மெல்ல நடை போட்டான்.

நாராயணன் பின் வாங்கினான். முகம் வெளிறிப் போய்... பொறியில் மாட்டிக்கொண்ட அவஸ்தையோடு நெளிந்தான்.

கையை வீசினால் முகத்தில் செம்மையாய் அடிபடும் அளவிற்கு நெருங்கி நின்றான் சிவா. நாராயணனின் தோளில் கையைப் போட்டான். கேட்டான், கேலியான குரலில்.

"என்னை வேவு பார்க்க ரெண்டு நாளா நீ ஏன் வரலை?"

"………"

"நீ வராமப் போனாலும் நான் உன்னை வேவு பார்க்க வந்துட்டேன், பார்த்தியா?"

"………"

"முந்தா நாள் நீ இங்க இல்லாதப்ப வந்திருந்தேன்..."

"………"

"என்ன நாராயணா, ஒண்ணுமே பேசமாட்டேங்கிறே...? சரி... நான் இப்ப உனக்கொண்ணு தரப்போறேன். அது என்னன்னு உன்னால கெஸ் பண்ண முடியுதா பாரு...!"

"………"

"கெஸ் பண்ண முடியல்லையா...? உன்னால முடியாது... அந்தச் சிரமமும் உனக்கு வேண்டாம். தர்றதை நானே கொடுத்துடறேன்..." பேசிக்கொண்டே போன சிவா சரேலென கையை வீசி நாராயணனின் அடிவயிற்றில் ஒரு ஆழமான குத்தை விட்டான். நாராயணன் அலற வாயைத் திறக்கக்கூட அவகாசம் தராமல் அவன் மூக்குத் தண்டின் நடுப்பாகத்தை இடது கையில் அதே வினாடி செம்மையாய் தாக்கினான். நாராயணனின் மூக்கு, திருகு மூடி இல்லாத கார்ப்பரேஷன் பைப் குழாயாய் ரத்தத்தைத் தரைக்கு வார்க்க ஆரம்பித்தது.

"நாகப்பன்! நீங்க வாங்க...! நான் தர வேண்டியதை நாராயணனுக்கு நல்லாவே தந்துட்டேன்... இனி உங்க முறை... நாராயணனுக்குக் கொஞ்சம் தாராளமாவே கொடுங்க..."

சிவா ஒதுங்கிக்கொள்ள... நாகப்பன், நாராயணனை நெருங்கினார்.

"பொணப் பசங்களா...! சோதனையா நடத்தறீங்க...? புரஃபஸரோட மக... இந்தப் புண்ணியவதி மட்டும் காத்தால நீங்க பேசினதை கேட்காமேயிருந்திருந்தா... என்னோட மகளை அநியாயமா பலி வாங்கியிருப்பீங்களேடா! எம் மகளுக்கு என்ன தர்றதா சொன்னே, அனஸ்... தீஷியாவா...? நான் தர்றேண்டா உனக்கு அனஸ்தீஷியாவும்... கினஸ்தீஷியாவும்..."

நாகப்பனின் கால் மின்னல் வேகத்தில் சீறி, நாராயணின் நெஞ்சை இடியாய்த் தாக்கி அவனை வீழ்த்த... இன்னொரு கால் அவன் கழுத்தில் பதிந்தது.

நாராயணனின் அலறல் கர்ண கடூரமாய் எழுந்தது.

வித்யா சொன்னாள் "ப்ளீஸ்... அடிச்சது போதும்... அவனை விடுங்க... புரஃபஸர் வீசற காசுக்கு ஆசைப்பட்டு, ஆடற இவனை தண்டிக்கிறதிலே ஒரு பிரயோஜனமும் இல்ல... ஆனா இவன்கிட்டயிருந்து சில முக்கியமான தகவல்களை தெரிஞ்சுக்கலாம்... குறிப்பா மாயாவைப் பத்தி!"

சிவா நாராயணனை நெருங்கி அவன் சட்டைக் காலரைப் பற்றித் தூக்கி நிறுத்தினான். மெல்லிய குரலில் கேட்டான். "மாயா எங்கே...?"

"எனக்குத் தெரியாது..."

"பளீர்..." சிவாவின் புறங்கை நாராயணனின் கன்னப் பகுதியில் சவுக்காய் சுழன்றது. அதே மெல்லிய குரலில் கேட்டான். "மாயா எங்கே...?"

"தெரியா..." நாராயணன் பேச்சை முடிப்பதற்குள் நாகப்பன் அவனுடைய இடுப்பெலும்பின் பலத்தைச் சோதித்தார்.

"மாயா எங்கே...?"

நாராயணன் யோசிப்பது போல் நின்று "சொல்லிடறேன்!" என்றான்.

“ம்... சொல்றா..!!”

அவன் சொல்ல ஆரம்பித்தான். முழுவதையும் சொல்லி முடித்தான்.

# 21

வக்கீல் ருக்மாங்கதன் தன் காரைப் புரஃபஸர் வீட்டுத் தெருக்கோடியிலேயே நிறுத்திவிட்டு இறங்கி நடக்க ஆரம்பித்தார். கையில் சின்னஞ்சிறு தோல் பை. வழக்கமாய்க் காணப்படும் கேஸ் கட்டுகள் அன்றைக்கு சூன்யமாயிருந்தன.

மெல்ல இருட்ட ஆரம்பித்திருந்த அந்த சாயங்கால வேளையில் புரஃபஸர் ருத்ராவின் பங்களா காம்பவுண்ட் கேட்டைத் திறந்துகொண்டு உள்ளே நுழைந்தார் ருக்மாங்கதன். போர்ட்டிகோவில் படுத்துக் கொண்டிருந்த டார்ஜான் காதுகளை விறைத்துக் கொண்டு ருக்மாங்கதனை ஒரு வினாடி பார்த்துவிட்டு மறு வினாடி தளர்வுடன் படுத்துக்கொண்டது.

ருக்மாங்கதன் விறுவிறுவென்று போர்ட்டிகோவைக் கடந்து, கதவைத் திறந்துகொண்டு வீட்டிற்குள் நுழைந்தார். வரவேற்பறை ஆளில்லாமல் வெறிச்சோடிக் கிடந்தது. மாடியை அண்ணாந்து பார்த்தபடியே மாடிப்படிகளில் ஏறத் துவங்கினார்.

மேல் மாடிப்படியில் காலை வைக்கும் பொழுதே புரஃபஸர் ருத்ரா லேபுக்குள் உட்கார்ந்திருப்பது ருக்மாங்கதனுக்கு தெரிந்தது.

லேபின் கண்ணாடிக் கதவைத் திறந்துகொண்டு உள்ளே நுழைந்தார். ஆளரவம் கேட்டுத் திரும்பினார் புரஃபஸர் ருத்ரா.

"குட் ஈவினிங் புரஃபஸர் ஸார்!" ருக்மாங்கதன் சிரித்தார். புரஃபஸருக்கு அந்த நேரத்தில் ருக்மாங்கதனின் வருகை

எரிச்சலையளித்தாலும் முகபாவத்தில் அதை மறைத்து ஒரு வேண்டாத புன்னகையோடு கேட்டார். "என்னடா... மரியாதையெல்லாம் பலமாயிருக்கு..."

"இதிலென்ன இருக்கு... ஸ்பெஷலா? நீ புரஃபஸர் தானே...? மரியாதை தந்தா தப்பில்லையே?"

"ம்... ம்... என்ன விஷயம்? கையில என்ன தோல் பை?"

'நாராயணன்கிட்டயிருந்து போன் எந்த நேரத்திலும் வரும்... இவன் இங்கே உட்கார்ந்திருந்தா, ஒண்ணுமே பேச முடியாது... ஆளை சீக்கிரம் வெளியே கடத்தணும்...' புரஃபஸரின் மனதில் எண்ண வரிகள் ஓடின.

ருக்மாங்கதன் தோல்பையைப் பிரித்து, கையை உள்ளே நுழைத்து இரண்டு காகித கற்றைகளை எடுத்து அவர் முன்னால் வைத்தார்.

"என்னடா இது...?"

"உன்னோட உயில் தயாரிச்சுட்டேன். இன்னிக்கு நல்லநாள்... கையெழுத்துப் போட்டுட்டியானா பரவாயில்லை..."

புரபசருக்கு நிஜமாகவே கோபம் வந்தது... "நல்லா நல்ல நேரம் பார்த்தேடா... உயிலைக் கொண்டாறதுக்கு...! இன்னிக்கு வேண்டாம். நான் கொஞ்சம் வெளியே போகணும்... நாளைக்குப் பாத்துக்கலாம்..."

"நாளைக்கு நான் ஊர்ல இருக்கமாட்டேன்..."

"அப்போ நாளன்னிக்கு பார்த்துக்கலாம்..."

"நோ...!" ருக்மாங்கதன் கொஞ்சம் முகம் மாறினார். "இன்னிக்கே நீ உயிலை படிச்சுக் கையெழுத்து போட்டாகணும்..."

புரஃபஸர் கோபமாய் சில வினாடிகள் ருக்மாங்கதனைப் பார்த்தார்.

"ஏண்டா இப்படிப் பிடிவாதம் பிடிக்கிறே...?"

"உயிலைப் படிக்கட்டுமா...?"

"எனக்கு வேலை இருக்குடா...!"

"உயிலைப் படிக்கட்டுமா...?"

புரஃபஸர் தளர்ந்துபோய் பின்னுக்கு சாய்ந்து உட்கார்ந்தார். "ம்... சீக்கிரமா... உயிலோட சாரத்தை மட்டும் படிச்சு தொலை!"

"தேங்க்யூ..." ருக்மாங்கதன் சொல்லிக்கொண்டே மேஜையின் மேலிருந்து இரண்டு காகிதக் கற்றைகளில் ஒன்றை எடுத்தார். கட்டியிருந்த நூலை எடுத்துவிட்டுக் காகிதத்தைப் பிரித்துப் படிக்க ஆரம்பித்தார்.

புரஃபஸர் நாராயணனின் போன்காலுக்காக மனதைத் தயார்ப்படுத்திக் கொண்டு வேண்டா வெறுப்பாய் கேட்டார். வினாடிகள் மளமளவென்று சரிந்து நிமிஷங்களை உருவாக்க ருக்மாங்கதன் மெல்லிய குரலில் படித்துக் கொண்டிருந்தார்.

"ஆக... திருச்சியில் இருக்கும் ஒன்றரை... லட்ச ரூபாய் மதிப்புள்ள தென்னந்தோப்பும்... காசி செட்டித் தெருவு ஏழாம் நெம்பர், ஆறு செண்ட் பரப்பில் கட்டடப்பட்டிருக்கிற வீடும்... பம்பாய் டாக்டர் டிசில்வா ரோட்டில் இருக்கும் பதினாறாம் நெம்பர் இலக்கமிட்ட பங்களாவும்..."

'ரம்யாவை இந்நேரம் நாராயணன் கோடவுனுக்குக் கொண்டு போயிருப்பான்... கொண்டு போனதுமே அனஸ்தீஷியா கொடுத்திருப்பான்... கொடுத்ததும் போன் செய்யச் சொன்னேனே... மறந்துவிட்டானா...' புரஃபஸரின் பார்வை ருக்மாங்கதனைக் கடந்து வெளியே பாய்ந்து வெறித்தது.

"......பரப்புள்ள தேயிலை எஸ்டேட்டும்... குருதேவ்ஜி நகர் பத்து ஏக்கரா பிளாட்டும்... என் முதல் மனைவி பிரபாவதியின் குடும்ப நகைகள் இருநூற்று ஐந்து பவுன் பழங்கால தங்க நகைகளும்..."

'ரம்யா ஒருவேளை ஜீப்பில் ஏற மறுத்திருப்பாளோ...? மறுத்திருந்தால் அதையாவது போன் செய்து சொல்லலாமே இந்த நாராயணன்.'

ருக்மாங்கதன் இன்னமும் புரஃபஸர் வீட்டு சொத்து வகையறாக்களை விலாவரியாக விவரித்துக் கொண்டேயிருக்க புரஃபஸர் உயில் வாசகங்களின் மேல் மனதை ஓட்ட விடாமல் எங்கோ சஞ்சரித்தார். பத்து நிமிஷங்களுக்குப் பின் உயிலின் கடைசி வாசகத்திற்கு வந்தார் ருக்மாங்கதன்.

"ஆக... மேற்குறிப்பிட்ட சொத்து மொத்தத்தையும் ஏறக்குறைய எழுபது லட்சம் மதிப்புள்ள சொத்து பூராவையும் என்னுடைய மரணத்திற்குப்பின் என் ஒரே மகளான வித்யாகுமாரிக்கு சேர்ப்பித்து அவளை அனுபவிக்கச் செய்ய வேண்டியது..."

ருக்மாங்கதன் காகிதக் கற்றைகளை ஒழுங்காக மடித்தபடி... "ம்... போட்றா கையெழுத்தை!" என்றார் கொஞ்சம் கனமான குரலில்.

புரஃபஸருக்கு இருந்த மனநிலையில் பரபரப்பாய் பேனாவை உருவிக் கொண்டு... "எங்கே போடணும்... சீக்கிரம்... சொல்லு!!" என்றார்.

ருக்மாங்கதன் கையைக் காட்டினார் இரண்டு இடங்களில்.

புரஃபஸர் மளமளவென்று கையெழுத்துகளைப் போட்டு முடித்தார். சொன்னார்.

"ம்... முடிஞ்சுதா... உன் வேலை...? இனி கிளம்பு..."

ருக்மாங்கதன் புரஃபஸருடைய பேச்சைக் காதிலேயே போட்டுக் கொள்ளாதவரைப் போல்... மற்றொரு காகிதக் கற்றையை எடுத்தார். "இதிலேயும் போடு..." என்றார்.

"இது என்ன?" புரஃபஸர் எரிச்சல் மேலிடக் கேட்டார்.

"உயிலோட காப்பி..."

"இன்னும்... எதிலே போடணும்...? எல்லாத்தையும் ஒரே தடவையில் எடு..."

"இதல மட்டும் போட்டாப் போதும்..."

மேஜையின் மேலிருந்த காகிதக் கற்றைகளில், இரண்டாவதாய்க் காட்டிய காகிதத்திலும் புரஃபஸர் கையெழுத்துக்களைப் போட்டார். கை நடுங்கியது.

‘இன்னொரு அஞ்சு நிமிஷத்தில எப்படியும் போன் வந்திடும்!’

“தேங்க்யூ வெரிமச்... புரஃபஸர் ஸார்!”

‘உன்னோட தேங்க்ஸை உடைப்பில போடு...’ என சொல்ல நினைத்தவர் டெலிபோன் அழைத்ததைக் கேட்டு ஓடினார்.

ரிஸீவரை வாரி எடுத்து “ஹலோ..!” என்றார்.

“கோன் ஹை? மாதவ்லால் ஜி...” மறுமுனை கேட்க புரஃபஸர் ருத்ராவுக்கு சப் என்று ஆனது. “ராங் நெம்பர்...”

திரும்பினார் புரஃபஸர்... ருக்மாங்கதன் இன்னமும் உட்கார்ந்திருப்பதைப் பார்த்ததும் “மத்ததை நாளைக்கு பேசிக்கலாம்... புறப்படு...!” என்றார்.

ருக்மாங்கதன் எழுந்திருக்கவில்லை. உட்கார்ந்தபடியே தலையைச் சாய்த்துப் பேசினார். “நான் பேச வேண்டியதைப் பூராவும் உன்கிட்ட பேசியாச்சு ருத்ரா...! என்னைக் காட்டிலும் ரொம்பவும் முக்கியமான ஒருத்தர் உன்கிட்ட பேச வந்திருக்கார்... அவரைப் பார்க்கறியா...?”

புரஃபஸர் நெற்றியைச் சுருக்கினார்.

ருக்மாங்கதன் மறுபடியும் தோல்பையின் ஜிப்பைப் பிரித்து அதை எடுத்தார்.

அது...?

ஒரு அமெரிக்கன் பிஸ்டல்.

# 22

இன்ஸ்பெக்டர் கோகுல்நாத் திகைத்தார்.

'என்னுடைய அப்பா, என் சித்தியைக் கொலை செய்திருக்கிறார். அவரை உடனடியாய் அரெஸ்ட் செய்யுங்கள்...' என்று வலிய வந்து திடமான குரலில் சொன்ன வித்யாவைப் பார்த்து அதிசயித்தார்.

சிவாவுக்கும் நாகப்பனுக்கும் இடையில் மூக்கும் உதடுகளும் வீங்கித் தலைகுனிந்து நின்றிருந்த நாராயணனைப் பார்த்தார். "இவன்..." என்றார்.

"புரஃபஸர் ருத்ராவோட ஆள்...! இந்தப் பொண்ணு ரம்யாவை... இவன் கடத்திக்கிட்டுப் போய்..." ஒரு ஐந்து நிமிஷங்களுக்கு மூச்சுவிடாமல் எல்லாவற்றையும் சொல்லி முடித்தான் சிவா.

இன்ஸ்பெக்டர் கோகுல்நாத்தின் கன்னப் பகுதி நரம்புகள் ஜிவ்வென்று சுண்டின. பதற்றமாய் எழுந்தார். "கான்ஸ்டபிள்... ஜீப்பை ரெடி பண்ணு!"

அங்கே...!

புரஃபஸர் ருத்ரா முகம் மாறினார்.

"என்னடா.... விளையாடறியா?"

"நான் ஏன் உன்னைச் சுடப் போறேன்னு கேக்கிறியா...? சொல்லிட்டே சுடறேன்... ருத்ரா...! உன்னோட சொத்துமதிப்பு உனக்கே தெரியாது... நான் உன்னோட எத்தனையோ

அயோக்கியத்தனங்களுக்கு உடந்தையாய் இருந்திருக்கேன். உதவி செஞ்சிருக்கேன். ஆனா எனக்கு ஒரு பைசா கொடுத்து இருக்கியா நீ? உன்னோட போதாத காலம்... மாயா போன பின்னாடி உயிலை மாத்தி எழுதச் சொன்னே... சொத்துப் பூராவையும் உன்னோட மக வித்யாவுக்கு சேரணும்ன்னு எழுதச் சொன்னே... நீ சொன்ன மாதிரியே ஒரு உயில் எழுதினேன். அதேமாதிரி, நான் நினைச்சமாதிரி ஒரு உயிலை எழுதினேன்... அது ரெண்டாவது உயில்... அந்த உயிலை எப்படி எழுதியிருக்கேன் தெரியுமா ருத்ரா...! எல்லா சொத்துக்கும் வித்யா உரிமையுள்ளவளா இருந்தாலும் அவளுக்கு கார்டியனா என்னோட நண்பர் வக்கீல் ருக்மாங்கதனை நியமித்து எனக்குப் பிறகு அவரே சொத்து விவரங்களைக் கவனித்து வரவேண்டியது...”

“யூ... பாஸ்டர்ட்!!!” புரஃபஸர் கண்கள் சிவக்கக் கத்தினார்.

ருக்மாங்கதன் சிரித்தார்.

“சுத்தமான அமெரிக்க பிஸ்டல் இது... சைலன்சர் இருக்கு... சத்தமில்லாமே வேலையை முடிச்சிட்டு, சத்தமில்லாமே நழுவிடுவேன். யாரும் என்னைச் சந்தேகப்பட மாட்டாங்க. ஏன்னா நான் உன்னோட டியர் ஃபிரெண்டுன்னு எல்லாருக்கும் தெரியும்...”

“டேய்!” புரஃபஸர் திமிறி எழுந்தார். மறுகணம் அவருடைய நெற்றிப் பொட்டில் சிலீரென்று பிஸ்டலை வைத்தார் ருக்மாங்கதன்.

ஜீப் சீறிக் கொண்டுக் கிளம்பியது.

வித்யா வழிகாட்ட.... ஜீப் சொன்னபடி சீறியது.

சிவா சிலையாய்ச் சமைந்து போய் உட்கார்ந்திருந்தான்.

அவனுடைய அனுமானங்கள் எல்லாமே சரியாய் இருந்திருக்கின்றன...

அவனுக்கு இல்லாத மாயா... இனி யாருக்குமே இல்லாதவளாய்...!

அவன் தன்னையும் அறியாமல் வித்யாவின் கைகளைப் பிடித்துக் கொண்டான். அவளும் அவன் கையை இறுக்கினாள். மாயா போய்ச் சூனியமாகிவிட்ட உலகில் இனி அவள்தான் அவனுக்கு ஒரே ஆறுதல்... அதை அவளும் உணர்ந்துவிட்டதை விரல்களின் இறுக்கம் தெரிவித்தது.

"ரைட்ல டர்ன் பண்ணி பத்தாவது பங்களா..." வித்யா போகும் வழியைச் சொல்லி முடித்தாள். ஜீப் வலது பக்கமாய் சர்ரென்று திரும்பி... பங்களாக்களை எண்ணிக்கொண்டே போய்...

புரஃபஸரின் பங்களா காம்பௌண்ட்டை உரசி 'தட்'டென்று நின்றது.

இன்ஸ்பெக்டர் கோகுல்நாத் ஜீப்பினின்றும் கீழே குதித்தார்.

வித்யா முன்னே நடந்தாள். இன்ஸ்பெக்டர் அவளைத் தொடர பின்னால் சிவா, ரம்யா, நாகப்பன் நடந்தனர். டார்ஜான் குரைக்க முயன்று வித்யாவின் அதட்டலில் ஒடுங்கியது.

மாடிப்படிகளில் தாவியேறியது அந்த ஊர்வலம்.

பிஸ்டலின் நாக்கைச் சுண்டினார் ருக்மாங்கதன்.

"விஸ்ஸ்ஸ்க்..."

புரஃபஸர் வலது நெற்றிப் பொட்டில் குண்டை வாங்கி, மெலிதாய் ரத்தம் வழிய ஸ்லோமோஷனில் ஓடும் திரைப்படப் பிம்பம் மாதிரி மௌனமாய் சரிந்தார்.

ருக்மாங்கதன் பரபரவெனச் செயல்பட்டார். கிளவுஸை உருவித் தோல்பையில் போடும்முன் பிஸ்டலை புரஃபஸரின் துவண்டுபோன வலது கரத்தில் வைத்தார். தோல் பையை எடுத்துக்கொண்டு போகத் திரும்பினார். திடுக்கிட்டார். மாடிப்படிகளில்...

முதலில், வித்யா தெரிந்தாள். அவள் கையைப் பிடித்துக்கொண்டு சிவா தெரிந்தான்.

பின்னால் இன்ஸ்பெக்டர் கோகுல்நாத் தெரிந்தார்.

●●●

# நந்தினி 440 வோல்ட்ஸ்

இந்தக் கதை 1985 ஆம் ஆண்டு
க்ரைம் மாத இதழில் நாவலாக வெளிவந்தது

# 1

ஒரு சின்ன குங்குமப் பொட்டாய் சூரியன் வழுக்குப் பாறை எஸ்டேட் பூராவும் கனமாய்ப் பரவியிருந்த பனிப்புகையைப் பார்த்து மலைத்துப் போயிருந்தது.

நேற்று சாயந்தரம் வரைக்கும் மலைச் சிகரங்களின் மேல் தூங்கிக் கொண்டிருந்த பஞ்சு மேகங்கள் கொத்துக் கொத்தாய் கீழே இறங்கிப் பள்ளத்தாக்கின் சரிவுகளில் மேய்ந்து கொண்டிருந்தன.

எஸ்டேட்டின் மையத்திலிருந்த பிரமாண்டமான டீ ஃபாக்டரியின் புகை போக்கியிலிருந்து தேயிலை வறுபடும் மணம் சுகமாய்க் காற்றில் பரவியிருந்தது.

தொலைதூரத்தில் மலைகளின் இடுப்புகளில் ஓட்டியிருந்த சின்னச் சின்னத் தேயிலைத் தோட்டங்களை நோக்கி...

தலையில் கவிழ்த்த கூடையோடு பெண்களின் வரிசையொன்று போய்க் கொண்டிருக்க...

பாரி தன்னுடைய அதிகாலை நேர வாக்கிங்கை முடித்துக்கொள்ள எண்ணித் திரும்பினான்.

வெள்ளைநிறப் பனியனிலும் வெள்ளை நிற ஷார்ட்ஸிலும் ஒரு ஹை-மேன் மாதிரித் தெரிந்த பாரிக்கு முப்பது வயது.

எப்படிச் சீவினாலும் நெற்றியின் பரப்பில் பிடிவாதமாய் வந்து விழுகிற அந்தக் கிராப்பின் முடிக்கற்றை ஒரு விசேஷ அம்சம்.

அவனுடைய கூர்மையான சிறிய கண்களுக்கு எதிராளியைச் சீவுகிற பார்வை உண்டு. மேல் உதட்டுப் பரப்பு பூராவையும் அடைத்துக் கொண்டு பதிவாகியிருந்த அந்தக் ‘கரு கரு’ மீசை, அவனுடைய மனைவி நந்தினிக்கு நிரம்பவே பிடிக்கும்.

ராத்திரி நேரங்களில் அவனுடைய மார்பின் மேல் கவிழ்ந்து கொண்டு வலது கையின் மோதிர விரலால் அந்த மீசையை நெருடிக் கொண்டிருப்பதில் அவளுக்கு ஒரு கிறக்கம்.

“ஹலோ...! குட் மார்னிங் பாரி...!”

தேயிலைத் தோட்டச் சரிவில் இறங்கிக் கொண்டிருந்த பாரி நிமிர்ந்தான்.

ப்ளூ ஸ்கை எஸ்டேட்டுக்குச் சொந்தக்காரனான வாசு, ரத்தநிற ஸ்வெட்டரிலும் க்ரே நிற பேண்டிலும் நின்றிருந்தான்.

“ஹலோ...! குட் மார்னிங் வாசு. கோயம்புத்தூர்ல இருந்து எப்போ வந்தே...?”

“நேத்து ராத்திரி...”

“புதுசா வாங்கின மில் எப்படி ஓடுது...?”

வாசு ‘ப்ச்...’ என்று சொன்னபோது வாயிலிருந்து பனிப்புகை பறந்தது.

“ஒண்ணும் சரியில்லை பாரி! ஆமா.. இன்னிக்கென்ன இந்நேரத்துக்கே வாக்கிங்கை முடிச்சுக்கிட்டே?”

“இன்னிக்கு மத்தியான ஃப்ளைட்ல பாம்பே போறேன்...”

“இஸிட்... பிசினஸ் ட்ரிப்பா..?”

“நோ... நோ... ஜாலி ட்ரிப்..! என்னோட ஓய்ஃப் நந்தினிக்கு ரொம்ப நாளாவே ட்ரிப் போகணும்னு ஆசை. இந்த ஆஃப் சீசன்ல பாம்பே நல்லாயிருக்கும். புனாவுக்குப் பக்கத்துல லோனாவாலான்னு ஒரு இடம். நம்ம ஊட்டி

மாதிரியான க்ளைமேட். அங்கே என்னோட பிசினஸ் ஃப்ரெண்ட் மாணிக்லாலுக்குச் சொந்தமான பங்களா ஒண்ணு இருக்கு. பாம்பேயிலிருந்து திரும்பறப்போ லோனாவாலால இறங்கி ஒரு வாரம் தங்கிட்டு வரலாம்னு திட்டம்."

"ம்... ம்... ஜமாய்...! கல்யாணமான இந்த ரெண்டு வருஷத்துல இப்பத்தான் மொத தடவையா பாம்பே ட்ரிப் போறீங்க போலிருக்கு?"

"ஆமா...!"

"கோயமுத்தூர் போய்... அங்கிருந்து ஃபிளைட்ல போறீங்களா..?"

"ஆமா...!"

"விஷ் யூ ஏ ஹேப்பி ஜர்னி..."

"தேங்க்யூ...!"

பாரியும் வாசுவும் புன்னகைகளோடு விலகி நடந்தார்கள்.

பாரி எதிரே தெரிந்த மலைச்சரிவில் வெள்ளை வெளேரென்று தெரிந்த தன்னுடைய எஸ்டேட் பங்களாவை நோக்கி இறங்கினான். சில நிமிட நடைக்குப் பின் பங்களாவை நெருங்கி வாட்ச்மேனின் ரெண்டாவது சல்யூட்டைத் தலையசைப்பால் வாங்கிக் கொண்டு உள்ளே போனான்.

லேசாய் ஆச்சரியப்பட்டான்.

வயலெட் - அவனுடைய பர்சனல் செக்ரட்டரி - அந்நேரத்துக்கே வந்து வரவேற்பறையில் காத்திருந்தாள். வெளிர் மஞ்சள் நிற கவுனில் அப்போது பறித்த ஒரு சூரியகாந்தி மாதிரி தெரிந்தாள்.

ஆங்கிலோ - இந்தியப் பெண்களுக்கே உரித்தான ஆப்பிள் நிறம். அந்த உயரம், அந்தச் செழுமை இவளிடமும் இருந்தன. தமிழைக் குதறிக் குதறிப் பேசாமல் முழுசாய்ப் பேசுபவள்.

"குட் மார்னிங் ஸார்."

"குட் மார்னிங் வயலெட்! என்ன இந்நேரத்துக்கே வந்துட்டிங்க..." வயலெட் காலையில் தேய்த்த ஒழுங்கான பல்வரிசையைக் காட்டிச் சிரித்தாள்.

"இன்னிக்கு நீங்க நிறைய ஃபைல்ஸ்ல கையெழுத்தைப் போட வேண்டியிருக்கு ஸார். நீங்க பாம்பே புறப்பட்டுப் போயிட்டீங்கன்னா எல்லாமே பெண்டிங் விழுந்துடும்... ஸோ, இன்னிக்கு நான் என்னோட ஒரு மணி நேரத் தூக்கத்தைத் தியாகம் பண்ணிக் குளிச்சு முடிச்சுப் புறப்பட்டு வந்துட்டேன். நீங்க எத்தனை மணிக்குக் கோயமுத்தூர் புறப்படறீங்க ஸார்...?"

"பை நைன்..."

"எனஃப்... அதுக்குள்ளே நீங்க எல்லா ஃபைல்ஸ்யும் பார்த்துக் கையெழுத்துப் போட்டுடலாம்."

"ஃபைல்ஸை எடுத்து வையுங்க, வயலெட். நான் குளிச்சுட்டு வந்துடறேன்." சிரித்துக்கொண்டே உள்ளே போனான் பாரி.

தன்னுடைய அறைக்குள் நுழைந்தான்.

நந்தினி இன்னமும் உல்லன் போர்வைக்குள் சுருண்டிருந்தாள். அறையின் மூலையிலிருந்த ஹீட்டர் கம்பிகள் தக்காளி ஜாம் நிறத்தில் ஜொலித்து, அறைக்குள் இருந்த காற்றை உஷ்ணமாய் வைத்திருந்தது.

"மை ஸ்வீட் நந்து..." கிசுகிசுப்பான குரலில் சொல்லிக் கொண்டே அந்த உல்லன் போர்வையின் மேல் இதமான கனத்தோடு படர்ந்தான்.

"ம்..."

முனகினாள் நந்தினி.

"என்னோட நந்துவுக்கு இன்னும் தூக்கம் கலையலையா?"

"ம்..."

"என்ன ம்...?"

"என்னை நீங்க தூங்க விட்டப்போ மணி எவ்வளவு தெரியுங்களா... ரெண்டு!" போர்வைக்குள்ளிருந்து நந்தினியின் குரல் சிணுங்கலாய் வெளிப்பட்டது.

"நாம இன்னிக்கு பாம்பே போகப் போறோம். மறந்துட்டியா? எந்திரிச்சு சீக்கிரமா எல்லாத்தையும் பேக் பண்ணு!"

"நேத்து ராத்திரியே பேக் பண்ணியாச்சு..." பதில் இன்னமும் போர்வைக்குள்ளிருந்தே வந்தது. பாரி போர்வையை உருவினான்.

நந்தினி தூக்கம் பாக்கி வைத்திருந்த கண்களைச் சிரமப்பட்டு மலர்த்திக் கொண்டு சிரித்தாள்.

"குட் மார்னிங் என் அருமைக் கணவரே!"

"ம்... எந்திரி" ஒரு புஷ்ப மூட்டையைத் தூக்குகிற மாதிரி அவளைத் தூக்கி உட்கார வைத்தான்.

அப்படி உட்கார்ந்த நந்தினி வெள்ளைப் பூக்கள் ஓடிய நீல நிற நைட்கவுனில் இருந்தாள். பெண்களுக்கு இருக்க வேண்டிய உயரம். ஒரு அழகான பெண்ணுக்கு இருக்க வேண்டிய நிறம். மிக அழகான பெண்ணுக்கு இருக்க வேண்டிய கண்கள். மிக மிக அழகான பெண்களுக்கு இருக்க வேண்டிய அத்தனை அம்சங்களும் அவளிடம் இருந்தன.

அழகாக இருக்கும் நந்தினியைப் பற்றி இன்னொரு விஷயமும் சொல்ல வேண்டும். நந்தினிக்கு நிரம்பவும் பயந்த சுபாவம். அம்புலி மாமாவில் வரும் மாயாஜாலக் கதைகளைப் படித்துவிட்டு, அதில் வரும் சூன்யக்காரிக்காகப் பயப்பட்டு கணவனைக் கட்டிப் பிடித்துக் கொண்டு தூங்குபவள்.

சினிமாவுக்குப் போனால் கதாநாயகனிடம் அடி வாங்கி ரத்தம் ஒழுக ஓடும் வில்லனின் அடியாளுக்காக 'அய்யோ

பாவம்ங்க...' என்று பரிதாபப்படுபவள். கட்டிலுக்குக் கீழே ஒரு கரப்பான் பூச்சியைப் பார்த்து விட்டால், அந்த ராத்திரி பூராவும் - நடுநடுவே விழித்துக் கட்டிலுக்குக் கீழே மிரண்டு போன பார்வையோடு குனிந்து குனிந்து பார்ப்பவள்.

"என்னங்க...?" என்றபடி பாரியின் மடிமீது மறுபடியும் மல்லாந்து விழுந்தாள் நந்தினி.

"என்ன நந்து...?"

"நாம பம்பாய் போயிட்டு எப்போ திரும்பி வர்றோம்?"

"எப்படியும் பத்து நாளாயிடும்..."

"பம்பாய்ல எனக்கு என்ன வாங்கித் தரப் போறீங்க?"

"நீ எது கேட்டாலும்..."

"அப்படின்னு இப்ப சொல்லிட்டு... அங்கே போய் நெத்தியைத் தேய்ச்சுட்டு யோசனை பண்ணக் கூடாது."

"மாட்டேன்..."

"எனக்கு என்ன வேணுங்கிறதை இப்பவே சொல்லிடட்டுமா?"

"ம்... சொல்லு!"

"பம்பாய் ஜவேரி பஜார்ல லேட்டஸ்ட் டைமண்ட்ஸ் நிறைய வந்திருக்குமாம்... நிறைய டைமண்ட்ஸ் வெச்சு நெக்லஸ் ஒண்ணு எனக்கு வேணும்."

"நான் செத்தேன்!"

"பார்த்தீங்களா... இப்பவே ஜகா வாங்கறீங்களே..!"

"டைமண்ட்ஸ் என்ன பட்டாணிக் கடலையா நந்து...? ஒரு கல்லுக்கே பத்தாயிரம், இருபதாயிரம்னு விலை சொல்லுவான்... நெக்லஸைக் கேட்டா பல லட்ச ரூபாய் சொல்லுவான்."

"சரி நெக்லஸ் வேண்டாம்... வைரக் கம்மல்?"

"இப்பக் கேட்டியே... இது புத்திசாலித்தனம்."

"நீங்க வாக்கிங்கை முடிச்சுட்டு வந்தாச்சா?"

"ஆச்சு..."

"அப்ப ரெண்டு பேரும் ஒண்ணாவே குளிச்சுடலாமா?"

"நான் ரெடி..."

"ஆசையைப் பாருங்க! நீங்க போய் மொதல்ல குளியலை முடிச்சுட்டு வாங்க! இருங்க... நான் பேக் பண்ணி வெச்சிருக்கிறதையெல்லாம் மறுபடியும் ஒரு தடவை செக் பண்ணிக்கிறேன்..." நைட்கவுனின் முடிச்சை இறுக்கிக் கட்டிக்கொண்டே கட்டிலினின்றும் கீழே இறங்கினாள் நந்தினி.

எதிர்ப்புற ஜன்னலின் வழியே தோட்டம் தெரிந்தது.

நிறைய ரோஜாச் செடிகள். கிளைக்குக் கிளை ஏராளமான பூக்கள். போனஸாய் சின்ன சைஸிலும் பெரிய சைஸிலும் ரோஜா மொட்டுகள்.

ஜன்னல் அருகே போய் நின்றாள்.

தோட்டக்காரக் கிழவன் நஞ்சன் கையில் நீளமான கடப்பாரையோடு ரோஜாச் செடிகளுக்கு மத்தியில் எதையோ தேடிக் கொண்டிருந்தான்.

"நஞ்சா...!"

கிழவன் கடப்பாரையோடு திரும்பிப் பார்த்தான். ஜன்னல் கம்பிகளுக்கு மத்தியில் தெரிந்த நந்தினியின் முகத்தைப் பார்த்துவிட்டு ஒரு அவசரக் கும்பிடு போட்டான்.

"நஞ்சா... என்னத்தைத் தேடறே?"

"எலிம்மா..."

"எலியா...?"

"ஆமாம்மா... வெளியேயிருந்து எப்படியோ ஒரு எலி நம்மத் தோட்டத்துக்குள்ளார பூந்துடுச்சு... நாலைஞ்சு

செடிகளை நாசம் பண்ணிடுச்சு. அதைக் கொல்றதுக்காகத்தான் தேடிட்டிருக்கேன்...”

“அய்யோ... கொல்லப் போறியா? பாவம் விட்டுடு...”

“பாவம்ன்னு விட்டுட்டா செடியெல்லாம் நாசமாயிடும்மா.... காலையிலேயே பெரிய அய்யா பார்த்துட்டு சத்தம் போட்டாரு!”

அவன் பேசிக் கொண்டிருக்கும் போதே ரோஜாச் செடிகளுக்கு மத்தியில் இருந்த இடைவெளியில் ஒரு சாண் நீளத்தில் கன்னங்கரேலென்று அந்த எலி ஓடியது.

பார்த்துக் கொண்டிருந்த நந்தினியின் முதுகுத் தண்டில் குறுகுறுவென்று சிலிர்ப்பாய் ஒரு உணர்ச்சி.

சுவரோரமாய் ஓடுகிற அந்த எலியைப் பார்த்தாள், நந்தினி.

தோட்டக்காரக் கிழவன் அந்த எலிக்குப் பின்னாலேயே கடப்பாரையை உயர்த்திக் கொண்டு ஓடினான்.

நந்தினி கத்தினாள்.

“நஞ்சா... அந்த எலியை விட்டுடு! கொன்னுடாதே...!”

கிழவன் அவளுடைய குரலைக் காதிலேயே போட்டுக் கொள்ளாமல் கடப்பாரையோடு தொடர்ந்தான். எலி ஊர்ந்து போய் ஒரு பெரிய கல்லுக்குப் பின்னால் மறைய முயன்றும் முடியாமல் வெளிப்பட, கிழவன் கடப்பாரையை உயர்த்தி ஒரு போடு போட்டான்.

“டங்...”

ஆனால் குறி தப்பிவிட - எலி வந்த திசையிலேயே திரும்பி ஓடியது.

கிழவன் கோபமாகி எலியின் பின்னால் மீண்டும் ஓடினான்.

“நஞ்சா.... வேண்டாம். அதைக் கொன்னுடாதே! உயிரோட புடிச்சு வெளியே எங்கேயாவது கொண்டு போய் விட்டுடு...”

நஞ்சனின் காதில் அந்த வார்த்தைகள் விழுந்தால் தானே..?

ரோஜாச் செடிகளை விலக்கிக் கொண்டு பார்வையை உன்னிப்பாக்கி - கீழே குனிந்து பார்த்தபடியே எலியைத் தொடர்ந்தான்.

சுவரின் எல்லை வரை ஓடிய அந்த எலி அதற்கு பிறகு எந்தப் பக்கம் ஓடுவது என்கிற திகைப்பில் ஒரு விநாடி நின்று யோசித்துத் திரும்ப,

'நச்...'

நஞ்சனின் கையிலிருந்த கடப்பாரை அதன் உடம்பில் பதிய,

'கீச்ச்ச்ச்...' என்ற சத்தத்தோடு தன் உடம்பிலிருந்த ரத்தத்தை நாலா பக்கமும் தெளித்தது அந்த எலி.

கடப்பாரையின் கூர்மையில் ஒட்டிக் கொண்டு ஸ்லோமோஷனில் துடித்த அந்த எலியின் கறுப்பு உடம்பிலிருந்து செஞ்சிவப்பாய் ரத்தம் சொட்ட...

ஜன்னல் வழியே பார்த்துக் கொண்டிருந்த நந்தினி 'வீச்ச்...' என்ற அலறலோடு கண்ணின் பாவைகள் மேல் நோக்கிச் செருகிக் கொள்ள, தளர்ந்து போய்ச் சாய்ந்தாள்.

பாத்ரூமில் குளிக்க ஆயத்தம் செய்து கொண்டிருந்த பாரி, நந்தினியின் அலறலைக் கேட்டுப் படீரென்று கதவைத் திறந்தபடி வெளியே ஓடி வந்தான்.

# 2

ஐநூற்று சொச்ச கிலோ மீட்டர் தூரம் ராத்திரி பூரா ஓடி, உடம்பு முழுக்கப் புழுதியை கிளப்பிக் கொண்டு வந்து நின்றது திருவள்ளுவர் பஸ்.

விடிந்தும் விடியாத மசமசப்பான நேரம்.

வீரபத்திரன், பயணப்பட்ட அசதியான உடம்போடு - வலது கையில் ஒரு பெரிய சூட்கேஸையும் இடது கையில் ஒரு சிறிய சூட்கேஸையும் எடுத்துக் கொண்டு கீழே இறங்கினான்.

வீரபத்திரனுக்கு திடகாத்திரமான சரீரம். அந்த இருபத்தைந்து வயதிலேயே முப்பது வயது உடம்புக்குரிய வலு தெரிந்தது. அகலமான முகத்தில் அரிவாள் மீசை பிரதானமாய்த் தெரிந்தது. கண்களில் ராத்திரி முழுவதும் தூங்காத களைப்புத் தெரிந்தது.

பஸ் ஸ்டாண்ட்டைக் கடந்து தெருவுக்கு வந்தவனைக் காத்திருந்த ஆட்டோ டிரைவர்கள் மொய்த்துக் கொண்டார்கள்.

"எங்கே ஸார் போகணும்..?"

வீரபத்திரன் பதிலொன்றும் பேசாமல் எதிரே தெரிந்த சிட்டி பஸ் ஸ்டாப்பை நோக்கி நடந்தான். ஒரு ஆட்டோ டிரைவர் மட்டும் விடாப்பிடியாய்த் தொடர்ந்து வந்தான்.

"வாங்க ஸார்! ஆட்டோல போயிடலாம்..."

"நான் சொல்ற இடத்துக்கு உன்னோட ஆட்டோ வராது."

“எங்கே ஸார் போகணும்...?”

“நரசிம்மநாயக்கன் பாளையம்...!”

ஆட்டோ டிரைவர் பின்வாங்கினான்.

“போகப் பதினைஞ்சு கிலோ மீட்டர்... வரப் பதினைஞ்சு கிலோ மீட்டர். மொத்தம் முப்பது கிலோ மீட்டர். நீங்க டவுன் பஸ்ஸிலேயே போயிடுங்க ஸார்.”

“நீங்க வரமாட்டீங்கன்னு... சொன்னேன் இல்லை. அதான் நான் ஆட்டோல ஏறலை. இந்நேரத்துக்கு டவுன் பஸ் இருக்கா..?”

“இருக்கும் ஸார்... போய்ப் பாருங்க.”

வீரபத்திரன் நடந்தான்.

அந்த விடியற்காலை வேளையில் கோவை கொஞ்சம் கொஞ்சமாய் உயிர் பெற்றுக் கொண்டிருந்தது. டவுன் பஸ்கள் முகப்பு விளக்குகளோடு போத்தனூரையும் ஒண்டிப்புதூரையும் பார்க்கப் போய்க் கொண்டிருந்தன.

பழனி போகும் சேரன் பஸ் ஒன்று மெதுவாய் ஊர்ந்து கொண்டிருக்க ஃபுட்போர்டில் நின்றிருந்த கண்டக்டர், “பழனி...! பழனி...!” என்று கத்திக் கொண்டிருந்தார்.

யாரோ ஒருவர் வேகமாய் ஓடி வந்து “இந்த பஸ் பழனியா போகுது?” என்று கேட்டார்.

“ஆமாய்யா... ஏறு... ஏறு...”

“இதுக்கு முன்னாடி வண்டி கிடையாதா?”

“ஏய்யா... இதுதான் மொத வண்டின்னு சொல்றேன். நீ அர்த்தமில்லாமே இதுக்கு முன்னாடி வண்டி இருக்கான்னு கேட்கிறியே?”

அந்த ஆள் பஸ்ஸில் ஏறாமல் கம்பியைப் பிடித்துக் கொண்டே மேலும் கேட்டார். “கோயம்புத்தூரிலிருந்து பழனிக்கு ஒரு ஆளுக்கு என்ன சார்ஜ் ஆவும்...?”

“ஓம்பது ரூபாயாவும்... ஏறி உட்கார்ய்யா!” கண்டக்டர் எரிச்சலோடு கத்த, அந்த ஆள் ஏறாமல் சொன்னார். “அப்போ பதினெட்டு பேருக்கு நூத்தி அறுபத்தி ரெண்டு ரூபா ஆவுமா?”

“நீங்க மொத்தம் பதினெட்டு பேர் இருக்கீங்களா? கூட்டி வாய்யா அத்தனை பேரையும்.... பஸ் கிளம்பற நேரமாச்சு!”

“இப்ப யாரும் பழனிக்குப் போகலை கண்டக்டர்... வர்ற வாரம் என் பையனுக்கு பழனியில வெச்சு முடி எறக்கப் போறேன். சொந்தக்கார ஜனம் ஒரு பதினெட்டு பேரைக் கூட்டிட்டுப் போகணும்... அதான் உங்களை விசாரிச்சேன்.”

அந்த ஆள் சொல்லிவிட்டு எதிரே வந்த மலுமிச்சம் பட்டி பஸ்ஸை நோக்கி ஓட, பழனி கண்டக்டர் “சாவு கிராக்கி...” என்று சொன்னதோடு திருப்தியடையாமல், ஒரு மகா மோசமான கெட்ட வார்த்தையையும் சேர்த்துச் சொன்னார்.

வீரபத்திரன் சிரித்துக் கொண்டே சிட்டி பஸ் ஸ்டாண்ட்டைத் தொட்டு நரசிம்மநாயக்கன் பாளையம் போகும் பஸ்ஸைத் தேடினான்.

32-ஜி நகர்ந்து கொண்டிருக்க ஓடிப் போய் ஏறினான். பஸ்ஸில் நான்கைந்து பேர்களே இருந்தார்கள். கண்டக்டரிடம் காசைக் கொடுத்து டிக்கெட் வாங்கிக் கொண்டு ஜன்னலோரமாய் உட்கார்ந்தான்.

முப்பது நிமிடப் பிரயாணம்.

பஸ் நரசிம்ம நாயக்கன் பாளையத்தில் நின்ற போது, விடிகாலை இருட்டு நிறையவே கரைந்து போயிருந்தது. பஸ் ஸ்டாண்டில் இருந்த வேப்ப மரத்தில் காகங்கள் ஏக இரைச்சலிட்டுக் கொண்டிருந்தன.

வடிவேலன் டீ ஸ்டால் அந்நேரத்துக்கே திறக்கப்பட்டு பாய்லர் கனப்பு சிவப்பாய்த் தெரிந்தது. துடியலூர் சந்தைக்குப் போக வேண்டிய சாமந்திப் பூக்கள் கூடை கூடையாய் பஸ் ஸ்டாப்பில் காத்திருந்தன.

கமல் ஹேர்-கட்டிங் சலூனில் கிழவனார் ஒருவர் உட்கார்ந்து தான் ஒரு வருட காலமாக வளர்த்து வந்த தாடி, மீசையை இழந்து கொண்டிருந்தார்.

வேப்ப மரத்துக்குக் கீழே தினத்தந்தி பேப்பர் சுடச் சுட விற்பனையாகிக் கொண்டிருந்தது.

வீரபத்திரன் சூட்கேஸ்களோடு இறங்கினான்.

தான் இந்த ஊரைவிட்டுப் போன ஒரு வருட காலத்தில் எந்த மாற்றமும் ஏற்படாமல் அப்படியே இருந்த நரசிம்மநாயக்கன் பாளையத்தைப் பார்த்து ஆச்சரியப்பட்டான்.

நடந்தான்.

பஸ் ஸ்டாண்டில் இருந்த சொற்பக் கூட்டமும் அவனையே பார்த்தது. அவனுடைய முதுகுக்குப் பின்னால் யாரோ இரண்டு பேர் பேசிக் கொண்டார்கள்.

"சம்முவம்! போறது யாரு... வீரபத்திரனா?"

"அப்படித்தான் தெரியுது...."

"எங்கே போயிருந்தான் இத்தனை நாளும்?"

"யாருக்குத் தெரியும்?"

"திடீர்ன்னு வந்திருக்கான்... விஷயம் தெரிஞ்சு வந்திருக்கானா? தெரியாமே வந்திருக்கானா?"

"விஷயம் தெரியாம இருக்குமா...? அதான் பேப்பர்காரன் போட்டோவோட பத்தி பத்தியாப் போட்டானே..."

'என்ன சொல்கிறார்கள் இவர்கள்?'

நடந்து கொண்டிருந்த வீரபத்திரன் நின்று அவர்களைத் திரும்பிப் பார்த்தான். பேசிக் கொண்டிருந்த இரண்டு பேரும் வாய்களைக் கப்பென்று மூடிக் கொண்டார்கள்.

வீரபத்திரன் தொடர்ந்து நடந்தான்.

வாசலைக் கூட்டி... தண்ணீர் தெளித்துக் கொண்டிருந்த பெண்கள் வீரபத்திரன் வருவதைப் பார்த்ததுமே தண்ணீர்

தெளிப்பதை நிறுத்திவிட்டு ஸ்தம்பித்துப் போய் அவனையே பார்த்தார்கள்.

'ஏன்... என்னை இப்படிப் பார்க்கிறார்கள்?'

சூட்கேஸ்களைச் சுமந்தபடியே அந்த நீளமான தெருவைக் கடந்து மாரியம்மன் கோயில் வீதியைத் தொட்டான். வீதியின் துவக்கத்திலேயே பெரிதாய்க் கட்டப்பட்டிருந்த தண்ணீர் டேங்க்கின் மேல் பஞ்சாயத்தின் சார்பில் பொருத்தப்பட்ட ரேடியோ - 'வேளாண்மை விரிவாக்கப் பணியாளர்களுக்கு...' எதையோ அறிவிப்பு செய்து கொண்டிருந்தது.

தண்ணீர் டேங்க்குக்குக் கீழே நின்று தண்ணீர் பிடித்துக் கொண்டிருந்த பெண்கள் வீரபத்திரனைப் பார்த்ததும் அதுவரைக்கும் பேசிக் கொண்டிருந்த சினிமா விவகாரத்தை விட்டுவிட்டு, அவனைப் பற்றிப் பேச ஆரம்பித்தார்கள். கீழ் ஸ்தாயியில் தெளிவில்லாத - கிசுகிசுப்பான குரல்கள்.

தண்ணீர் நிரம்பிய குடத்தை எடுத்து இடுப்பில் வைத்தபடி நடந்த பொன்னுசாமி வாத்தியாரின் மகள் லட்சுமி வீரபத்திரனைப் பார்த்ததும் அருகே வந்தாள்.

"அண்ணே!" என்றாள்.

"என்னம்மா லட்சுமி, சௌக்கியமா?"

"சௌக்யந்தாண்ணே...!"

"அப்பாரு?"

"அப்பாரும் சௌக்கியந்தான்... இத்தினி நாளா எங்கண்ணே போயிருந்தீங்க..?" லட்சுமி அவனோடு இணைந்து நடந்தபடியே கேட்டாள்.

"அதையேம்மா கேட்கிற...? சம்பாதிக்கத் துப்பில்லாதவன்... அம்மாவையும் தங்கச்சியையும் காப்பாத்த வக்கில்லாதவன்னு ஊர்ப் பஞ்சாயத்து என்னைக் கேவலமாப் பேசினதைத் தாங்கிக்க முடியாமே... நாலு காசு சம்பாதிக்கணும்ங்கிற வெறியில ஊரை விட்டு ஓடிப் போனேன். இப்போ நாலு காசோட திரும்பி

வந்திருக்கேன்... என்னோட தங்கச்சி பார்வதியும் அம்மாவும் இப்போ எப்படி இருக்காங்க லட்சுமி...?"

"அ...ண்...ணே...!"

லட்சுமி சட்டென்று நின்றாள்.

"என்னம்மா...?"

"உ... உங்களுக்கு விஷயம் தெரியாதா அண்ணே?"

"விஷயமா..? என்ன விஷயம்?"

"உங்கம்மாவும் தங்கச்சி பார்வதியும்.... செ... செ... செத்துப் போயிட்டாங்க..."

வீரபத்திரனின் கையிலிருந்த இரண்டு சூட்கேஸ்களும் நழுவி விழுந்தன. வாய் தன்னிச்சையாகத் திறந்து கொள்ள உதடுகள் துடித்தன.

"செ... செத்துட்டாங்களா...?"

"ஆமாண்ணே! ரெண்டு வாரத்துக்கு முந்தி..."

"எ...எ...எப்படி...?"

"குடிசை... எரிஞ்சு போயி..."

"அம்மா... ஆ...! பார்வதி ஈஈஈ!" வீறிட்ட வீரபத்திரன் தன் வீட்டுக் குடிசை இருந்த திக்கை நோக்கி ஓடினான்.

கையில் செம்போடு பொட்டல்வெளிகளைத் தேடிப் போய்க் கொண்டிருந்த ஜனங்கள் அவனை வேடிக்கை பார்க்க, தெரு நாய்கள் அவனைப் பார்த்துக் குரைத்தன.

நிமிட நேர ஓட்டம்.

வீடு இருந்த இடத்தைத் தொட்டான்.

மனசுக்குள் வலி திமிறியது.

குடிசை இருந்த இடத்தில் தீப்பட்டுக் கரிந்த குட்டிச் சுவர்கள் மட்டும் நின்றிருந்தது. குடிசையின் சாம்பல் மண்ணோடு மண்ணாய்க் கலந்து கெட்டிப்பட்டிருந்தது.

பாதி எரிந்து போன மூங்கில் கம்புகளை ஓர் ஓரமாய்க் குவித்திருந்தார்கள்.

கண்களில் நீர் திரள, வீட்டையே சுற்றிச் சுற்றி வந்தான் வீரபத்திரன். திடீரென்று அவனுடைய தோளின் மேல் ஒரு கை விழுந்தது.

கணேசமூர்த்தி... அவனுடைய பால்யகால நண்பன் இறுகிப்போன முகத்தோடு நின்றிருந்தான். கணேசமூர்த்தி ஒரு வேலையில்லாப் பட்டதாரி. வேலை கிடைக்காததால் கவர்மெண்டைத் திட்டிக் கொண்டும் ஏதோ ஒரு மன்றத்தை அமைத்துக் கொண்டும் உரத்த சிந்தனைகளைப் பற்றிப் பேசிக் கொண்டும் இருப்பவன்.

"வாடா... வீரபத்திரா!" வீரபத்திரனின் தோளைப் பற்றி தன்னுடைய வீட்டுத் திண்ணைக்கு இழுத்துக் கொண்டு போனான் கணேசமூர்த்தி.

வீரபத்திரன் புலம்பினான். "டேய்... கணேசா... எப்படிடா... என்னோட அம்மாவும் பார்வதியும்... குடிசையில தீப்புடிச்சுச் செத்தாங்க...?"

கணேசமூர்த்தி கசப்பாய்ப் புன்னகைத்தான்.

"அடுப்புத்தீ கூரை விரிச்சுல பட்டுத் தீப்பிடிச்சதா போலீஸ் சொல்றாங்க... ஊர் ஜனங்களும் அப்படித்தான் நினைச்சுட்டிருக்காங்க... ஆனா என்னைப் பொறுத்தவரையில நான் அப்படி நினைக்கலை..."

வீரபத்திரன் விசுக்கென்று அவனை ஏறிட்டான். கண்களில் இருந்த நீரை அவசர அவசரமாய்த் துடைத்துக் கொண்டான்.

"நீ என்னடா நினைக்கிறே?"

"திட்டம் போட்டுப் பண்ணின கொலைன்னு நான் நினைக்கிறேன்."

"கொலையா..?"

“கொலையேதான்... அசந்து தூங்கிட்டிருந்த உங்க அம்மாவையும் பார்வதியையும் குடிசைக்குள்ளே வெச்சு வெளிப்பக்கமா பூட்டிக்கிட்டுத் தீ வெச்சு உயிரோட ரெண்டு பேரையும் கொளுத்தினா அதுக்குப் பேரு கொலை தானே..?”

முகம் பூராவும் ரத்தச் சிவப்பானான் வீரபத்திரன். உறுமினான். “தீ வெச்சது யார்றா..?”

அக்கம் பக்கம் பார்த்துக்கொண்டு மெல்லியகுரலில் சொன்னான், கணேசமூர்த்தி.

# 3

இன்றைக்குக் காலை வந்த தபால்களைப் பிரித்து, அரசாங்க வாசனை வீசும் கடிதங்களைப் படித்துக் கொண்டிருந்தார் ஜெயில் சூப்பரின்டெண்ட் பாண்டுரங்கன்.

தொப்பி வைத்து வைத்து அமுங்கிப் போன நரை கிராப்போடு தெரிந்த பாண்டுரங்கனுக்கு வரப்போகிற வருஷம் ரிடையர்மெண்ட் வருஷம்.

காக்கி யூனிஃபார்மைப் போடும்போதே இருதயங்களைக் கழற்றி வைத்து விடுகிற அதிகாரிகளுக்கு மத்தியில் இவர் கொஞ்சம் வித்தியாசமானவர். சுலபத்தில் ஈரம் கசிகிற மனம் இவருக்கு...

தமிழ்நாட்டின் எல்லாச் சிறைச்சாலைகளிலும் தலா ஐந்து வருடம் வேலை பார்த்துக் கடைசியாய் இப்போது இந்தக் கோவை சிறைச்சாலையில் சர்வீஸை முடிக்கக் காத்திருப்பவர்.

வந்த தபால்களைப் பார்த்துக்கொண்டே வந்தவரின் பார்வை சட்டென்று அந்தக் கடிதத்தில் தேங்கியது. ‘அட!’ என்கிற பாவனையில் நெற்றியைக் கீறிக்கொண்டே இண்டர்காமின் ரிஸீவரை எடுத்தார்.

டெப்டி சூப்பரின்டெண்ட் அருள்ராஜின் அறையில் இருந்த இண்டர்காம் கத்தியது. அவர் எடுத்தார்.

“ஸார்...” என்றார்.

“மிஸ்டர் அருள்ராஜ்! என்னோட ரூம் வரைக்கும் கொஞ்சம் வந்துட்டுப் போறீங்களா?”

“வர்றேன் ஸார்.”

“ஆன் த வே... ‘எம்’ ஸெல்லுக்குத் தகவல் சொல்லி, அந்த கைதி மாயாண்டியை என்னோட ரூமுக்குக் கூட்டிட்டு வரச் சொல்லுங்க...”

“எஸ்... ஸார்!”

இண்டர்காமின் ரிஸீவரைக் கீழே வைத்து விட்டு நெற்றியை மறுபடியும் தேய்த்தபடி, அந்தப் பழுப்பு நிறக் காகிதத்தில் ஒட்டியிருந்த எழுத்துக்களையே பார்த்துக் கொண்டிருந்தார் பாண்டுரங்கன்.

அருள்ராஜ் ஒரு சல்யூட்டோடு உள்ளே வந்தார்.

“பீ... ஸீட்டட் அருள்ராஜ்!”

அருள்ராஜ் உட்கார்ந்தார்.

“மாயாண்டியை அழைச்சுட்டு வரச் சொன்னீங்களா?”

“சொல்லியிருக்கேன் ஸார்...”

பாண்டுரங்கன் மெல்லியகுரலில் சொன்னார். “டெல்லியில் இருந்து ஆர்டர் வந்தாச்சு அருள்ராஜ்.”

“எதுக்கு ஸார்?”

பாண்டுரங்கன் வாயைத் திறந்து பதில் சொல்வதற்குள் கதவுக்கு வெளியே இரும்புச் சங்கிலிகள் கலகலக்கும் சத்தம் கேட்டது.

“மாயாண்டி வர்றான்.”

மாயாண்டியை அழைத்து வந்த வார்டன் விறைப்பான சல்யூட்களை விநியோகிக்க மாயாண்டி பாண்டுரங்கனைப் பார்த்துக் கோணல் சிரிப்பு சிரித்தான்.

மாயாண்டிக்கு ராட்சஸ உருவம். கைகளிலும் கால்களிலும் அமோகமான ரோமப் பயிர். மொட்டை அடித்த தலை. அகலமான நெற்றிக்குக் கீழே எப்போதுமே ரத்தத்தில் மிதக்கிற மாதிரியான செக்கச் செவேலென்ற விழிகள்.

முன்வரிசைப் பற்கள் இல்லாமல் அவன் சிரிக்கும்போது, பார்ப்பவர்களின் வயிற்றில் பய ஊசி இறங்கும்.

சாராயக்கடையில் ஏற்பட்ட ஒரு சின்னத் தகராறின் காரணமாக அதீதமாய் ஆத்திரப்பட்ட மாயாண்டி ஆட்டை அறுக்கிற வெட்டுக் கத்தியால் எட்டுப் பேரை கண்டம் துண்டமாய் வெட்டிப் போட்டான்.

"மாயாண்டி...!"

சூப்பரின்டெண்ட் பாண்டுரங்கன் கூப்பிட, மாயாண்டி தன் கைச் சங்கிலிகள் கலகலக்க நிமிர்ந்தான்.

"என்ன ஸார்?" என்றான், அலட்சியமாய்.

"உன்னைத் தூக்குல போடச் சொல்லி உத்தரவு வந்தாச்சு..."

"சந்தோஷம்..."

"நாளைக்குக் காலையில அஞ்சு மணிக்கு..."

"பரம சந்தோஷம்."

"உன்னோட கடைசி ஆசை ஏதாவது இருந்தா சொல்லு!"

மாயாண்டி சிரித்தான். "நாளைக்குக் காலையில அஞ்சு மணிக்குத் தூக்குக் கயித்துக்கு என்னைக் கொண்டுட்டுப் போகும்போது என்னோட கடைசி ஆசையை ஒரு பேப்பர்ல எழுதித் தர்றேன்..."

"ஏன் இப்பவே சொல்ல மாட்டியா..?"

"மாட்டேன்."

"ஏன்?"

"சொன்னாலும் ஒரு பிரயோஜனமும் இல்லை..."

ஜெயில் சூப்பரின்டெண்ட் பாண்டுரங்கனும் டெபுட்டி அருள்ராஜும் மாயாண்டியை ஆச்சரியமாய்ப் பார்த்தார்கள். அவன் மோவாயைச் சொறிந்து கொண்டு எங்கோ பார்த்தான்.

# 4

பாத்ரூமை விட்டு வெளியே ஓடிவந்த பாரி, ஜன்னலோரமாய் மயங்கிக் கிடக்கும் நந்தினியைப் பார்த்ததும் அதிர்ந்து போனான்.

"நந்து...! நந்து..!!"

அவளருகே ஓடிப்போய்க் குனிந்து நந்தினியை இரண்டு கைகளாலும் அள்ளிக் கொண்டு படுக்கைக்கு வந்தான்... கிடத்தினான்.

நந்தினியின் அலறலைக் கேட்டுப் பாரியின் அப்பா வாகீசனும், அம்மா பரிமளமும், பக்கத்து அறையிலிருந்து ஓடி வர, மாடியிலிருந்து பாரியின் தம்பி விமலும் அவனுடைய மனைவி சொப்னாவும் தடதடத்து வந்தார்கள்.

"டேய்... பாரி... நந்தினிக்கு என்னடா ஆச்சு..?" பரிமளம் கேட்டாள்.

"தெரியல்லேம்மா...!"

"இவன் ஏதாவது பயமுறுத்தி இருப்பான்..." வாகீசன் சொன்னார்.

"இல்லேப்பா... நந்தினி சத்தம் போட்டப்ப நான் பாத்ரூம்ல இருந்தேன்."

"பாச்சையோ... கரப்பான் பூச்சியோ அக்காவுக்குப் பக்கத்துல ஓடியிருக்கும். அக்கா உடனே பயந்து அலறியிருப்பாங்க..."

விமல் ஓடிப்போய் வாட்டர் ஜக்கைக் கொண்டு வந்து உள்ளங்கையில் கொஞ்சம் போல் தண்ணீர் வார்த்து நந்தினியின் முகத்தில் விசிறினான்.

நந்தினியின் முகம் உணர்ச்சிக்கு வந்தது.

மெல்ல மெல்லக் கண்களை மலர்த்தினாள்.

"நந்து... நந்து..." என்று சொல்லிக் கொண்டே அவளுடைய கன்னத்தை லேசாய்த் தட்டினான் பாரி. நந்தினி மெல்ல எழுந்து உட்கார்ந்தாள்.

"என்னம்மா நந்தினி... எதுக்காக அப்படிக் கத்தினே...?" வாகீசன் குனிந்து மெல்லிய குரலில் கேட்டார்.

"எ... எலி... எலி... மாமா..."

"எலியா...?"

"தோட்டக்கார நஞ்சன் கடப்பாரையாலே ஒரு எலியை... 'நச்'சுன்னு அடிச்சு... ரத்தமெல்லாம்... சிதறி..."

"அதைப் பார்த்துட்டுத்தான் அப்படிக் கத்தினியா? நல்ல பொண்ணும்மா நீ... நாங்க என்னமோ ஏதோன்னு பயந்துட்டோம்."

எல்லோரும் சிரித்துக் கொண்டே நகர, பாரி தலையில் கை வைத்துக் கொண்டு கட்டிலில் உட்கார்ந்தான். "போச்... மானம் போச்..."

நந்தினி அவனருகே வந்து உட்கார்ந்தாள்.

"என்னங்க நான் ரொம்பவும் கத்திட்டேனா...?"

"கத்தலா அது? சரியான காட்டுக் கத்தல்! நந்து ஏன் இப்படி எதுக்கெடுத்தாலும் பயப்படறே? ஒரு எலியை அடிச்சுக் கொன்னதுக்காகவா அப்படிச் சத்தம் போடுவே? பாரு... எல்லோரும் சிரிச்சுட்டுப் போறாங்க..."

"ஸாரிங்க..."

"என்ன ஸாரி... உன்னைவிட மூணு வயசு சின்னவ என் தம்பியோட ஓய்ஃப் சொப்னா. அவ எவ்வளவு தைரியமா இருக்கா? மர்மக் கதை, திகில் கதை எல்லாமே படிக்கிறா... ராத்திரி எந்நேரமானாலும் வெளியே போயிட்டு வர்றா. நீ ராத்திரியிலே பாத்ரூம் போகணும்ன்னாக் கூட நல்லா தூங்கிட்டிருக்கிற என்னைத் தட்டி எழுப்பித் துணைக்குக் கூட்டிட்டுப் போறே...!"

"நான் என்னங்க பண்ணட்டும்? தனியா வீட்ல உட்கார்ந்திருந்தா நெஞ்சு பூராவும் படபடன்னு அடிச்சுக்குது. சுவத்துல ஊர்ந்து போற ஏதாவது பூச்சி பாச்சையைப் பார்த்தா... என்னோட உடம்பு பூராவும் சிலிர்த்துக்குது... இருட்டைப் பார்த்தா இருட்டுல யாரோ நின்னுட்டிருக்கிற மாதிரி தெரியுது..."

"இரு... இரு... உன்னைப் பம்பாய்க்கு கூட்டிட்டுப் போய்... முன்ன பின்னே தெரியாத அந்த ஊர்ல ஒரு நாள் பூராவும் தனியா விட்டுடப் போறேன்."

"அய்யோ... அப்படியெல்லாம் பண்ணிடாதீங்க..! நீங்க அஞ்சு நிமிஷம் என் பக்கத்துல இல்லேன்னா அந்தப் பயத்திலேயே செத்துடுவேன்."

"தோ பார் நந்தினி..! ஒரு பாச்சையோ, கரப்பான் பூச்சியோ உன்னை என்ன பண்ணிடும்..? வெறும் இருட்டு உன்னை என்ன பண்ணிடும்..? மனசுல கொஞ்சம் கொஞ்சமா தைரியத்தை வளர்த்துக்கோ... இப்படி எல்.கே.ஜி. படிக்கிற குழந்தையாட்டம் இருக்காதே!"

"சரிங்க..."

"நான் குளிச்சிட்டு வந்துடறேன்... நீ பேக்ல என்னோட திங்க்ஸை தனியா எடுத்து வை. எதுக்கும் நான் ஒரு தடவை வந்து செக் பண்ணிக்கிறேன்."

"சரிங்க..." நந்தினி மெதுவாய் நடந்து உள்ளறைக்குப் போனாள். அவள் போகட்டும் என்று காத்திருந்த மாதிரி அறையின் மூலையிலிருந்த இண்டர்காம் கூப்பிட்டது.

போய் ரிஸீவரை எடுத்தான் பாரி.

மறுமுனையில் வயலெட் பேசினாள்.

“ஸார் நான் வயலெட்...”

“சொல்லு வயலெட்... எனிதிங் இம்பார்ட்டெண்ட்?”

“எஸ் ஸார்... நீங்க கோயம்புத்தூர் புறப்பட்டுப் போற கார்ல ஏதோ பிரச்சனைனு டிரைவர் மாணிக்கம் சொல்றார்.”

“மாணிக்கம் பக்கத்துல இருக்கானா?”

“ஆமா...”

“அவன்கிட்டே ரிஸீவரைக் கொடு வயலெட்.”

அவள் கொடுக்க, மறுமுனையில் மாணிக்கம் “குட் மார்னிங் ஸார்...” என்றான்.

பாரி கேட்டான். “என்ன மாணிக்கம்... கார்ல என்ன ட்ரபுள்?”

“வண்டி ஸ்பீடா போறப்ப ஜெர்க் ஆகுது ஸார்.”

“சரி பார்த்துடு...”

“ஒரு மணி நேரமாகும் ஸார்...”

“பரவாயில்லை பார்த்துடு...! பாம்பே ஃப்ளைட் மத்தியானம் ரெண்டு மணிக்குத்தான். பன்னெண்டு மணிக்கு கோயம்புத்தூர் போனாக்கூட போதும்...”

“சரி ஸார்...”

ரிஸீவரை வைத்து விட்டுத் திரும்பினான் பாரி.

நந்தினி நின்றிருந்தாள்.

“போன்ல யாருங்க..?”

“டிரைவர் மாணிக்கம்...”

“என்ன சொன்னான்?”

“கார் என்னமோ மக்கர் பண்ணுதாம்...”

“அய்யோ...!” நெஞ்சில் கை வைத்த நந்தினி பயத்தில் வாய் பிளந்து கண்கள் விரிய நின்றாள். பாரி சிரித்துக் கொண்டே அவளுடைய தோளைத் தட்டினான்.

“பயப்படாதே... காரை சரி பண்ணிடுவான்..!”

# 5

கணேசமூர்த்தி அக்கம் பக்கம் பார்த்துக் கொண்டு - வீரபத்திரனிடம் மெல்லிய குரலில் சொன்னான்.

“பெரிய நாயக்கரும், அவரோட மச்சினன் பூபதி நாயக்கனும் ஆளுங்களை விட்டு உங்க வீட்டுக் குடிசைக்குத் தீ வெச்சாங்க...”

“ஏன்... ஏன்...?”

“ஊர்ல பலவிதமா சொல்லிக்கிறாங்க... எனக்குத் தெரிஞ்ச காரணத்தைச் சொல்லட்டுமா... வீரபத்திரா?”

“சீக்கிரமா சொல்லு!” வீரபத்ரனின் விழிகளில் நிஜமாகவே அனல் பறந்தது. கணேசமூர்த்தி சொல்ல ஆரம்பித்தான்.

“பூபதி நாயக்கனும் உன்னோட தங்கச்சியும் ஒருத்தரையொருத்தர் விரும்பிப் பழகிட்டிருந்தாங்க. அதனாலே அவ கர்ப்பம் ஆனா.... உன்னோட அம்மாவுக்கு விஷயம் தெரிஞ்சு போய், மகளையும் கூட்டிக்கிட்டு நேரா பெரிய நாயக்கர்கிட்டேயே நியாயம் கேட்கப் போயிருக்காங்க... அதனாலே வந்த வினைதான் இது. பெரிய நாயக்கனும் சரி... பூபதி நாயக்கனும் சரி... எப்பேர்ப்பட்ட ஆளுங்கன்னு கிராமத்துக்குப் பூராவும் தெரியும். பூபதி நாயக்கன் உன் தங்கச்சிகூடப் பழகவே இல்லைன்னு சொல்லிட்டான். பெரிய நாயக்கன் வீட்டுநாயை அவுத்துவிட்டு, உங்கம்மாவைத் தொரத்திருக்கான். நாயாலே கடிபட்டு நார் நாரா சேலை கிழிஞ்சு பைத்தியக்காரி மாதிரி உங்கம்மா தெருவுல ஓடி வந்தாங்க...”

வீரபத்திரனின் உடம்பிலிருந்த ரத்தம் முழுவதும் உஷ்ணமாகி, கொதி நிலைக்குப் போனது. கண்களில் கத்திக் குத்து மாதிரி ஆவேசம் பதிந்திருந்தது.

கணேசமூர்த்தி தொடர்ந்தான்.

"உங்கம்மாவையும் தங்கச்சி பார்வதியையும் விட்டு வெச்சா விஷயம் வெளியே பரவிடும்னு நினைச்சு... ராத்திரியோட ராத்திரியா குடிசைக்குத் தீ வெச்சுக் கொளுத்திட்டாங்க... போலீஸ் வந்தாங்க, ஆனா பெரிய நாயக்கனுக்கும், பூபதி நாயக்கனுக்கும் பயந்து போன ஊர் ஜனங்க யாரும் வாயைத் திறக்கலை. அடுப்புல இருந்த தீ கவனக் குறைவாலே கூரையில பட்டு, தீப்பிடிச்சு செத்துப் போனதா போலீஸ் முடிவு பண்ணிக் கேஸ் ஃபைலைக் க்ளோஸ் பண்ணிட்டாங்க..."

வீரபத்திரன் நிமிர்ந்தான்.

"கணேசமூர்த்தி! போலீஸ்ல நீ கூடவா சொல்லலை?"

"நான் போலீஸ்ல உண்மையைச் சொல்லலாம்னு இருந்தேன். வீரபத்திரா! ஆனா என்னோட வீட்ல அம்மாவும் அப்பாவும் ரொம்பவும் பயந்திட்டாங்க. உண்மையைச் சொன்னா நம்ம வீட்டையும் அவங்க வீட்டை மாதிரிக் கொளுத்திடுவாங்கன்னு நினைச்சு என்னோட வாயைக் கட்டிப் போட்டுட்டாங்க..."

வீரபத்திரன் ஆவேசமாய்த் தன் கை முட்டியைச் சுவரில் ஓங்கிக் குத்தினான். சுவரின் சுண்ணாம்புக் காரை பொலபொலவென்று உதிர்ந்தது.

"கணேசமூர்த்தி! அந்தப் பெரிய நாயக்கனும் பூபதி நாயக்கனும் போலீஸ்கிட்டயிருந்து தப்பிச்சுடலாம். ஆனா என்கிட்ட இருந்து தப்பிக்கவே முடியாது..." என்று சொன்னவன் விறுவிறுவென்று மேட்டுத் தெருவில் இருந்த நாயக்கனின் பங்களாவை நோக்கி ஓடினான்.

"வீரபத்திரா! நில்லு. ஆத்திரப்படாதே...!"

கணேசமூர்த்தி கத்தக் கத்த அதைப் பொருட்படுத்தாமல் ஓடினான் வீரபத்திரன்.

தெருமுனையிலிருந்து திரும்பியதும், எதிர்ப்பட்ட மட்டச் சாலையில் உட்கார்ந்து இளநீரை வெட்டிச் சாப்பிட்டுக் கொண்டிருந்த சுப்புக் கவுண்டனின் கையிலிருந்த அந்த பளபளப்பான வீச்சரிவாளை, அவன் 'ஏ... ஏ... ஏய்ய்..' என்று பதறப் பதறப் பிடுங்கிக் கொண்டான்.

"இந்த அரிவாளுக்குக் கொஞ்சம் வேலையிருக்கு சுப்புக் கவுண்டர். வேலையை முடிச்சுக்கிட்டு நானே கொண்டாந்து தர்றேன்..."

ஓடினான்.

கிழக்குச் சூரியன் முழுவதுமாய் வெளியே வந்து பூமியை வெளிச்சத்தால் நனைத்திருந்தான்.

போர்வைகளைப் போர்த்திக் கொண்டு வீட்டுத் திண்ணைகளில் உட்கார்ந்திருந்த கிழங்கள், ரோட்டோரமாய் உட்கார்ந்து இயற்கை உபாதைகளை வெளிப்படுத்திக் கொண்டிருந்த குழந்தைகள், அந்தக் குழந்தைகளுக்கு அருகே நின்றிருந்த பெண்கள்...

எல்லாருமே...

பளபளக்கும் அரிவாளோடு, ஒரு சின்னப் புயல் மாதிரி போய்க் கொண்டிருந்த வீரபத்திரனைப் பயத்தோடு, பார்த்தார்கள்.

இரண்டே நிமிடம்!

வீரபத்திரன் மேட்டுத் தெருவுக்குள் நுழைந்தான்.

தெருக் கோடியிலிருந்த நாயக்கரின் பங்களா சமீபத்திய பெயிண்ட் பூச்சில் தெரிந்தது. மூடிக் கிடந்த காம்பௌண்ட் கேட்டைக் காலால் எட்டி உதைத்தான் வீரபத்திரன்.

கேட் தன் இரண்டு கைகளையும் அகல விரித்துக் கொண்டு 'க்றீச்' என்ற சத்தத்தோடு பின்னுக்குப் போனது.

போர்ட்டிகோ தூணில் கட்டிப் போட்டிருந்த அல்சேஷன் நாய் ஆக்ரோஷமாகி எம்பி எம்பிக் குரைத்தது. "லொள்... லொள்..."

வீரபத்திரன் உள்ளே நுழைந்தான்.

அல்சேஷனின் குரைப்பு தீவிரமானது.

முண்டாசு கட்டி இடுப்பில் நாலுமுழ வேஷ்டியைச் சுற்றியிருந்த ஒரு ஆள் தோட்டத்துப் பக்கத்திலிருந்து வெளிப்பட்டான்.

"யார் வேணும்?"

"ரெண்டு நாயக்கன்களும்..."

அந்த ஆள் பயமாய் வீரபத்திரனைப் பார்த்துக் கொண்டிருக்கும் போதே...

கதவு திறக்க பெரிய நாயக்கர் தன் நரைத்துப்போன லாட மீசையை வருடிக் கொண்டே வெளிப்பட்டார். கரகரப்பான குரலில் கேட்டார். "யார்ரா அது...?"

அல்சேஷன் ஆக்ரோஷமாய்க் குரைக்கக் குரைக்க...

அதன் குரைப்பைப் பொருட்படுத்தாமல், போர்ட்டிகோ படியேறினான் வீரபத்திரன்.

சொன்னான்.

"நான்தான்டா... வீரபத்திரன்!"

"ஓ... ஊரை விட்டு ஓடிப்போன வெறும் பயலா...? எப்போ வந்தே...? உங்கம்மாவும் தங்கச்சியும் குடிசை எரிஞ்சு செத்துப் போன விஷயம் தெரிஞ்சு வந்தியா?"

"குடிசை தானா எரியலை...! அதுக்கு நெருப்பு வெச்சதே நீயும் உன்னோட மச்சினனும்தனடா!"

நாயக்கர் முகம் மாறினார்.

"ஊர்ல இதை யார்ரா உனக்குச் சொன்னாங்க...?"

"யாரோ சொன்னாங்க... நிஜமா, பொய்யா...?"

“நிஜந்தான்னு சொன்னா என்னடா பண்ணிடுவே? பெரிசா அரிவாளைத் தூக்கிட்டு வந்துட்டான். வெட்டிடுவியோ...? டே... சின்னச்சாமி...!”

“அய்யா!”

அந்த முண்டாசு கட்டின ஆள் ஓடி வந்தான்.

“நம்ம அல்சேஷனை அவுத்துவுடு. அவனோட அம்மாக்காரி ஓடின மாதிரி இவனும் ஓடட்டும்...! அப்புறம்... உள்ளே தூங்கிட்டிருக்கிற பூபதியை எழுப்பிப் போலீஸுக்குப் போன் பண்ணச் சொல்லு!”

“சரிங்கய்யா...”

அந்த ஆள் ஓடிப் போய், ஆக்ரோஷமாய் எம்பி எம்பிக் குரைத்துக் கொண்டிருந்த அல்சேஷனின் கழுத்துப் பட்டையை அவிழ்த்து விட்டான்.

அந்த விநாடிக்காகவே காத்திருந்ததைப் போல், அல்சேஷன் வீரபத்திரனின் மேல் பாய்ந்தது.

வீரபத்திரன் கொஞ்சம் போல் பின்னுக்கு ஓடி, மனதுக்குள் புரண்டு வந்த ஆவேசத்தை எல்லாம் வலது மணிக்கட்டுக்குக் கொண்டு வந்து, அரிவாளை ‘சீய்ய்ய்க்...’ என்று காற்றில் வீசினான்.

அடுத்த விநாடி,

ஆக்ரோஷமாய் பாய்ந்த அல்சேஷன் நாயின் தலை ரத்தப் பீறிடலோடு, தனியாக எகிறிப் போய் எதிர்ச் சுவற்றில் மோதிக் கொண்டு கீழே உருண்டது. போர்ட்டிகோ படிகளில் நாயின் உடம்பு துடித்தது.

துளித் துளியாக ரத்தம் சொட்டும் அரிவாளோடு...

ஒரு விகாரச் சிரிப்போடு வீரபத்திரன் நிமிர்ந்து,

பெரிய நாயக்கரை ஏறிட்டான்.

அவரை நோக்கி நகர்ந்தான்.

# 6

கைச் சங்கிலிகள் கலகலக்க, மாயாண்டி திரும்பிப் போனதும், சூப்பரின்டெண்ட் பாண்டுரங்கன் அருள்ராஜ் பக்கமாய்த் திரும்பினார்.

"மிஸ்டர் அருள்ராஜ்..!"

"ஸார்..."

"மாயாண்டி என்ன சொல்லிட்டுப் போனான்னு பார்த்தீங்களா...?"

"எஸ் ஸார்..."

"நாளைக்குக் காலையில தூக்குக் கயித்துக்குப் போறதுக்கு முன்னாடி தன்னோட கடைசி ஆசையை ஒரு பேப்பர்ல எழுதித் தர்றதா சொல்லியிருக்கான். அவன் எழுதித் தர்ற கோரிக்கையைப் படிச்சுட்டு அந்நேரத்துக்கு அதை நாம எப்படி நிறைவேத்த முடியும்? இப்பவே அவனைப் பார்த்து என்ன எழுதித் தரப்போறான்னு கேட்டுடுங்க மிஸ்டர் அருள்ராஜ். நாம கொஞ்சம் ப்ரிப்பேர்டா இருக்கலாம்..."

"அவன் ஒரு மூர்க்கன் ஸார்... கேட்டாலும் சொல்ல மாட்டான். நாளைக்குக் காலையில அவன் தர்ற கோரிக்கையை கன்சிடர் பண்ணிப் பார்ப்போம். ஜெயில் சட்டதிட்டங்களுக்கு அவனோட கோரிக்கை கட்டுப்பட்டா நாம அதை நிறைவேத்தி வைக்கலாம்."

"நோ... நோ.... அவனோட ஆசை என்னன்னு இன்னிக்கே நமக்குத் தெரியணும். நீங்க ஒரு மணி நேரம் கழிச்சு... அவனோட செல்லுக்குப் போய் பேசிப் பாருங்க."

"எஸ் ஸார்..!"

"மாயாண்டிக்கு ஃபேமிலி இருக்கா?"

"அவனோட கேஸ் ஹிஸ்டரி பிரகாரம் லீகலா ஒரு ஃபேமிலியும் கிடையாது ஸார். ஒரு வாரத்துக்கு முன்னாடி யாரோ ஒரு பொண்ணு அவனைப் பார்க்கிறதுக்காக வந்தா... யாருன்னு கேட்டேன். 'மூணாவது செட்டப் ஸார்...'ன்னு சொல்லிச் சிரிச்சான்."

"அப்போ இன்னொரு சிக்கலும் கிளம்புது அருள்ராஜ்."

"என்ன ஸார்?"

"தூக்குல போட்டப்புறம்... பாடியை யார்கிட்டே தர்றது? அதையும் அவன்கிட்டே கேட்டுக் கன்ஃபர்ம் பண்ணிக்கோங்க..."

அருள்ராஜ் தலையாட்டினார். எழுந்து மறுபடியும் சல்யூட் ஒன்றை விநியோகித்து விட்டு வெளியே வந்தார்.

பாண்டுரங்கன் ரிவால்விங் நாற்காலியில் சுழன்று அருகே இருந்த அலமாரியினின்றும் அந்த 'செல் மெயின்டனன்ஸ்' ஃபைலை எடுத்துப் புரட்டினார். இரண்டு தாள்களைப் புரட்டியிருப்பார்.

மேஜை மேலிருந்த டெலிபோன் கூப்பிட்டது.

"ஹலோ..."

டெலிபோன் எக்ஸ்சேஞ்ச் பெண்ணின் குரல் கேட்டது. "ஹலோ! மிஸ்டர் பாண்டுரங்கன்..."

"எஸ்..."

"வழுக்குப்பாறை எஸ்டேட்லிருந்து கால் வருது. பேசுங்க!"

பேசினார்.

"ஹலோ..."

"அங்கிள்... நான் நந்தினி பேசறேன்!"

“அட! நந்தினியா...? என்னம்மா இது... திடீர் போன்?”

“சும்மாதான். நானும் அவரும் பன்னிரண்டு மணிக்குக் கோயம்புத்தூர் வர்றோம். வந்து மத்தியானம் ரெண்டு மணி ஃப்ளைட்ல பாம்பே போறோம்...”

“அடிச்சக்கை! ரெண்டாவது ஹனிமூனா?”

“அதெல்லாம் ஒண்ணுமில்லை... பிசினஸ் விஷயமா அவர் பாம்பே போறார். அவரைக் கவனிச்சுக்க நான் போறேன். அவ்வளவுதான். மாமி வீட்லதானே இருக்காங்க...?”

“ம்... வீட்லதான் இருக்கா...”

“நானும் அவரும் கோயம்புத்தூர் வந்ததும் வீட்டுக்கு வர்றோம்.”

“வாங்க... வாங்க... மோஸ்ட் வெல்கம்...!”

“மத்தியானச் சாப்பாடு எங்களுக்கு அங்கேதான்...”

“வித் ப்ளஷர். வாங்க... வாங்க!” சிரித்துக் கொண்டே ரிஸீவரைச் சாத்தினார் பாண்டுரங்கன். அதே விநாடி ‘எம்’ செல் வார்டன் ஷூ சப்திக்க வேகநடை போட்டுக் கொண்டு உள்ளே வந்தார்.

“எஸ்...” நிமிர்ந்தார் பாண்டுரங்கன்.

“ஸார்... மாயாண்டி, ராமசாமிங்கிற கைதியை சங்கிலியாலே அடிச்சுக் காயப்படுத்திட்டான். அவனை அடக்கப் போனா... கத்தி ஆர்ப்பாட்டம் பண்றான்.”

அவர் சொல்ல, பாண்டுரங்கன் பதட்டமாய் எழுந்தார்.

# 7

காலை ஒன்பது மணிச் சூரியன் வழுக்குப் பாறையைச் சுற்றிலும் பரவியிருந்த கனமான பனிப்போர்வையை விரட்டிவிட்டு, பூமியைச் சூடேற்ற ஆரம்பித்திருந்தான்.

எஸ்டேட் பங்களாவின் போர்ட்டிகோவில் சாக்லேட் வண்ண அம்பாசிடர் நீர்க் குளியலை முடித்துக் கொண்டு நின்றிருந்தது. டிரைவர் கிருஷ்ணன் உள்ளேயிருந்து கொண்டு வந்த சூட்கேஸ்களையும் ப்ரீஃப்கேஸ்களையும் டிக்கிக்குள் அடைத்துக் கொண்டிருந்தான்.

போர்ட்டிகோ வராந்தாவில் வாகீசனும் பரிமளாவும் நின்றிருக்க, படிகளில் விமலும் சொப்னாவும் தெரிந்தார்கள்.

வாகீசன் கேட்டார். “பாரி இன்னமும் உள்ளே என்ன பண்றான்?”

“டிரஸ் பண்ணிட்டிருக்கார். வந்துடுவார் மாமா...” சொல்லிக் கொண்டே நந்தினி முன்புற அறையிலிருந்து வெளிப்பட்டாள்.

வெளிர் நீலநிற க்ரிம்ப் சேலையிலும், அதே வண்ண ப்ளவுஸிலும் அமர்க்களமாய் இருந்தாள். மேஃபிளவர் செண்ட்டை மெலிதாய் மேலே ஸ்ப்ரே செய்திருந்தாள்.

தளர்வாய்ப் பின்னியிருந்த கூந்தலில் ஒற்றை ரோஜா ரத்தச் சிவப்பாய்ச் சிரித்தது.

அத்தைக்கு அருகில் போய் நின்று கொண்டாள் நந்தினி.

பரிமளா சொன்னாள். "நாலைஞ்சு நாள் அதிகமானாலும் பரவாயில்லை நந்தினி... பாம்பேயை நல்லாச் சுத்திப் பார்த்துட்டு வா!"

"சரி அத்தை..."

"ஓட்டல் ரூம்ல உன்னைத் தனியா விட்டுட்டு அவன் பாட்டுக்கு எங்கேயாவது போயிடுவான். நீ விட்டுடாதே... அவன் கூடவே போம்மா..!" வாகீசன் சொல்ல, சிரிப்போடு தலையாட்டினாள் நந்தினி.

"சரி மாமா..!"

"ஸார்... ப்ளீஸ் இந்த ஃபைலை மாத்திரம் பார்த்து சைன் பண்ணிடுங்க ஸார். ரெண்டு நாள் கழிச்சு காண்ட்ராக்ட் பார்ட்டி வந்துடுவார்."

"வயலெட்... நான் பாம்பேயிலிருந்து வர்ற வரைக்கும் இந்த எஸ்டேட் டீலிங்க்ஸ் பூராவையும் என்னோட பிரதர் விமல் பார்த்துக்குவார். ப்ளீஸ் டேக் இட் டு ஹிம்...."

"எஸ் ஸார்...!"

"மலையாளம் பிளான்டேஷன்லயிருந்து கருணாகரன்ங்கிற பேர்ல பாடனிஸ்ட் ஒருத்தர் அடுத்த வாரம் என்னை மீட் பண்றதுக்காக வருவார். அப்பாயின்ட்மெண்ட் டேட்டை அடுத்த வாரத்துல ஏதாவது ஒரு நாள் ஃபிக்ஸ் பண்ணணும்..."

"ஐ வில் டூ இட்..."

கார் அருகே வந்தான் பாரி.

"என்ன கிருஷ்ணன்... கிளம்பலாமா?"

"கிளம்பலாம் ஸார்..."

"கார்ல இருந்த ட்ரபுளை சரி பண்ணிட்டியா?"

"அப்பவே பண்ணியாச்சு ஸார்."

"கோயம்புத்தூர் போய்ச் சேர்ற வரைக்கும் வழியில பிரச்சனை ஒண்ணும் வராதே...?"

"வராது ஸார்..."

பாரி அப்பா அம்மா பக்கம் திரும்பினான்.

"அப்பா நான் வரட்டுமா?"

"ம்... நந்தினியைக் கூட்டிட்டுப் போறே... ஜாக்கிரதை!"

"அம்மா வர்றேன்..."

"போயிட்டு வாடா..."

"விமல்! வயலெட் உனக்கு நிறைய வேலை வெச்சிருக்கா. அவ அவசரம்ன்னு சொல்ற ஃபைல்ஸை மட்டும் பார்த்திடு போதும். சொப்னா! விமலைக் கொஞ்ச நேரமாவது ஆபீஸ் வேலையைப் பார்க்க விடு... வரட்டுமா?"

எல்லோரும் சிரித்துக் கொண்டிருக்கும் போதே, பாரியும் நந்தினியும் காரில் ஏறினார்கள்.

நந்தினி எல்லோரிடமும் தலையசைத்து விடை பெற்றுக் கொள்ள, கார் ஊர்ந்தது.

சிமெண்ட் கேட்டைத் தாண்டியது கார். வெளியே காத்திருந்த ஜில் காற்று கண்ணாடிக் கதவுகளின் இடுக்குகளில் புகுந்து முகத்தைத் தடவிக் கொடுத்தது.

"நந்தினி..."

"ம்..."

"உன்னோட அங்கிள் பாண்டுரங்கனுக்குப் போன் பண்ணி தகவல் சொல்லணும்ன்னு சொல்லிட்டிருந்தியே..?"

"அவர்கூட பேசிட்டேனே...!"

"அப்போ லஞ்ச்சை அவர் வீட்ல முடிச்சிக்கிறோம்."

"ஆமா..."

"கிருஷ்ணன்..!"

காரை ஓட்டிக்கொண்டிருந்த டிரைவர் கிருஷ்ணன் திரும்பிப் பார்த்தான்.

"என்ன ஸார்?"

"எங்களை கோயம்புத்தூர்ல ஜெயில் சூப்பரின்டெண்ட் வீட்ல டிராப் பண்ணிட்டு நீ உடனே எஸ்டேட்டுக்குத் திரும்பிப் போயிடு. கார் அங்கே வேண்டியிருக்கும்..."

"சரிங்க ஸார்..."

கார் மலைப்பாதையில் 'எஸ்' போட்டுக்கொண்டு இறங்க ஆரம்பித்தது. தொலைவில் ஆனைமலைச் சிகரங்கள் அடர்த்தியான நீலநிறத்தில் தெரிய, மேகப் பஞ்சுகள் எதில் போய் ஒட்டிக் கொள்ளலாம் என்று யோசித்து அலைந்து கொண்டிருந்தன.

சமீப மழையை எதிர்பார்த்து அது பெய்யாமல் போகவே... மலையின் இருமருங்கிலும் இருந்த மரங்கள் கொஞ்சம் சோர்வாய்த் தெரிந்தன. புல் வர்க்கங்கள் காய்ந்து போய் மலைப்பாதையின் இரண்டு பக்கமும் கூடவே வந்தன.

"என்னங்க..."

"ம்..."

"ரெண்டு மணி ஃப்ளைட்ல புறப்பட்டா பாம்பேக்கு எத்தனை மணிக்குப் போய்ச் சேருவோம்...?"

"சாயந்திரம் அஞ்சு மணி ஆயிடும்..."

"அப்போ நாளைக்குத்தான் பம்பாயைச் சுத்திப் பார்க்கப் போறோமா..?"

"ஆமா..."

"மொதல்ல எங்கே போறோம்?"

"எலிபெண்டா கேவ்ஸ்."

"பம்பாயிலிருந்து ரொம்பப் பக்கமா?"

"தூரம். போட்லதான் போகணும்..."

"போட்டா...? அப்போ அது ஆத்தைத் தாண்டியா இருக்கு?"

"ஆறு இல்ல... கடல். 'கேட் வே ஆஃப் இண்டியா'விலிருந்து கடல்ல பத்து கிலோ மீட்டர் தூரம் உள்ளே போகணும்..."

“அம்மாடி... கடலா? நான் மாட்டேன்...” உடம்பைச் சிலிர்த்துக் கண்களை மூடித் தலையை உதறிக் கொண்டாள் நந்தினி.

“இந்தப் பயம் தானே வேண்டாம்ங்கிறது..?”

“அய்யோ... நான் மாட்டேன். பம்பாய்ல ரோடு வழியா என்னென்ன பார்க்க முடியுமோ அதை மட்டும் பார்க்கலாம். சமுத்திரத்துல போய்ப் பார்க்கிற வேலையே வேண்டாம்.”

பாரி தலையில் நோகாமல் அடித்துக் கொண்டான்.

“இந்தப் பயம் உன்னைவிட்டு எப்பதான் போகுமோ..?”

கார் வேகமாய்க் கீழே இறங்கிக் கொண்டிருந்தது. வளைவுகளில் திரும்பும்போது ‘க்க்ர்ர்ர்... க்க்ர்ர்ர்...’ என்று டயர்களைத் தேய்த்தது.

நந்தினி நெற்றி வியர்த்தாள்.

“கிருஷ்ணன்! காரைக் கொஞ்சம் மெதுவாவே ஓட்டு...”

“சரிம்மா...”

காரை நிதானத்துக்குக் கொண்டு வந்தான் கிருஷ்ணன்.

# 8

அல்சேஷனின் உடம்பு இன்னமும் துடித்துக் கொண்டிருக்க, ரத்தம் சொட்டும் அரிவாளோடும் கண்களில் ஏராளமான உக்கிரத்தோடும், பெரிய நாயக்கரைப் பார்த்துக் கொண்டே முன்னேறினான் வீரபத்திரன்.

பெரிய நாயக்கரின் முகம் இருட்டடித்துப் போய் இருந்தது.

சிரமமாய் எச்சில் விழுங்கி மெல்லப் பின்வாங்கி, திறந்திருந்த கதவின் வழியாக உள்ளே சரக்கென்று ஓடி... கதவைச் சாத்த முயல,

வீரபத்திரன் ஜாக்கிரதையாகிக் குபீரென்று தீப்பிடித்த மாதிரி பாய்ந்து, கதவு மூடப்பட்டுக் கொண்டிருந்த அந்த இடைவெளியில் தன் வலுவான புஜத்தைக் கொடுத்து நெம்ப, கதவு அவனுடைய ஆவேசத்திற்கு ஈடு கொடுக்க முடியாமல் படீரென்று திறந்து கொள்ள...

நாயக்கர் பங்களாவின் பரந்த ஹாலுக்குள் அலைய குலைய ஓடினார்.

வீரபத்திரன் நொறுங்கிப் போகிற அளவுக்குப் பற்களைக் கடித்தான்.

“டேய்ய்ய்ய்...” கத்திக்கொண்டே தடதடவென்று பின்னால் துரத்திக் கொண்டு ஓடினான்.

எதிரே குறுக்கிட்ட நாற்காலிகளையும், சோஃபாக்களையும் உதைத்து நகர்த்திவிட்டு, நாயின் ரத்தம் தோய்ந்த அரிவாளை உயர்த்திக் கொண்டு நாயக்கரை சமீபித்தான்.

எட்டிப் பிடித்தான்.

ஒரு மில்லி மீட்டர் நாயக்கர் முந்திக் கொள்ளவே, அவருடைய ஜிப்பா மட்டும் வீரபத்திரனின் கைக்குச் சிக்கி டர்ர்ரென்றது.

கிழிந்து தொங்கும் ஜிப்பாவோடு, ஹாலுக்கு வலது கைப் பக்கமாய், வளைந்து போகும் மாடிப் படிகளில் 'தட தட...' என்று மேலே ஏறி ஓடினார் நாயக்கர்.

"கிழட்டு நாயே! ஓடுடா! உன்னால எவ்வளவு தூரம்தான் ஓட முடியும்...? உன்னோட தலையையும்... உன் மச்சினனோட தலையையும் சீவி, நரசிம்ம நாயக்கன் பாளையம் பஞ்சாயத்து மேடையில நட்டு வெச்சாத்தான்டா என் மனசு ஆறும்..."

வேஷ்டி அவிழ்ந்து தொங்க... மரண பயத்தோடு ஓடிக் கொண்டிருக்கும் நாயக்கரை, மூச்சிரைக்கத் துரத்தி, மாடி வராந்தாவின் ஓரத்தில் மடக்கினான் வீரபத்திரன்.

நாயக்கர் வராந்தா சுவரோரமாய் கை கூப்பிக்கொண்டு உட்கார்ந்தார்.

முகம் பூராவும் வெள்ளமாய் வியர்வை.

கண்களில் சாவு பயம்.

உதடுகளில் உயிர்த் தாகம்.

"வீ... வீ... வீரபத்திரா... எ... என்னை ஓ... ஒண்ணும் பண்ணிடாதே... உன் குடிசைக்குத் தீ வைக்க வேண்டாம்ன்னு நான் எவ்வளவோ தூரம் சொல்லிப் பார்த்தேன். என் மச்சினன் கேட்கலை... என்னை வி... விட்டுடு."

"என்ன சொன்னே...? உன்னை விட்டுடறதா? துண்டு துண்டா வெட்டிப் போடத்தான்டா வந்திருக்கேன்!" சொன்ன வீரபத்திரன் குறுமுயல் மாதிரி சுவரோடு சுவராய் ஒண்டிக் கிடந்த பெரிய நாயக்கனின் நரைமுடியைப் பற்றித் தூக்கினான்.

‘யேய்ய்ய்..!!’ என்று கத்தி அரிவாளை உயர்த்தி நாயக்கனின் பின்னந்தலையை நோக்கி இறக்கிய அதே விநாடி....

வீரபத்திரனின் மணிக்கட்டில் நச்சென்று அந்த அடி விழுந்தது.

அரிவாள் கையினின்றும் நழுவிக் கொள்ள, வீரபத்திரன் திடுக்கிட்டுப் போய் திரும்பிப் பார்த்தான்.

கையில் கம்புகளோடு அரைவட்டம் போட்ட மாதிரி ஏழெட்டுப் பேர் தீர்க்கமாய் நின்றிருந்தார்கள்.

எல்லோருக்கும் முன்னால் பூபதி நாயக்கன் கையில் ரிவால்வரோடு நின்றிருந்தான். சிரித்தான்.

“வீணா குண்டடிபட்டுச் சாகாதே! பெரியவரை விட்டுட்டு இப்படி ஓரமா ஒதுங்கு...”

வீரபத்திரனின் கை பெரிய நாயக்கனின் தலை முடியை ஸ்லோமோஷனில் விட்டது.

பெரிய நாயக்கர் கத்திக்குத் தப்பிய ஆடு மாதிரி விழுந்தடித்து ஓடி வந்து ஆட்களோடு, சேர்ந்து கொண்டார்.

பூபதி நாயக்கன் ரிவால்வரை அசைத்தான்.

“ம்... பின்னாடி போய்... அந்தச் சுவரோரமா மண்டிப் போட்டு உட்காரு! போலீஸ் வரும்... அவங்ககூடப் போவியாம்.”

கொஞ்சம் தள்ளி, தூரத்தில் விழுந்து கிடந்த அரிவாளைப் பார்த்துக் கொண்டே எரிகிற மனசோடு சுவரோரமாய்ப் போய் உட்கார்ந்தான் வீரபத்திரன்.

# 9

ஜெயில் சூப்பரின்டெண்ட் பாண்டுரங்கன் 'எம்' செல்லைத் தொட்டபோது தன் கைச்சங்கிலிகளால் கம்பிகளை 'ச்சடார்... ச்சடார்...' என்று அடித்துக் கொண்டிருந்தான் மாயாண்டி.

செல்லுக்கு முன்னால் போய் நின்றார் பாண்டுரங்கன்.

"மாயாண்டி..."

நிமிர்ந்தான். "ம்ம்ம்..."

"என்ன இதெல்லாம்...?" பாண்டுரங்கன் அதட்டலாகக் கேட்கவும்... மாயாண்டி கம்பி அருகே வந்தான்.

"அய்யா... நான் நாளைக்குச் சாகப் போறவன்... எனக்கு இந்த ஆத்திரமும் கோபமும் வரக் கூடாதுதான்... இருந்தாலும் சில பேர் என் காதுபட ஏதாவது சொல்லிட்டா என்னால தாங்க முடியறதில்லை. நான் அடிச்சுக் காயப்படுத்தின அந்த ராமசாமி என்னோட பழைய கூட்டாளி... அவன் என்ன வார்த்தை பேசினான்னு வார்டன்கிட்டயே கேளுங்கய்யா..."

"நீயே சொல்லு... என்ன சொன்னான்?"

"டேய் மாயாண்டி! உன்னை எப்படியும் தூக்குலதான் போடப் போறாங்க... நீ செத்துப் போனப்புறம் உன்னோட மூணாவது செட்டப்பை நான் வெச்சுக்கட்டுமான்னு கேட்கறான். அந்த வார்த்தையைக் கேட்டப்புறம் ஒரு மனுஷனுக்குக் கோபம் வருமா வராதா? நீங்களே சொல்லுங்கய்யா..." மாயாண்டி பொரிந்தான்.

“அப்படி யாராவது ஏதாவது சொல்லிட்டா வார்டன்கிட்ட கம்ப்ளைய்ண்ட் பண்ணணுமே தவிர, நீயே அவனுக்குத் தண்டனையைத் தந்துடக் கூடாது...”

“என்னால அப்படி இருக்க முடியலைய்யா... என்னோட பார்வைக்கு எது அநியாயமாப்பட்டாலும் சரி... அந்த நிமிஷமே அதைத் தண்டிச்சாகணும். என்னோட கண்ணு ரெண்டையும் பாருங்கய்யா.... எப்படிச் செவேலென்னு சிவந்து கிடக்கு. இந்தச் சிவப்பு, சாராயத்தைக் குடிச்சதினாலோ... தூக்கம் விழிச்சதினாலோ வர்றதில்லை... என்னோட பதினைஞ்சு வயசிலிருந்து இந்த முப்பதாவது வயசு வரைக்கும் என்னைச் சுத்தி நடந்த அநியாயங்களைப் பார்த்துப் பார்த்து அக்கிரமங்களைப் பார்த்துத்தான் கண்ணு ரெண்டும் இப்படிச் சிவந்து கிடக்குது.”

பாண்டுரங்கன் அவனுடைய கண்களைப் பார்த்தார்.

ரத்தம் கசிகிற மாதிரித் தெரிந்த அந்த சிவப்பு விழிகள் அவர் வயிற்றுக்குள் ஒரு பய ஊசி மாதிரி இறங்கியது.

சட்டென்று அவனுடைய பார்வையைத் தவிர்த்து விட்டுச் சொன்னார்.

“நாளைக்குத் தூக்குல தொங்கப் போற நீ உயிரோட இருக்கிற இந்த ஒரு நாள்லேயாவது அமைதியா இரு.”

சொல்லி விட்டுத் திரும்பி நடந்தார் பாண்டுரங்கன்.

சற்றுமுன் பார்த்த மாயாண்டியின் சிவப்பு விழிகள் அவருடைய மனதில் உறைந்து போயிருந்தது.

# 10

கோவை மாநகராட்சி நந்தினியையும் பாரியையும் இனிதாய் வரவேற்றபோது மணி 12-05.

கோவையின் வானவீதி மப்பும் மந்தாரமுமாய் இருந்தது.

"பாண்டுரங்க மாமா வீட்ல சாப்பாட்டை முடிச்சுக்கிட்டு ஒரு மணிக்குள்ளே ஏர்போர்ட் போயாகணும்... முடியுங்களா..?" நந்தினி கேட்டாள்.

"போயிரலாம்..." லேசாய் கண்ணயர்ந்தபடியே பாரி சொன்னான்.

"கிருஷ்ணன்.... கொஞ்சம் வேகமாப் போயேன்! பாண்டுரங்க மாமாவோட வீடு தெரியுமில்ல உனக்கு?"

"தெரியும்மா..."

"கொஞ்சம் வேகமாப் போ..."

கிருஷ்ணன் போனான்.

குறிச்சி ஏரி ரோட்டைச் சுற்றிக்கொண்டு - போத்தனூர் பிரிவு ரோட்டை வெட்டியபடி கார் பாய்ந்தது.

கோவை நகரத்தின் போக்குவரத்து அங்கிருந்தே சுறுசுறுப்பாய் ஆரம்பித்திருக்க, கிருஷ்ணன் அதைப் பொருட் படுத்தாமல் ஆக்ஸிலேட்டரை எண்பதில் அழுத்தினான்.

நந்தினி பரபரத்தாள்.

"கிருஷ்ணன்... கொஞ்சம் வேகம்ன்னா... இப்படியா...? ஸ்லோ பண்ணு...!"

அவள் சொல்லச் சொல்லவே...

கார் சின்னதாய் ஜெர்க் ஆகிக் குலுங்க நிலை தடுமாறியது.

எதிரே பீறிட்டு வந்த லாரியைச் சிரமப்பட்டுத் தவிர்த்தான் கிருஷ்ணன்.

பாரி பதற்றக் குரலில் கத்தினான். "கிருஷ்ணன்... காரை ஓரமா நிறுத்து..!"

கிருஷ்ணன் பிரேக்கில் காலைப் பதிக்க அது எந்தவிதமான பிடிப்பும் இல்லாமல் உள்ளே போய் வர கிருஷ்ணனுக்கு வியர்த்தது.

"ஸா... ஸார்... பிரேக் ஃபெய்லியர்!"

"என்ன சொல்றே?"

"பிரேக்கை அழுத்தினா வண்டி நிக்க மாட்டேங்குது ஸார்..."

பாரியும் நந்தினியும் திகிலோடு ஒருத்தரையொருத்தர் பார்த்துக் கொண்டார்கள்.

கார் ராட்சஸ வேகத்தில் பிய்த்துக் கொண்டு போனது. எதிரே டவுன் பஸ்களும், லாரிகளும், கொசுறுக்கு ஸ்கூட்டர்களும் வரிசையாய் வந்து கொண்டிருந்தன.

காற்று காரை அசுர வேகத்தில் சீவியது.

"கிருஷ்ணன்! ஏதாவது பண்ணி வண்டியை நிறுத்து!" பாரி கத்த...

ஏராளமான வியர்வையோடு திரும்பிப் பார்த்த கிருஷ்ணன் "என்னால முடியலை ஸார்..." என்றான். அழுகிற குரலில் "வண்டி கண்ட்ரோல்ல இல்ல ஸார்... எதிலாவது மோதித்தான் நிறுத்தணும்..." தொடர்ந்து சொன்னான்.

"எப்படியாவது நிறுத்து...!" தொண்டை கிழியக் கத்தினான் பாரி.

"இந்த ஸ்பீட்ல மோதி நிறுத்தினா வண்டி சுக்குநூறு ஆயிடும் ஸார். உயிர்ச் சேதம் தவிர்க்க முடியாததாயிடும்..."

“பரவாயில்லை... கார் சிட்டிக்குள்ளே போயிட்டா நிலைமை மோசமாயிடும். என்ன நந்தினி... நீ என்ன சொல்றே?” கேட்டுக் கொண்டே பக்கவாட்டில் திரும்பிப் பார்த்த பாரி அதிர்ந்து போனான்.

நந்தினி பின்சீட்டுக்குச் சாய்ந்து மயக்கமாகி இருந்தாள்.

கார் பிய்த்துக் கொண்டு விர்ரென்று போக, எதிரே வந்த டவுன் பஸ் காரின் வேகத்தைக் கண்டு ஒதுங்கிப் போனது.

“கி... கி... கிருஷ்ணன்...”

“ஸ்... ஸார்...!”

“ரோட்டுக்கு வலது பக்கமா ஒரு மண்மேடு மாதிரி தெரியுதே... அதுமேல காரை மோதி நிறுத்து!”

“ஸார்..”

“தைரியமா மோதி நிறுத்து... ஒண்ணும் ஆகாது..”

கிருஷ்ணன் காரை ஓடித்து எதிரே வந்த ஒரு ஆட்டோவைத் தவிர்த்து ரோட்டோரமாய்க் கொட்டி வைத்திருந்த மண்மேட்டை நோக்கி வேகமாய்ப் போனான்.

‘த்த்த்ட்ட்ட்ட்....’

காரின் பானெட் மூக்கு மண்மேட்டைத் தகர்த்து முடியாமல் ஒரு உயிருள்ள ஜந்து மாதிரி பக்கவாட்டில் புரண்டு மல்லாந்தது.

காரின் நான்கு சக்கரங்களும் இயக்கத்தை கொஞ்சம் கொஞ்சமாய்க் குறைத்துக் கொண்டு மெதுவாய்ச் சுழன்றன.

# 11

வீரபத்திரன் பசித்த புலி மாதிரி அந்தச் சின்ன அறைக்குள் உலாவினான். கையில் மாட்டியிருந்த கைவிலங்கைப் பற்களால் கடித்துக் கழற்ற முயன்று உதட்டோரம் ரத்தத்தை வழியவிட்டான். சுவரை 'தொம்' என்று கைகளால் மொத்தினான்.

"ரெண்டு பேரையும் வெட்டிப் போடாம நான் ஓயமாட்டேன்டா...! துண்டு துண்டா வெட்டுவேன்டா...!" தொண்டை நாளங்கள் அதிர அதிரக் கத்தினான்.

பூட்டியிருந்த அறைக்கு வெளியே ஹாஸ்பிடலின் வராந்தாவில் நாற்காலிகளில் நிரம்பியிருந்த டாக்டர் குணசீலனும் இன்ஸ்பெக்டர் நவநீத கிருஷ்ணனும், அந்தச் சத்தங்களை உன்னிப்பாய்க் கேட்டுவிட்டு ஒருத்தரை யொருத்தர் பார்த்துக் கொண்டார்கள்.

டாக்டர் குணசீலன் தன் அகலமான முன்நெற்றியைத் தடவிக் கொண்டே கேட்டார்.

"பேஷண்ட்டோட பேர் என்னான்னு சொன்னீங்க இன்ஸ்பெக்டர்?"

"வீரபத்திரன்..."

"சொந்த ஊரே நரசிம்மநாயக்கன் பாளையம்தானா?"

"ஆமா..."

"வீரபத்திரனோட நடவடிக்கைகளைப் பார்க்கும் போது மத்தவங்களுக்கு அவன் ஒரு பைத்தியம் மாதிரி தெரியலாம்.

ஆனா... ஹி இஸ் நார்மல். மனசுக்குள்ளே கொலை வெறி நிரம்பியிருக்கு... அவங்களைக் கொல்லணும்... கொல்லணும்ங்கிற ஆத்திரம் அவன் உடம்புல ஓடற ரத்தத்துல கலந்திருக்கு. அவங்களை அவன் கொலை செஞ்சாத்தான் அவனோட வெறியே அடங்கும். இந்த வெறி சப்சைட் ஆகணும்ன்னா... அடிக்கடி மயக்க ஊசி போட்டு அவனைத் தூங்க வெக்கணும்."

"ப்ளீஸ் டாக்டர்... எதையாவது பண்ணி அவனை நார்மலுக்குக் கொண்டு வாங்க... ஸ்டேஷன் லாக்-அப்புல அவனை வெச்சிட்டிருக்கவே முடியலை."

"ரெண்டே நாள்... பொறுங்க! இவனைப் பசு மாடு மாதிரி மாத்திடறேன்."

"டாக்டர்! இவனுக்கு நிச்சயமா மென்ட்டல் டிஸ்ஆர்டர் இல்லையே?"

"சுத்தமா இல்லை..."

"பைத்தியம் பிடிச்ச மாதிரி ஆக்ட் பண்றானா?"

"அப்படியிருந்தா அவனை டயாக்னைஸ் பண்ணினப்பவே எனக்குத் தெரிஞ்சிருக்கும், இன்ஸ்பெக்டர்! நீங்க வீரபத்திரனைப் பத்திக் கவலைப்படாதீங்க. அவனுடைய மனசுக்குள்ள உறைஞ்சு போயிருக்கிற அந்தக் கொலை வெறியைக் கொஞ்சம் கொஞ்சமா ரிலீஃப் பண்ணிடலாம்..."

"தேங்க்யூ டாக்டர்...!"

இன்ஸ்பெக்டர், பக்கத்திலிருந்த தொப்பியைத் தலைக்குக் கொடுத்துக் கொண்டே எழுந்தார்.

"நான் சாயந்தரமா வந்து பார்க்கிறேன், டாக்டர்."

"வாங்க..." டாக்டர் குணசீலன் இன்ஸ்பெக்டரின் கையைப் பற்றிக் குலுக்கி வழியனுப்பிவிட்டு,

தன் கையிலிருந்த வீரபத்திரனின் மெடிக்கல் ரிப்போர்ட்டைப் புரட்ட ஆரம்பித்தார்.

கடந்த ஒரு மணி நேரமாய் வீரபத்திரனை மருத்துவ ரீதியாய் அலசினதில், அவன் எல்லாவற்றிலும் துல்லியமாய் இருந்தான். நிச்சயமாய்ப் பைத்தியம் கிடையாது.

உடம்பிலிருக்கும் எல்லா நரம்புகளுமே கொலை வெறியில் விறைப்பேறி மூளை ஓயாமல் "அவர்களை வெட்டு! அவர்களை வெட்டு!" என்று சொல்லிக் கொடுக்கிறது.

ரத்தம் நிஜமாகவே உஷ்ணமாகிப் பாய்கிறது.

"டாக்டர்..."

பதட்டமான குரல் கேட்டு நிமிர்ந்தார் டாக்டர் குணசீலன்.

ஐ.சி. யூனிட் ஹெட் நர்ஸ் மரிய புஷ்பம், முகத்தில் வழியும் வேர்வையோடு நின்றிருந்தாள்.

"என்ன சிஸ்டர்?"

"ஐ.சி. யூனிட்டுக்கு கேஸ் ஒண்ணு வந்திருக்கு டாக்டர்..."

நர்ஸின் பதட்டம் டாக்டரையும் தொற்றிக் கொண்டது. ஃபைலை எடுத்து மேஜையின்மேல் போட்டுவிட்டு அவளோடு இணைந்து நடந்தார்.

மெல்லிய குரலில் பேசிக் கொண்டே நடந்தார். "கேஸ்... ஆணா, பெண்ணா...?"

"பொண்ணு..!"

"வயசு...?"

"இருபது இருக்கலாம் டாக்டர்..!"

"பேரு..?"

"நந்தினி..."

"அந்தப் பொண்ணுக்கு என்ன ப்ராப்ளம்..?"

"கார் ஆக்ஸிடெண்ட்..."

"இன்ஜூரிஸ்...?"

"ஹெட் இன்ஜூரி மட்டும்தான்..."

“உனக்கு என்ன தோணுது..? கேஸ் போயிடுமா..?”

“அப்படித்தான் தோணுது டாக்டர்... ஃபேஸ் பூராவும் ரத்தக் களரியா தெரியுது... கண்ணாடித் துண்டு முகம் நிறைய குத்தியிருக்கு.”

வராந்தா முடிந்து போயிருக்க எதிரே ஐ.சி.யூனிட் தெரிந்தது.

ஒரு சின்னக் கும்பலுக்கு மத்தியில் பழக்கமான கான்ஸ்டபிள் முகங்கள். டாக்டர் குணசீலனைப் பார்த்ததும் நெற்றியில் சல்யூட் பதித்தார்கள்.

கோரஸாய் சொன்னார்கள். “உக்கடம் பக்கத்துல நடந்த ஆக்ஸிடெண்ட் ஸார்...”

“எத்தனை பேர்?”

“மூணு பேர் வந்திருக்காங்க... டிரைவர், ஹஸ்பெண்ட் அண்ட் ஓய்ஃப். டிரைவருக்கும் ஹஸ்பெண்டுக்கும் சின்னகாயம். அந்தப் பொண்ணுக்குத்தான் மேஜர் இன்ஜூரிஸ். இது விஷயமா இன்ஸ்பெக்டர் இப்போ வர்றேன்னு சொன்னார் டாக்டர்...”

டாக்டர் குணசீலன் தலையாட்டிக் கொண்டே ஐ.சி. யூனிட்டுக்குள் நுழைந்தார். முகப்பில் சிவப்பு விளக்கு எரிய கதவு சாத்திக் கொண்டது.

நந்தினியின் தலையும் முகமும், சிவப்பு பெயிண்ட் அடித்த மாதிரியான சைஸில் செக்க செவேலென்று தெரிய அவைகளுக்கு மத்தியில் கண்ணாடிச் சில்லுகள் ஏராளமாய்ப் பொதிந்து தெரிந்தன.

# 12

நெற்றியிலும், முழங்கையிலும் கூட்டல் பிளாஸ்திரிகள் தெரிய, தலை கலைந்து உடம்பெல்லாம் மண் தீற்றிய கோலத்தோடு பாரி உட்கார்ந்திருந்தான்.

அவனைச் சுற்றிலும் வாகீசன், பரிமளம், விமல், சொப்னா கண்ணீர் நிரம்பிய விழிகளோடு நின்றிருந்தார்கள்.

கிருஷ்ணன் மூலமாய் விஷயத்தைக் கேள்விப்பட்டு மெட்டாடர் வேன் ஒன்றைப் பிடித்து வழுக்குப் பாறை எஸ்டேட்டிலிருந்து அத்தனை பேரும் வந்து சேர்ந்திருந்தார்கள்.

வாகீசன் இதில் நிரம்பவும் தளர்ந்து போயிருந்தார். திரும்பத் திரும்ப அந்த ஒரே கேள்வியை பாரியிடம் கேட்டுக் கொண்டிருந்தார்.

“நந்தினிக்கு ஒண்ணும் ஆபத்தில்லையே...?”

“உள்ளே போன டாக்டர் இன்னமும் வெளியே வரலப்பா... அவர் வந்த பின்னாடிதான் தெரியும்.” பாரியும் அழுகை தெறிக்கும் குரலில் வாகீசனுக்குப் பதிலைச் சொல்லிக் கொண்டிருந்தான்.

பரிமளம் சேலைத் தலைப்பை வாயில் பொத்தி மெலிதாய் விசும்பிக் கொண்டிருக்க...

சொப்னா தன் கையிலிருந்த சின்னஞ்சிறு பூப்போட்ட கர்ச்சீப்பால் கண்களை ஒற்றிக் கொண்டிருந்தாள்.

விமல் சுவரோரமாய்ப் போட்டிருந்த பெஞ்சில் சாய்ந்து உட்கார்ந்து கண்களை மூடியிருந்தான்.

கான்ஸ்டபிள் ஒருவர் அந்தக் கும்பலில் தலை நீட்டினார்.

"ஸார்! ஆக்ஸிடெண்ட்ல அடிபட்ட பொண்ணோட ஹஸ்பெண்ட் யாரு?"

"நான்தான்..." பாரி சொன்னான்.

"உங்களை இன்ஸ்பெக்டர் கூப்பிடறார்..."

பாரி தொய்வாய் எழுந்து அவரைப் பின்தொடர்ந்து போனான்.

வார்டின் ஓரத்தில் சின்னதாய் ஒரு மேஜையும் நாற்காலியும் போட்டு கையில் டைரியோடு உட்கார்ந்திருந்த இன்ஸ்பெக்டர், பாரியைப் பார்த்து "வாங்க.... உட்கார்ங்க!" என்றார்.

எதிரேயிருந்த நாற்காலியில் உட்கார்ந்தான் பாரி.

"உங்க பேரு?"

"பாரி..!"

"இந்த ஆக்ஸிடெண்ட்டைப் பத்தி என்ன நினைக்கிறீங்க? தற்செயலா நடந்தததுதானா...?"

"ஆமா சார்..."

"நீங்க வந்த கார் இதுக்கு முன்னாடி ஆக்ஸிடெண்ட் ஆயிருக்கா...?"

"இல்லை..."

"உங்க கார் டிரைவர் கிருஷ்ணனை விசாரிச்சுப் பார்த்ததுல வழுக்குப் பாறை எஸ்டேட்டிலிருந்து கார் புறப்படும்போதே கார்ல ஜெர்க் வந்ததாவும், பின்னாடி அதைச் சரிப்படுத்தினதாவும் சொல்றாரே... உண்மையா?"

"ஆமா..."

"கிருஷ்ணன் எவ்வளவு காலமா உங்ககிட்ட டிரைவரா இருக்கார்?"

"அஞ்சு வருஷமா...."

"இந்தக் கார் விபத்தைப் பார்க்கும்போது, ஒரு ஆக்ஸிடெண்ட் மாதிரி தோணினாலும் இந்த விபத்துக்குப் பின்னாடி ஏதாவது பிளான் இருக்கலாமோன்னு என் மனசுக்குப் படுது... நீங்க என்ன நினைக்கிறீங்க, பாரி...?"

"நான் அப்படி நினைக்கலை ஸார்... என் வீட்டிகுள்ளேயும் சரி... வெளியேயும் சரி... எனக்கு எதிரிகள் கிடையாது."

"திடீர்னு கார்ல எப்படி அந்த ஜெர்க்ஸ் வரும்?"

அந்தச் சோகமான சூழ்நிலையிலும் புன்னகைத்தான் பாரி.

"நீங்க நினைக்கிற மாதிரி இதுல எந்தச் சதி வேலையும் கிடையாது இன்ஸ்பெக்டர். இது எதிர்பாராத விதமா நடந்த மோசமான விபத்து. டிரைவர் கிருஷ்ணனுக்குத் தெரியாம காரை யாரும் தொட்டுட முடியாது. இது ஆக்ஸிடெண்ட். அவ்வளவுதான்..."

அவன் பேசிக் கொண்டிருக்கும் போதே...

ஐ.சி. யூனிட்டின் வெள்ளைக் கதவு 'ப்ளக்'கென்று திறந்தது.

டாக்டர் குணசீலன் தன்னை விட ஜூனியரான டாக்டர் பிரதாப்போடு வெளிப்பட்டார். உடுத்தியிருந்த வெள்ளைக் கோட்டில் ஆங்காங்கே... ரத்தத் தீற்றல்கள்... முகத்தில் சோர்வு தெரிந்தது.

பாரி இன்ஸ்பெக்டரிடம் ஒரு 'எக்ஸ்க்யூஸ் மீ'யைச் சொல்லிவிட்டு வேகமாய் டாக்டரை நெருங்கினான்.

"டாக்டர்...!"

குணசீலன் அவரை ஏறிட்டார்.

"நீங்கதானே அந்தப் பொண்ணோட ஹஸ்பெண்ட்?"

"ஆமா டாக்டர்..."

"உங்க கவலை எனக்குப் புரியுது... உங்க ஒய்ஃப்போட கண்டிஷன் ரொம்பவும் க்ரிட்டிகல். அவங்களுக்கு ரேர் ப்ளட்

க்ரூப், ஏபி–ஆர்.ஹெச் நெகடிவ். இந்த ப்ளட் க்ரூப் உங்க ஃபேமிலியில யாருக்காவது இருக்கா..?"

பாரி தலையாட்டினான்.

"நோ... டாக்டர்!"

"ப்ளட் பாங்க்லயும் அந்தக் க்ரூப் ப்ளட் கிடையாது. மத்த ஹாஸ்பிடல்ஸுக்கும் தகவல் கொடுத்திருக்கோம்... உங்க ஓய்ஃப்போட அதிர்ஷ்டம் அந்தக் க்ரூப் ப்ளட் கிடைக்கணும்."

டாக்டர் குணசீலன் சொல்லிக் கொண்டே நடந்தார். பாரி உடைந்து போய் நின்றான்.

குணசீலன் அயர்ச்சியாய் தன் அறைக்குள் நுழைந்து நாற்காலியில் சாய, பின்னால் வந்த டாக்டர் பிரதாப் எதிரே உட்கார்ந்தான்.

"என்ன டாக்டர்... ஃபர்தர் ஸ்டெப்ஸ்?"

"அந்தக் க்ரூப் ப்ளட் கிடைக்காம நாம் என்ன ஸ்டெப்ஸ் எடுத்தாலும் ஃபெய்லியர்தான் பிரதாப். அதுவும் அந்த ப்ளட் டூஅவர்ஸ்ல கிடைக்கணும்..."

"பேதட்டிக்...!" சொன்ன பிரதாப், மேஜையின் மேலிருந்த அந்த ஃபைலை எடுத்து மெல்லப் புரட்டினான்.

குணசீலன் சிகரெட் பாக்கெட்டுக்காக கோட் பாக்கெட்டைத் தடவிக் கொண்டிருக்க பிரதாப் திடீரென்று முகம் பிரகாசமாகிக் கையைச் சொடுக்கினான்.

"டாக்டர்..."

"என்ன பிரதாப்?"

"வீ... காட் இட் டாக்டர்."

"என்ன...?"

"இது இன்னிக்குக் காலையில் அட்மிட்டான வீரபத்திர னோட ஃபைல்தானே..?"

"எஸ்."

“அவனோட ப்ளட் க்ரூப்பை நீங்க எப்படி மறந்தீங்க டாக்டர்? ஏபி-ஆர்.ஹெச் நெகடீவ்ன்னு அழகா டைப் பண்ணியிருக்கீங்க..?”

உதட்டில் சிகரெட்டைப் பொருத்திக் கொண்டிருந்த டாக்டர் குணசீலன் விருட்டென்று எழுந்தார். நெற்றியில் ‘த்த்த்...’ என்று அறைந்து கொண்டார்.

‘சே! எப்படி மறந்தேன்...?’ நாற்காலியை டர்ர்ர்ரென்று பின்னுக்கு இழுத்துவிட்டு வெளியே வந்தார்.

“பிரதாப்...!”

“டாக்டர்...”

“வீரபத்திரனை மயக்கத்துக்கு உட்படுத்தாம ப்ளட்டை எடுக்க முடியாது. ப்ளீஸ் டேக் நெஸசரி ஸ்டெப்ஸ். ச்சே...! எப்படி இது ஞாபகத்துக்கு வராமப் போச்சு? பிரதாப்... ஐ மஸ்ட் தேங்க் யூ... சீக்கிரமா ஏற்பாடு பண்ணுங்க!”

“டாக்டர்...”

பிரதாப் தயக்கமாய்க் கூப்பிட, குணசீலன் நின்றார்.

“என்ன பிரதாப்..?”

“வீரபத்திரன் போலீஸ் கஸ்டடியில இருக்கிற பேஷண்ட். அவங்க பர்மிஷன் இல்லாம... எப்படி ப்ளட் கலெக்ட் பண்ண முடியும்?”

“அந்தப் பர்மிஷனையெல்லாம் நான் பார்த்துக்கிறேன்... பிரதாப் ப்ளீஸ் யூ டூ வாட் ஐ ஸே..!”

“எஸ்...டாக்டர்!”

“வேணும்ங்கிற அட்டெண்டர்ஸைக் கூப்பிட்டுக்குங்க... செடட்டிவ் கொடுத்து கேர்ஃபுல்லா ப்ளட் கலெக்ட் பண்ணுங்க... நான் ஆபரேஷனுக்கு ஏற்பாடு பண்றேன்.”

குணசீலன் ஆபரேஷன் தியேட்டரை நோக்கிப் போக பிரதாப் வீரபத்திரன் இருந்த செல்லை நோக்கிப் போனான்.

வராந்தாவில் போய்க் கொண்டே எதிர்ப்பட்ட ஆர்டர்லிகளையும், அட்டெண்டர்களையும் சேகரித்துக் கொண்டான். நர்ஸுகளுக்கு உத்தரவுகளைக் கொடுத்தபடியே வீரபத்திரன் இருந்த செல்லுக்கு முன்னால் வந்து நின்றான்.

உள்ளேயிருந்து ஆக்ரோஷமாய் வீரபத்திரனின் சீறல் கேட்டது.

“என்னை வெளியில விடுங்க... அவங்க ரெண்டு பேரையும் வெட்டித் தள்ளணும்... கண்டதுண்டமா வெட்டிப் போடணும்... டேய்... நான் உங்களை விடமாட்டேன்...!”

பிரதாப் தன்னைச் சுற்றிலும் நின்றிருந்த ஆர்டர்லிகளைப் பார்த்தபடி சொன்னான்.

“கதவைத் திறந்த உடனே அவன் வெளியே ஓடி வருவான். ஒரே அமுக்கா அமுக்கி அவனை கீழே தள்ளணும்... ரெண்டு பேரு அசைய விடாமப் பிடிச்சிக்கணும்... நான் இன்ஜெக்ஷன் போட்டு ரெண்டு மூணு நிமிஷம் கழிஞ்ச பின்னாடிதான் அவனை விடணும்.”

“எஸ் டாக்டர்!”

பிரதாப் கதவைத் திறந்தான்.

# 13

சாயந்தரம் நான்கு மணி.

ஐ.சி. யூனிட்டுக்கு வெளியே - வாகீசன், பரிமளம், பாரி, விமல், சொப்னா, டிரைவர் கிருஷ்ணன், இந்தக் கும்பலோடு புதிதாய் ஜெயில் சூப்பரின்டெண்ட் பாண்டுரங்கனும் சேர்ந்து கவலையோடு நின்றிருந்தார். நினைத்து நினைத்துச் சொன்னார்.

"மத்தியான லஞ்ச் உங்க வீட்லதான் அங்கிள்... கண்டிப்பா வர்றேன்னு போன் பண்ணிச் சொன்ன பொண்ணுக்கு இப்படி ஆயிட்டுதே...? ஏம்ப்பா... பாரி...! கார் ரிப்பேர்ன்னு தெரிஞ்சும் எதுக்காக அதுல வரணும்...? வேற ஏதாவது வண்டில வந்திருக்கலாமே...!"

பாரி பதில் சொல்லாமல் மோவாயைத் தடவிக் கொண்டே எங்கோ பார்த்தான். பக்கத்தில் உட்கார்ந்திருந்த விமல் எரிச்சலோடு சொன்னான்.

"காருக்கும் மனுஷனுக்கும் எந்த நேரத்துல எதுவும் வரலாம் அங்கிள்... ரிப்பேரான காரை சரிபார்த்துத்தான் கிருஷ்ணன் எடுத்துட்டுப் போயிருக்கான்..."

"நந்தினியை யாராச்சும் உள்ளே போய்ப் பார்த்தீங்களா?" பாண்டுரங்கன் கேட்க... எல்லோருமாய் உதட்டைப் பிதுக்கினார்கள்.

"டாக்டர்ஸ் யாரையுமே அலவ் பண்ணலை அங்கிள்! நந்தினியோட ப்ளட் குரூப் ரேர் ப்ளட் குரூப்... அது கிடைக்காம

ரொம்பவும் சிரமப்பட்டிட்டிருந்தோம்... கடைசியில போலீஸ் கஸ்டடியில இருந்த ஒரு பேஷண்ட்டோட ப்ளட் அதிர்ஷ்டவசமா நந்தினியோட ப்ளட் குரூப்பாவே அமைஞ்சுடுச்சு... அவனோட ப்ளட்டைக் குடுத்துத்தான் ஆபரேஷன் பண்ணிட்டிருக்காங்க... ஆபரேஷனை ஆரம்பிச்சு ரெண்டு மணி நேரமாச்சு."

விமல் சொல்லிக் கொண்டிருக்கும் போதே நர்ஸ் ஒருத்தி யூனிட்டின் கதவைத் திறந்து கொண்டு வெளியே வந்தாள்.

பாண்டுரங்கனும் பாரியும் அவளிடம் ஓடினார்கள்.

"சிஸ்டர்...!"

அவள் புன்னகைத்தாள். "ஆபரேஷன் சக்ஸஸ்... டாக்டர் வெளியே வருவார். மத்த விவரங்களை அவர்கிட்டே கேட்டுக்குங்க...!"

அவள் தண்ணீர் ததும்பும் ரத்தப் பஞ்சுத் துணுக்குகள் மிதக்கும் டிரேயுடன் நகர்ந்து போக...

டாக்டருக்காகக் காத்திருந்தார்கள்.

ஐந்து நிமிடம் நழுவ,

டாக்டர் குணசீலன் வெளியே வந்தார்.

தன்னைச் சுற்றிலும் நின்று ஆர்வமாய்ப் பார்க்கும் முகங்களைப் பார்த்துப் புன்னகைத்தார்.

"இனி பயமில்லை... போதுமான ரத்தம் குடுத்ததுல மிஸஸ் நந்தினிக்கு ஞாபகம் வந்துடுச்சு. ரெண்டு கண்ணுலேயும் க்ளாஸ் பீஸ் ஏறியிருக்கு. ஆனா அவங்களாலே பார்க்க முடியுமா, முடியாதாங்கிறதை நாளைக்குத்தான் சொல்ல முடியும்!"

"நாங்க நந்தினியைப் பார்க்கலாமா?" டாக்டரை பாண்டுரங்கன் ஆர்வமாய்க் கேட்க...

குணசீலன் சொன்னார். "தாராளமாக போய்ப் பார்க்கலாம்... ஆனா அதிகமா பேச்சுத் தராதீங்க..."

"ஓகே டாக்டர்!"

எல்லோரும் உள்ளே போனார்கள்.

அறைக்கு நடுவே, தெரிந்த கட்டிலில் நந்தினி கிடத்தப்பட்டிருந்தாள். மூக்குத் துவாரங்களும், உதடுகளும், தாடைப் பிரதேசமும் தவிர முகத்தின் மற்ற பாகங்களும், பின்னந்தலை பூராவும் தும்பைப் பூவாய் பாண்டேஜ் தெரிந்தது.

மணிக்கட்டில் செருகியிருந்த ரப்பர் குழாயின் ஊசி வழியே சலைன் வாட்டர் போய்க் கொண்டிருந்தது. விரல்களிலும் முழங்கைகளிலும் பிளாஸ்திரி தெரிந்தது.

பாரி, முதல் ஆளாய் அவளை நெருங்கினான்.

“ந... நந்தினி...!”

பாரியின் குரலைக் கேட்டதுமே நந்தினியின் வலது கையும் உதடுகளும் அசைந்தன.

“எ...எ... என்னங்க?”

பாரி அவளுடைய கையைப் பற்றிக் கொண்டான்.

“ஒண்ணும் பயப்படாதே... நந்தினி!”

அவள் புன்னகைத்தாள்.

“எனக்கு என்னங்க பயம்...? உங்களுக்கும் கிருஷ்ணனுக்கும் அடி ஒண்ணும் பலமா படலையே...?”

“லேசா சிராய்ப்புதான்...”

“ஆமா... என்னோட கண்ணு ரெண்டையும் எதுக்காகக் கட்டியிருக்காங்க...?” கண்களில் கண்ணாடித் துண்டு ஏறியிருக்கிறது என்று சொன்னால் நந்தினி பயத்தில் மறுபடியும் மயக்கமாகி விடுவாள் என்று நினைத்தான் பாரி. “கண்ணுல ஏதோ லேசா அடிபட்டிருக்காம்... மருந்து ஊத்திக் கண்ணைக் கட்டியிருக்காங்க...”

நந்தினி மறுபடியும் உதடுகளைப் புன்னகையில் விரித்தாள்.

“ஏங்க பொய் சொல்றீங்க...? என் ரெண்டு கண்ணிலேயும் க்ளாஸ் பீஸ் குத்தியிருக்கிறதா டாக்டர் இன்னொரு டாக்டர்கிட்ட சொல்லிட்டிருந்தாரே...!”

நந்தினி தொடர்ந்தாள்.

“எஸ்டேட்டிலிருந்து எல்லாரையும் வரவழைச்சுட்டீங்க போலிருக்கே... அத்தை அழற சத்தம் கேட்குது...மாமாவும் அழறாரா? எனக்கு இடது பக்கத்துல சொப்னா நிக்கிறான்னு நினைக்கிறேன்... சென்ட் வாசனை வருது. விமல் வரலையா?”

“அண்ணி..!”

“என்ன விமல்... எஸ்டேட்டை விட்டு எல்லாரும் வந்திட்டீங்களா...?” பல்வரிசை தெரிய சிரித்த நந்தினியை விழிகள் விரியப் பார்த்தான் பாரி.

ஒரு தலைவலியோ, காய்ச்சலோ வந்துவிட்டால் நந்தினி பயந்து போய் அவனைப் படுத்துகிற பாடு மனதுக்குள் வழிந்தது.

“என்னங்க... எனக்கு என்னமோ ஆயிடுச்சு... மாத்திரை சாப்பிட்ட பின்னாடியும் தலை ஏன் இப்படி வலிக்குது? டாக்டர் வீட்டு வரைக்கும் போயிட்டு வரலாங்களா?” என்று அவள் பயப்படுகிற பயம் பாரிக்கு சில சமயங்களில் எரிச்சலையே ஊட்டியிருக்கிறது.

ஆனால், இத்தனைப் பெரிய விபத்தைச் சந்தித்த விஷயம் தெரிந்த பிறகும், கண்ணுக்குள் கண்ணாடித் துண்டுகள் குத்தியிருக்கிற விஷயம் தெரிந்த பின்பும் நந்தினி பயப்படவில்லை. அந்தப் பழைய பயம் அவளிடம் இல்லை.

பாரி பிரமிப்பாய் அவளையே பார்த்தான்.

பாண்டுரங்கன் குரல் கொடுத்தார்.

“அம்மா... நந்தினி...! நம்ம வீட்டுக்கு மத்தியானம் சாப்பிட வர்றேன்னு சொல்லிட்டு இப்படி வந்து படுத்திட்டியேம்மா!”

தலையை அவர் இருந்த திசைப் பக்கமாய் நகர்த்தினாள் நந்தினி.

"அட... அங்கிள் நீங்களும் வந்திட்டீங்களா...? உங்க வீட்டுச் சாப்பாடு எங்கே போயிடப் போவுது...? நானும் அவரும் கண்டிப்பா சாப்பிட வருவோம்!"

நர்ஸ் பேச்சில் குறுக்கிட்டாள். "அதிகமாப் பேசாதீங்க... டாக்டர் சொல்லியிருக்கார். இவங்க ரெஸ்ட் எடுக்கணும்... யாரும் பேச்சுக் குடுக்காதீங்க... வெறுமனே பார்த்துட்டுப் போங்க... போதும்."

எல்லோரும் மெதுவாய் நகர்ந்து கதவை நோக்கிப் போக பாரி மட்டும் நந்தினியின் அருகே வந்து அவள் கையைத் தொட்டான்.

"நந்தினி...!"

"என்னங்க...!"

"இந்தக் கார் ஆக்ஸிடெண்ட்.... நீ ஹாஸ்பிடல்ல இப்படி படுத்திட்டிருக்கிறது... இப்ப எதுவுமே உனக்குப் பயமில்லையா?"

"எதுக்காகப் பயப்படணும்...? உங்களுக்குப் பயமா இருக்கா...?" சொல்லிவிட்டு பாரியின் கையைத் தட்டிக் கொடுத்தாள்.

"போங்க! தைரியமாப் போங்க! மாமாவுக்கும் அத்தைக்கும் தைரியம் சொல்லுங்க... ஆஸ்பத்திரியிலேயே உட்காரப் போரடிச்சா நூன்-ஷோவோ, மேட்னி ஷோவோ பார்த்துட்டு வாங்க..."

பாரி பிரமிப்பாய் அவளைப் பார்த்துக் கொண்டே நகர்ந்து, ஐ.சி. யூனிட்டை விட்டு வெளியே போனான்.

# 14

விடிகாலை ஐந்து மணி.

சூரியன் கண்விழிக்காத கிழக்குத் திசை இன்னமும் இருட்டாகவே இருந்தது. ஜெயில் காம்பௌண்டைச் சுற்றிலும் வளர்ந்திருந்த வேப்பமரங்களில் பறவைகளின் அசைவுகள் ஆரம்பமாகிறது.

செண்ட்ரியில் இருந்து ஜவான் விரைப்பாய் நடந்து போய் தண்டவாளத்துண்டில் இரும்புச் சுத்தியால் ஐந்து முறை அடித்த ஓசையில் மாயாண்டி விழித்துக் கொண்டான்.

அதே விநாடி,

அவனுடைய செல்லின் கதவருகே...

வார்டனின் பூட்ஸ் சத்தம் தொடர்ந்து சாவி பூட்டில் பொருத்தப்பட்டு ‘க்ளக்’கென்று கழன்று கொள்ளும் சத்தம்.

“மாயாண்டி வெளியே வா...”

மாயாண்டி கையில் கோர்த்திருந்த சங்கிலிகள் அசைய வெளியே வந்தான்.

செல்லுக்கு வெளியே கொட்டியிருந்த மசமசப்பான இருட்டில் ஜெயில் சூப்பரின்டெண்ட் பாண்டுரங்கனும், வார்டனும் ஒரு டாக்டரும் நின்றிருந்தார்கள்.

மாயாண்டி சிரித்துக் கொண்டே வெளியே வந்தான். “அஞ்சுமணி எப்ப ஆகும்ன்னு பார்த்துட்டிருந்து வந்தீங்களாய்யா?”

பாண்டுரங்கன் அவனை நெருங்கினார்.

“மாயாண்டி..... உன்னோட கடைசி ஆசையை ஒரு பேப்பர்ல எழுதி தூக்குக் கயித்துக்குப் போறதுக்கு முன்னாடி தர்றேன்னு சொன்னியே... அதுக்காகத்தான் நான் வந்திருக்கேன்... சீக்கிரம் எழுதிக் குடு.”

மாயாண்டி தன் பெரிய உதடுகளால் சிரித்தான். “நேத்தைக்கு ராத்திரியே எழுதி வெச்சுட்டேன்யா. இந்தாங்க... படிச்சுப் பார்த்து என்னோட ஆசையை நிறைவேத்த முடிஞ்சா நிறைவேத்துங்க!”

அரை டிராயரின் இடுப்பில் செருகி வைத்திருந்த அந்தக் கசங்கலான கடிதத்தை அலட்சியமாய் இடது கையில் உருவி நீட்டினான் மாயாண்டி.

அதை வாங்கிப் பிரித்துப் பார்த்தார் பாண்டுரங்கன். அருகேயிருந்த வார்டன், டார்ச் வெளிச்சத்தை அந்த லெட்டரின் மேல் உமிழ்ந்தார்.

நான்கே வரிகள் ஓடியிருந்த அந்தக் கடிதத்தைப் பதினைந்து நொடிகளில் படித்து முடித்த பாண்டுரங்கன் ஆச்சரியத்தோடு நிமிர்ந்தார்.

“மாயாண்டி...”

“செய்வீங்களாய்யா...?”

“டாக்டர்ஸைக் கலந்துகிட்டு செய்யறேன்...”

“ரொம்ப நன்றியா...!”

கைவிலங்குகள் சப்திக்க கை குவித்துவிட்டு வார்டனோடு நடந்தான் மாயாண்டி.

அவன் இருட்டில் நடந்து போவதையே நெகிழ்ச்சியோடு பார்த்துக் கொண்டிருந்தார் பாண்டுரங்கன். அவன் வராந்தாவுக்குப் பின்பக்கமாய் இருட்டில் மறைந்த போதும் கூட கைவிலங்குகளின் சத்தம் கேட்டுக் கொண்டிருந்தது.

# 15

காலை எட்டு மணி.

டாக்டர் குணசீலனின் தனியறை. அவரைச் சுற்றிலும் கவலையான முகங்களில் வாகீசன், பரிமளம், பாரி, விமல், சொப்னா, பாண்டுரங்கன் எல்லோரும் நின்றிருந்தார்கள்.

பாரி மட்டும் நாக்குழற கேட்டான். "ஏன் டாக்டர், நந்தினிக்கு கொஞ்சம்கூட பார்வையே இருக்காதா?"

"சான்ஸே இல்லை... நேத்தைக்கே உங்ககிட்டே சொல்லலாம்ன்னு நினைச்சேன். மிஸஸ் நந்தினிக்கு நினைவு திரும்பின சந்தோஷத்துல நீங்க எல்லாரும் இருந்தீங்க... அந்தச் சமயத்துல சொல்லி உங்க மகிழ்ச்சியைக் கெடுக்க நான் விரும்பலை... இப்போ மிஸ்டர் பாண்டுரங்கன் என்கிட்ட வந்து அந்தத் தூக்குத் தண்டனை கைதி தன்னோட கண்களைத் தானமா கொடுத்திருக்கிறதா சொன்னதுனாலதான் நான் உங்களையெல்லாம் கூப்பிட்டு விஷயத்தைச் சொல்ல வேண்டியதாயிடுச்சி..."

"அந்தக் கைதியோட கண்களை நந்தினிக்கு எடுத்து வெச்சா... நிச்சயமா பார்வை கிடைச்சுடுமா டாக்டர்..?"

வாகீசன் கேட்க... டாக்டர் புன்னகைத்தார்.

"எண்பது பர்செண்ட் நான் க்யாரண்டி தர முடியும் ஸார். மிஸஸ் நந்தினிக்குப் பிறவியிலேயே பார்வை இல்லேன்னாத்தான் ஆபரேஷன் ரிஸ்க்... ஆனா அவங்க பார்வையோடு இருந்தவங்க. ஸோ... எந்த ஒரு ஆரோக்கியமான

கண்ணைப் பொருத்தினாலும் அவங்களுக்குப் பார்வை வந்துடும்.”

எல்லோரும் மௌனித்தார்கள். ஒரு நிமிஷ நேர இறுக்கமான மௌனத்திற்குப் பிறகு பாண்டுரங்கன் தொண்டையைக் கனைத்துக் கொண்டு பேச ஆரம்பித்தார்.

“நந்தினிக்கு... இந்த ஆக்ஸிடெண்டுல பார்வை போனது துரதிர்ஷ்டமானதுதான். அதே சமயத்துல அவ பக்கம் கொஞ்சம் அதிர்ஷ்டமும் இருக்கு. அவளுக்குப் பார்வை போன நேரம் தூக்குல தொங்கிட்ட கைதியோட ஒரு ஜோடி கண் அவெய்லபிளா இருக்கு. யாருக்கும் எந்த யோசிப்பும் வேண்டாம். டாக்டர் ஆபரேஷனுக்கான ஏற்பாடுகளைச் செய்யட்டும்.”

எல்லோரும் மௌனமாய்த் தலையாட்டினார்கள்.

“ஒரு விஷயம்!” என்றார் டாக்டர்.

“என்ன டாக்டர்?”

“ஒரு தூக்குத்தண்டனை அடைஞ்ச கைதியோட கண்களை நந்தினிக்குப் பொருத்தப் போற விஷயத்தைத் தயவு செஞ்சு யாரும் அவங்ககிட்ட சொல்ல வேண்டாம். கண்ணுல ஒரு சின்ன ஆபரேஷன் பண்ணணும்னு நான் ஏற்கனவே சொல்லியிருக்கேன். நீங்களும் அதையே சொல்லணும்...”

எல்லோரும் தலையாட்டினார்கள்.

பாரி கேட்டான். “ஆபரேஷன்... என்னிக்கு டாக்டர் பண்ணப் போறீங்க..?”

“இன்னிக்கே... இன்னும் ஒரு மணி நேரத்துல ஆபரேஷன் ஆரம்பிக்கப் போறோம். பண்ணப் போறவர் டாக்டர் மனோகர் டேவிட்... சிட்டியிலேயே இன்னிக்கு அவர் பெரிய சர்ஜன். அவர் செஞ்ச அத்தனை ஆபரேஷனும் அற்புதம்... எல்லார்க்குமே பார்வை கிடைச்சிருக்கு...” சொல்லிக் கொண்டே டாக்டர் குணசீலன் எழுந்தார்.

எல்லோரும் மெதுவாய் அறையை விட்டு நகர்ந்து நந்தினி இருந்த ஐ.சி. யூனிட்டை நோக்கிப் போனார்கள்.

நந்தினி எழுந்து உட்கார்ந்து நர்ஸ் நீட்டிய மாத்திரைகளை உள்ளங்கையில் வாங்கி டம்ளர் தண்ணீரின் உதவியோடு விழுங்கிக் கொண்டிருந்தாள்.

இரண்டு கண்களிலும் அழுத்தமான பாண்டேஜ் தெரிந்தது. நர்ஸிடம் கேட்டுக் கொண்டிருந்தாள் நந்தினி.

"சிஸ்டர்... என்னோட கண்கட்டை என்னிக்கு அவிழ்ப்பாங்க...?"

"ஒரு ஆபரேஷன் முடிஞ்சதும்..."

"ஆபரேஷன் என்னிக்கு..?"

"அதை டாக்டர்தான் முடிவு பண்ணணும்..."

நந்தினி ஏதோ சொல்ல வாயைத் திறந்த நேரம் பாரியும் மற்றவர்களும் உள்ளே நுழைந்தார்கள்.

"நந்தினி..!" பாரி கூப்பிட்டான். நிறைய காலடிச் சத்தம் கேட்டு, நந்தினி மலர்ந்தாள்.

"வாங்க...! எல்லாரும் ஒட்டு மொத்தமா...சொல்லி வெச்ச மாதிரி எங்கே போயிட்டு வர்றீங்க?"

"டாக்டரைப் பார்த்துட்டு வர்றோம்..." பாரி மெல்லிய குரலில் சொன்னான்.

"என்னோட கண் ஆபரேஷன் என்னிக்குன்னு சொன்னார்?"

"இன்னிக்கே..."

"சீக்கிரமா பண்ணச் சொல்லுங்க... கண்ணு ரெண்டையும் கட்டிக்கிட்டு இருட்டையே பார்த்திட்டிருக்க செம போர் அடிக்குது..."

"நந்தினி..."

"ம்..."

"ஆபரேஷன் மைனர்தான். நீ பயப்படாமே இருக்கணும்..."

"நான் பயப்படறதா உங்ககிட்ட சொன்னேனா..? என் ரெண்டு கண்ணிலேயும் குத்தியிருக்கிற கிளாஸ் பீஸையெல்லாம் எடுத்துட்டு ஸ்டிச் பண்ணப் போறதா டாக்டர் சொன்னார். அவ்வளவுதானே..?"

உதட்டைச் சுழித்துக்கொண்டு, யாருக்கோ ஆபரேஷன் என்பது போல் அலட்சியமாய்ச் சொன்ன நந்தினியை, அதிகப்பட்ட பிரமிப்போடு பார்த்தான் பாரி.

விரலில் குண்டூசியைக் குத்திக்கொண்டால் கூட அன்றைக்குப் பூராவும் அதையே சொல்லிக் கொண்டிருக்கும் நந்தினியா இவள்?

அவன் அதிர்ச்சியாய் யோசித்துக் கொண்டிருக்கும் போதே டாக்டர் பிரதாப்பும் இன்னொரு ஸ்டாஃப் நர்ஸும் உள்ளே வந்தார்கள். கூடவே ஸ்ட்ரெச்சர்.

பிரதாப் சொன்னான். "டாக்டர் மனோகர் டேவிட் இஸ் ஆன் த வே... மிஸஸ் நந்தினியை ஆபரேஷன் தியேட்டருக்குக் கூட்டிட்டு போகணும்."

எல்லோரும் வழிவிட்டு விலகி நின்றார்கள்.

# 16

"வாங்க இன்ஸ்பெக்டர்..!"

அறைக்குள் நுழைந்த இன்ஸ்பெக்டரை கை குலுக்கி வரவேற்று உட்கார வைத்த டாக்டர் குணசீலன் சொன்னார். "நீங்க வீரபத்திரனை இனிமே லாக்-அப்புக்கு கூட்டிக்கிட்டுப் போயிடலாம் இன்ஸ்பெக்டர். அவன் இப்போ நார்மலுக்கு வந்துட்டான்... அவனைப் போய்ப் பார்த்தீங்களா..?"

"பார்த்துட்டுத்தான் வர்றேன் டாக்டர். இட்ஸ் எ மிராக்கிள். சண்டி மாடு மாதிரி அடம்புடிச்சிட்டிருந்தவன் அடிமாடு மாதிரி ஆயிட்டான்!"

குணசீலன் சிரித்தார். "எனக்கும் அதுதான் ஆச்சரியமா யிருக்கு இன்ஸ்பெக்டர்! நான் இன்னும் அவனுக்கு ட்ரீட்மெண்டே ஆரம்பிக்கலை. அவன் இந்த ஆஸ்பிடலுக்கு வந்ததுல ஒரேயொரு உபயோகம்தான். ஆக்ஸிடெண்ட்ல அடிபட்டுச் சாக இருந்த ஒரு பொண்ணுக்கு அவளுடைய ரேர் பிளட் க்ரூப் கிடைக்காம திணறினப்ப வீரபத்திரனோட ப்ளட் க்ரூப் அதிர்ஷ்டவசமா பொருந்துச்சு. அவனோட ப்ளட்டைக் குடுத்து அந்தப் பொண்ணைப் பொழைக்க வெச்சோம்."

"இன்னிக்கு கண் ஆபரேஷன் நடந்ததா சொன்னாங்களே... அந்தப் பொண்ணா டாக்டர்...?"

"அதே பொண்ணுதான் இன்ஸ்பெக்டர்... ஷி இஸ் ஏ லக்கி கேர்ள் இன்ஸ்பெக்டர். ரேர் பிளட் க்ரூப்புக்காகத் திணறிட்டிருந்தப்போ அவளுக்கு உடனடியா வீரபத்திரனோட

ப்ளட் கிடைச்சது. ஆக்ஸிடெண்ட்ல கண்ணாடி பீஸ் குத்தினதாலே கண் பார்வையை இழக்கிற ஸ்டேஜ்ல, ஒரு தூக்குத் தண்டனை கைதியோட கண்கள் கிடைச்சது அந்தப் பொண்ணோட மிகப் பெரிய அதிர்ஷ்டம்."

"அந்தப் பொண்ணுக்குப் பார்வை கிடைச்சுடுமா டாக்டர்?"

"நிச்சயமா கிடைச்சுடும்... பண்ணின ஆபரேஷன் சக்ஸஸ். காயம் ஆறினதும் அடுத்த வாரம் கண்கட்டை அவுத்துடுவோம்..."

"க்ளாட் டூ ஹியர் இட் டாக்டர்..."

"நீங்க வீரபத்திரனை என்னிக்கு அழைச்சுட்டுப் போறீங்க...?"

"நீங்க சொன்னதுமே...!"

"அதான் சொல்லிட்டேனே நவ்...ஹி இஸ் நார்மல். நீங்க எப்ப வேணுமனாலும் அவனை அழைச்சுட்டுப் போகலாம்."

"இன்னிக்குச் சாயந்திரம் அழைச்சுட்டுப் போகட்டுமா டாக்டர்?"

"ஓகே... இன்ஸ்பெக்டர்!"

இன்ஸ்பெக்டர் எழுந்தார். மறுபடியும் டாக்டரிடம் கை குலுக்கிவிட்டு வெளியே வந்தார். வீரபத்திரனைப் பற்றிய கவலை மனதுக்குள் மறைந்து போயிருக்க...

வாசல் மரத்தடி நிழலில் நிறுத்தியிருந்த போலீஸ் ஜீப்பை நோக்கிப் போனார், இன்ஸ்பெக்டர்.

# 17

நந்தினியின் கண்கட்டை அவிழ்ப்பதற்கு முந்திய தினம் இரவு. ஆஸ்பத்திரிக்கு எதிரே இருந்த மணிக்கூண்டு கடிகாரத்தில் நேரம் 12.30–ஐத் தொட்டிருந்தது.

கட்டிலில் படுத்திருந்த நந்தினிக்கு சட்டென்று விழிப்பு ஏற்பட்டது. பாண்டேஜ் துணியால் கட்டப்பட்டிருந்த கண்களில் ஆயிரமாயிரம் எறும்புகள் ஊர்வது போன்ற உணர்ச்சியில் கண்கட்டைத் தடவி விட்டுக் கொண்டாள்.

ஆஸ்பத்திரி பூராவும் கனமான நிசப்தம்.

“சிஸ்டர்..!”

நந்தினி தனக்கு முன்புறமாய்க் கைகளை நீட்டி மெல்லிய குரலில் குரல் கொடுத்துப் பார்த்தாள் பதிலுக்கு நிசப்தம்.

“சிஸ்டர்...”

பதில் இல்லை.

“என்னங்க...?” கணவன் பாரியைக் கூப்பிட்டுப் பார்த்தாள்.

மௌனம்...

‘எங்கே போனார்கள் எல்லோரும்?’

மெதுவாய் எழுந்து உட்கார்ந்தாள்.

கண்கட்டை அவிழ்த்து விட்டுக் கண்களைத் தேய்த்து விட்டுக் கொள்ள வேண்டும் போல் ஒரு அசுரத்தனமான நமைச்சல் கண்பிரதேசம் பூராவும் எழுந்தது.

தலையை உலுக்கிக் கொண்டாள்.

நமைச்சல் அதிகப்பட்டது.

'இல்லை... இந்த நமைச்சலை என்னால் தாங்கிக் கொள்ள முடியாது!' நினைத்துக் கொண்டவளின் கை தானாக தலையின் பின்பக்கமாய்ப் போய் முடிச்சைத் தொட்டது... அவசர அவசரமாய் அவிழ்த்தது.

பாண்டேஜ் மருந்துப் பசையோடு கொஞ்சம் சிரமமாய்க் கழன்று கொள்ள கண்களில் ஒட்டியிருந்த பஞ்சைப் பிரித்தாள்.

இமைகளை லேசாய்ப் படபடத்தாள்.

அரையிருட்டில் இருந்த அறை மசமசப்போடு தெரிய ஆரம்பித்தது. சுவரோரமாய்ப் போடப்பட்டிருந்த நாற்காலியில் உட்கார்ந்தபடி அந்த நர்ஸ் லேசாக வாய் பிரித்துத் தூங்கிக் கொண்டிருக்க, மெல்ல நடந்து வெளியே வந்தாள் நந்தினி.

நீளமான ஆஸ்பத்திரி வராந்தா சோகையான ட்யூப்-லைட் வெளிச்சத்தில் தெரிந்தது. வராந்தாவின் கோடியில் ஒரு நர்ஸ் வெள்ளைத் தீற்றலாய் நடந்து போனாள்.

ஏறக்குறைய பத்து நாட்களுக்குப் பிறகு கண்ணில் தெரிகிற அந்த முதல் காட்சியில் லயித்துப்போன நந்தினி, மெல்ல வராந்தாவில் நடந்து போனாள். கொஞ்ச தூரம் நடந்து அந்த வராந்தாவின் வளைவைத் தாண்டியதும் இருட்டான அறை வந்தது. கூடவே உள்ளேயிருந்து பேச்சுக் குரல்கள்.

"ச்சீ... நீயெல்லாம் ஒரு டாக்டரா...?" பெண் குரல் சீறியது.

"நீ இதுக்கு ஏத்துக்கலைன்னா.... உன் புருஷன் உனக்கு உயிரோட கிடைக்க மாட்டான்..."

"அடப்பாவி...! அவரை ஒண்ணும் பண்ணிடாதே...!"

"நீ மட்டும் தினசரி ராத்திரி இந்நேரத்துக்கு... இந்த ரூமுக்கு வந்துடு... ஒரே வாரத்துல உன் புருஷனைக் குணப்படுத்தி உன் கூட அனுப்பி வைக்கிறேன்."

"நான் ஒத்துக்கலைன்னா...?"

“உன் புருஷனுக்குப் பண்ண வேண்டிய ஆபரேஷனை ஏதாவது ஒரு காரணம் சொல்லித் தள்ளிப் போட்டுட்டே போவேன்.”

“நான் பெரிய டாக்டர்கிட்டே போய்ச் சொல்லுவேன்.”

“தாராளமாப் போய்ச் சொல்லு... அவர் இந்தக் கேஸை யெல்லாம் கவனிக்க மாட்டார். அவர் பண்ணின ஒரு தப்பு என் கையில இருக்கு.... அவர் என் வழிக்கு வரமாட்டார்.”

“தூ... நீயெல்லாம் ஒரு டாக்டர்..? பொம்பளைப் பொறுக்கி...!”

“பொம்பளைப் பொறுக்கியாவே இருந்துட்டுப் போறேன். வர்றீயா...? கொஞ்ச நேரமானா ஸ்டாஃப் நர்ஸ் ரவுண்ட்ஸ் வர ஆரம்பிச்சிடுவா.”

“என் புருஷனை நீ சாகடிச்சாலும் பரவாயில்லை... அவருக்குச் சொந்தமான இந்த உடம்பை உன்னை மாதிரியான எச்சிலை நாய்ங்க தொட விடமாட்டேன்...”

படீரென கதவு திறக்கப்பட....

அந்த இளம்பெண் வெளியே வந்து எதிர்ப்புறமாய் நடக்க ஆரம்பித்தாள்.

இருட்டில் சுவரோரமாய் நின்றிருந்த நந்தினி போகிற அந்தப் பெண்ணையே பார்த்தாள்.

அரை நிமிட நேரந்தான்...

பிறகு விருட்டென்று திறந்திருந்த கதவு வழியாக அந்த அறைக்குள் நுழைந்தாள்.

சிகரெட் ஒன்றைப் பற்ற வைத்தபடி நாற்காலியில் சாய்ந்து கொண்டிருந்த டாக்டர் பிரதாப், கதவு திறக்கப்படும் சத்தம் கேட்டு நிமிர்ந்தான்.

முகம் இருண்டான்.

உதட்டில் பொருத்தியிருந்த சிகரெட் ஸ்லோமோஷனில் உதிர்ந்தது.

"நந்தினி நீயா...?" எழுந்தான்.

"உட்காருடா..." என்றாள் நந்தினி.

கண்கள் இரண்டும் அனல் துண்டுகள் மாதிரி தகித்தன.

"ந... நந்தினி! உன்னோட கண்கட்டை அவுத்தது யாரு...?"

"நானே அவுத்துக்கிட்டேன்டா..." என்றவள் கதவை மூடித் தாழிட்டாள்.

அறைக்குள் பார்வையைச் சுற்றும் முற்றும் விரட்டினாள். கண்கள் வேகவேகமாய் அலைந்தன.

நீளமான இரும்புச் சுத்தியல் ஒன்று சுவரோரமாய்க் கிடக்க சட்டென்று குனிந்து அதை எடுத்துக் கொண்டாள் நந்தினி.

"அந்தப் பொண்ணுகிட்டே நீ என்ன கேட்டே?"

பற்களைக் கடித்தபடி சுத்தியலோடு ஆவேசமாய் அவனை நெருங்கினாள் நந்தினி.

விழிகள் நிலைகுத்திப் போன பிரதாப் மெதுவாய் எழுந்தான். தொண்டை ஆதாம் ஆப்பிள் பயத்தோடு 'க்ளக்' என்று ஏறி இறங்கியது.

"ந... நந்தினி...!"

"ர்ர்ர்ர ப்ப்..."

பிரதாப்பின் நெற்றிப்பொட்டில் நந்தினியின் கையிலிருந்த சுத்தியல் செமத்தியாய் அடிக்க, சத்தமே எழுப்பாமல் முன்பக்கமாய் இரண்டாய் மடிந்து விழுந்தான், பிரதாப்.

நந்தினி மறுபடியும் சுத்தியலை உயர்த்தி உக்கிரமாய் பிரதாப்பின் பின்னந்தலையில் நச்சென்று இறக்கினாள்.

சுத்தியலின் நுனி தலைக்குள் இரண்டு செ.மீ. ஆழம் வரைக்கும் நுழைந்து பார்க்க, புது ரத்தம் ஒரு சின்னப் பீய்ச்சலாய் வெளிப்பட்டது.

"ராஸ்கல்! பேரமா பேசறே?" பல்லிடுக்கில் கர்ஜித்தவள் சுத்தியலை உருவி தன் கைரேகையைத் துடைத்து சேலையின்

தலைப்பால் பற்றி மேஜையின் மேல் வைத்து விட்டுத் திரும்பினாள்.

படபடப்பு அடங்கி தன் அறையை நோக்கி நடந்தாள் நந்தினி.

மனதுக்குள் ஆச்சரியம் எட்டிப் பார்த்தது.

'நானா... இப்படி...?

'என்னால் எப்படி ஒருத்தனை இவ்வளவு கோபமாய் தாக்க முடிந்தது?'

'அந்த டாக்டர் அந்தப் பெண்ணை மிரட்டினதும் எனக்கு ஏன் அவ்வளவு கோபமும் உக்கிரமும் வந்தது?'

யோசித்துக் கொண்டே தன் அறைக்குள் நுழைந்தாள் நந்தினி. நர்ஸ் இன்னும் அதே இடத்தில் உட்கார்ந்து தூங்கிக் கொண்டிருக்க கட்டிலை நெருங்கினாள்.

அவிழ்த்து வைத்திருந்த மருந்து தடவின பஞ்சும் பாண்டேஜ் கட்டும் தெரிய, அதை எடுத்துக் கைகள் நடுங்கக் கட்டிக் கொண்டாள்.

குப்பென்று இருட்டு கண்களில் வந்து உட்கார்ந்தது.

தாகம் தொண்டையை வறட்ட டீபாயின் மேலிருந்த வாட்டர் ஜக்கை எடுத்தாள். ஜக்கின் மூடியைக் கழற்றும்போது மூடி எகிறிப் போய்க் கீழே விழ

'ட்ட்ட ணீர்ர்...'

நர்ஸ் பரக்கென விழித்துக் கொண்டாள்.

"என்னம்மா வேணும்?"

எழுந்து வேகமாய் நந்தினியை நோக்கி வந்தாள்.

"த...த...தண்ணி..."

"தண்ணி வேணும்னா என்னை எழுப்பியிருக்கக் கூடாதாம்மா..." நர்ஸ் அருகே வந்து நந்தினியின் கையிலிருந்த வாட்டர் ஜக்கை வாங்கி கண்ணாடி டம்ளரில் தண்ணீரைக் கவிழ்த்துக் கொடுத்தாள்.

“சிஸ்டர்...”

“என்னம்மா...?”

“என்னோட ஃபேமிலி மெம்பர்ஸ் யாராவது இருக்காங்களா?”

“இல்லேம்மா... ஆஸ்பத்திரி ரூல்ஸ்படி பதினொரு மணிக்கு மேல யாரும் இங்கே இருக்கக் கூடாது. அவங்க வழக்கமா படுத்துத் தூங்கற ஜெயில் சூப்பரின்டெண்ட் பாண்டுரங்கனோட வீட்டுக்குப் போயிருக்காங்க... காலையிலதான் வருவாங்க. ஏம்மா.... ஏதாவது சொல்லணுமா?”

“ஒண்ணுமில்லை... சும்மா கேட்டேன்!”

தண்ணீரைக் கொடுத்து விட்டு நர்ஸ் நகர, நந்தினி ஒரு மொடக்கு குடித்து விட்டுப் படுத்தாள்.

# 18

காலையில் நந்தினி கண் விழித்த போது, ஆஸ்பத்திரி முழுவதும் ஏக பரபரப்பில் இருந்தது. அவள் எழுந்து உட்கார்ந்ததைப் பார்த்ததும் பாரி அவளுடைய கையைத் தொட்டான்.

"குட் மார்னிங் நந்தினி!"

"குட் மார்னிங்..." புன்னகைத்தாள்.

"நல்லாத் தூங்கினியா, நந்தினி..?"

"ம்..."

"கொஞ்ச நேரத்துல டாக்டர் வந்திடுவார்... உன்னோட கண்கட்டை எடுத்துடுவார்..."

"இப்போ மணி என்னங்க?"

"ஏழு..."

"ம்..."

"டாக்டர் ஆறு மணிக்கே வந்து கண்கட்டை அவிழ்க்கிறதா சொன்னாரு..."

"அ...அது...அ...அது...வந்து..."

"என்னங்க...?"

"சொன்னதும் பயந்துடாதே நந்தினி..! டாக்டர் குணசீலனோட அசிஸ்டெண்ட் டாக்டர் பிரதாப்ன்னு ஒருத்தர் இருந்தாரே..."

"ஆமா...!"

"அவரை ராத்திரி யாரோ சுத்தியலாலே மண்டையிலே அடிச்சுக் கொன்னுருக்காங்க... ஹாஸ்பிடலோட ஸ்டோர் ரூம்ல இது நடந்திருக்கு. போலீஸ் வந்து பார்த்து... என்கொய்ரி பண்ணிட்டிருக்காங்க..."

"அடடே... கொஞ்சம் தமாஷா... சிரிச்சுப் பேசுவாரே... அவரா?"

"அவரேதான்..."

"என்ன காரணம்? யார் பண்ணினாங்க...?"

"போலீஸ் இப்பத்தான் வந்திருக்காங்க...! டாக்டர் அவங்ககிட்டே பேசிட்டு இப்போ வந்துடறேன்னு சொன்னார்..."

"மாமாவும் அத்தையும் எங்கேங்க..?"

"வெளியே உட்கார்ந்திருக்காங்க..."

"விமல், சொப்னா...?"

"மர்டர் நடந்த இடத்துக்கு வேடிக்கை பார்க்கப் போயிருக்காங்க..."

"என்னங்க...?"

"ம்..."

"எனக்குப் பார்வை கிடைச்சிடுமா...?"

"கண்டிப்பா கிடைச்சிடும் நந்து..."

"எனக்குப் பார்வை வருமோ வராதோன்னு பயமாயிருக்குங்க...!"

"ச்சேச்சே... எதுக்காக அப்படி நினைக்கிறே...? பண்ணியிருக்கிற ஆபரேஷன் மூலமா உனக்குக் கண்டிப்பா பார்வை கிடைக்கும்னு டாக்டர் மனோகர் டேவிட் சொல்லியிருக்கார்."

அவர்கள் பேசிக் கொண்டிருக்கும்போதே, விமலும் சொப்னாவும் உள்ளே வந்தார்கள்.

விமல் குரல் நடுங்கச் சொன்னான். "டாக்டர் பிரதாப்பை ரொம்பவும் கொடூரமாகக் கொலை பண்ணியிருக்காங்க பாரி... பார்க்கப் பார்க்க வயித்தைக் கலக்குது."

"போலீஸ் என்ன சொல்றாங்க?"

"அவங்களுக்கும் இப்போதைக்கு ஒண்ணுமே புரியலை... ரத்தக்கறையோட இருந்த சுத்தியலை மாத்திரம் கைப் பற்றியிருக்காங்க... பாடியை மார்ச்சுவரிக்குக் கொண்டு போயிட்டாங்க... வெளியிலிருந்து ஏகப்பட்ட கூட்டம்..."

"டாக்டர் இப்போ வர்றேன்னு சொன்னாரா..?"

"அஞ்சு நிமிஷத்துல வர்றதாச் சொன்னார்...!" என்று சொன்ன விமல், நந்தினியின் பக்கமாய்த் திரும்பினான்.

"என்ன அண்ணி... கண்ணுல ஏதாவது வலி இருக்கா..?"

"இல்லை விமல்..." நந்தினி புன்னகையோடு தலையாட்டினாள்.

சரியாய்ப் பத்து நிமிஷம் கழித்து டாக்டர் குணசீலனும், டாக்டர் மனோகர் டேவிட்டும் உள்ளே வந்தார்கள்.

பாண்டுரங்கனும், வாகீசனும், பரிமளமும் அவர்களைத் தொடர்ந்து வந்தார்கள்.

டாக்டர் குணசீலன் பாரியின் பக்கமாய்த் திரும்பினார்.

"ஸாரி... ஆஸ்பத்திரியில் எதிர்பாராத விதமா ஒரு அசம்பாவிதம் நடந்திடுச்சு.... உங்களுக்குத் தெரியும்.... போலீஸ் இன்வெஸ்டிகேஷனை முடிச்சிட்டு வர கொஞ்சம் லேட்டாயிடுச்சு."

"ஐ கேன் அண்டர்ஸ்டாண்ட் டாக்டர்."

"மிஸஸ் நந்தினி..!"

"டாக்டர்..."

"இப்போ உங்க கண்கட்டை அவிழ்க்கப் போறோம். கண் இமைகளை மெதுவா பிரிச்சுப் பார்க்கணும்... ஐ

லிட்ஸ் கொஞ்சம் இட்சிங்கா இருக்கும். கையை வெச்சுத் தேய்ச்சுடாதீங்க...”

‘மாட்டேன்...’ என்பது போல் தலையாட்டினாள், நந்தினி.

டாக்டர் மனோகர் டேவிட் அருகே வந்தார்.

நந்தினிக்குப் பின்பக்கமாய் போய் நின்று கொண்டு கட்டின் முடிச்சு மேல் கையை வைத்தார்.

ஆச்சரியப்பட்டார்.

“கட்டோட முடிச்சு நெகிழ்ந்திருக்கே...?”

நந்தினி பேசாமல் இருந்தாள். டாக்டர் குணசீலன் மட்டும் கட்டைப் பார்த்து விட்டுச் சொன்னார்.

“போன வாரம் பூராவும் நந்தினி கட்டில்ல படுக்கும் போது கட்டோட முடிச்சு தலையணையோட உரசி உரசி நெகிழ்ந்து போயிருக்கலாம் டாக்டர்.”

“மே பி...” என்ற மனோகர் டேவிட் கட்டை அவிழ்த்தார்.

ஒரு மீட்டர் நீளத்துக்கு பாண்டேஜ் துணி வந்ததும் மருந்து அப்பிய பஞ்சுத் துணுக்குகள் தெரிந்தது. மெதுவாய் அதைப் பிரித்தெடுத்தார்.

மருந்து கலந்த நீரைப் பஞ்சால் நனைத்துக் கண்களின் மேற்பரப்பைத் துடைத்து விட்டார்.

எல்லோரும் துடிக்கிற இருதயங்களோடு நந்தினியையே பார்த்துக் கொண்டிருக்க...

டாக்டர் கொஞ்சம் தள்ளி நின்று சொன்னார். “லேசாக் கண்ணைத் தொறந்து பாரம்மா...”

ஒரு அரும்பை மலர்த்திப் பார்க்கிற மாதிரி தன்னுடைய இரண்டு கண்களையும் மெல்ல மலர்த்தினாள் நந்தினி.

வெள்ளைக் கோட்டுகளோடு நின்றிருந்த டாக்டர்கள் மெல்ல மெல்லப் புலப்பட ஆரம்பித்தார்கள். அதைத்

தொடர்ந்து பாரி, விமல், சொப்னா, பாண்டுரங்கன், வாகீசன், பரிமளம், நர்ஸ் எல்லோருமே பார்வைக்குப் பட்டார்கள்.

நந்தினியின் மூளைப் பிரதேசத்திற்குள் சட்டென்று அந்த யோசனை மின்னல் தெறித்தது.

'வேண்டாம்...! இப்போது சொல்லக் கூடாது. பார்வை எனக்குத் தெரிகிற விஷயத்தை இப்போதே வெளிப்படுத்தி விடக் கூடாது. இரண்டு நாட்கள் கழித்து கண் தெரிகிறது என்று சொல்லிக் கொள்ளலாம்.பிரதாப்பின் கொலை விஷயமாய் என்மீது சந்தேகம் திரும்பினாலும் தப்பித்துக் கொள்ளலாம்...'

"என்ன நந்தினி... கண் தெரியுதா?"

"நான் முன்னாடி நிக்கறேனே... தெரியுதா?"

"கதவு பக்கமா பார்க்காதேம்மா... கண்ணைக் கூசும். லெஃப்ட் சைட்ல திரும்பி ஜன்னல் பக்கமா பாரு..."

"அண்ணி... நான் தெரியறேனா?"

அறை பூராவும் குரல்கள் எதிரொலிக்க நந்தினி மட்டும் மௌனமாயிருந்தாள், ஒரே இலக்கை வெறித்துப் பார்த்தபடி.

"என்னம்மா... ஒண்ணும் பேசாம இருக்கே...?"

"டாக்டர்...!"

"ம்..."

"எனக்கு ஒண்ணுமே தெரியலை டாக்டர்... கண்ணு முன்னாடி வெள்ளையா ஒரு திரையைத் தொங்கப் போட்ட மாதிரி இருக்கு. அவ்வளவுதான்...!"

மனோகர் டேவிட்டும் குணசீலனும் திகைத்துப்போய் ஒருத்தரையொருத்தர் பார்த்துக்கொள்ள, மற்றவர்கள் அதிர்ந்து போனார்கள்.

"கண்ணு ரெண்டையும் கொஞ்சம் முழிச்சுப் பார்க்கிற மாதிரி பாரும்மா..." டேவிட் மனோகர் சொல்ல...அப்படியே பார்த்தாள்.

"ஒண்ணுமே தெரியலை டாக்டர்..."

பாரி பதட்டமாய் அவளுடைய கைகளைப் பற்றிக் கொண்டான்.

"அவசரப்படாம கொஞ்சம் மெதுவா ட்ரை பண்ணிப் பாரு நந்தினி..."

"இல்லீங்க... எனக்கு ஒண்ணுமே தெரியலைங்க..."

டாக்டர் மனோகர் டேவிட் அருகில் வந்து நந்தினியின் கண் இமையைத் தாழ்த்திப் பார்த்தார்.

கையில் இருந்த பென் டார்ச்சால் ஒரு சின்ன வெளிச்சக்கொத்தை உற்பத்தி செய்து அவளுடைய கண்ணுக்குள் பாய்ச்சினார்.

"வலி ஏதாவது தெரியுதாம்மா...?"

"இல்லை டாக்டர்..."

"எரிச்சல்...?"

"இல்லை டாக்டர்..."

"கண்ணுக்கு முன்னாடி வெள்ளையா திரை தொங்கற மாதிரி இருக்குன்னு சொன்னே...! அந்தத் திரையில ஏதாவது பிம்பம் அசையற மாதிரி தெரியுதாம்மா...?"

"இல்லை டாக்டர்..."

"அப்படி படுக்கையில கொஞ்சம் சாய்ஞ்சு படும்மா..." டாக்டர் சொன்னார்.

நந்தினி படுத்துக் கொள்ள அருகிலிருந்த நாற்காலியில் உட்கார்ந்து அவளைத் தீவிரமாகப் பரிசோதிக்க ஆரம்பித்தார் மனோகர் டேவிட்.

# 19

எழுக்குப் பாறை எஸ்டேட்.

பங்களாவின் போர்ட்டிகோவில் கார் வந்து நின்றதும், டிரைவர் சீட்டினின்றும் இறங்கிய பாரி காரின் பின்கதவைத் திறந்து விட்டான். கதவோரம் உட்கார்ந்திருந்த நந்தினி கண்ணிமைகளை வேண்டுமென்றே கொட்டிக் கொட்டிப் பார்த்தபடி கீழே இறங்கினாள். கண்களுக்கு எல்லாமே பளிச்சென்று தெரிந்தாலும், தெரியாத மாதிரி நடிப்பது நந்தினிக்கு சிரமமாய் இருந்தது.

"மொள்ளமா பாத்து எறங்கம்மா..." வாகீசனும், பரிமளாவும் மெல்லிய குரலில் சொல்ல... சொப்னா, நந்தினியின் கையைப் பிடித்து மெதுவாய் உள்ளே கூட்டிப் போனாள். பக்கத்துப் பங்களாவில் குடியிருந்த சுந்தரேசன் வேக வேகமாய் வாகீசனை நோக்கி வந்தார்.

"விஷயத்தைக் கேள்விப்பட்டு ரொம்பவும் வருத்தப்பட்டேன் வாகீசன். ஆபரேஷன் பண்ணியும் பார்வை கிடைக்கலேன்னா... அது நந்தினியோட துரதிர்ஷ்டம்தான். ஃபர்தரா ட்ரீட்மெண்ட் எடுக்காமே டாக்டர் ஏன் நந்தினியை டிஸ்சார்ஜ் பண்ணிட்டார்...?"

வாகீசன் அந்த சுந்தரேசனை ஏறிட்டார்.

"நந்தினிக்கு இப்போ பார்வையில்லேன்னாலும்... கொஞ்ச நாள்ல கண்ணுக்கு உயிர்ப்புச் சக்தி வந்து பார்வை தெரிய ஆரம்பிச்சுடும்ன்னு டாக்டர் சொல்லியிருக்கார். அந்த

உயிர்ப்புச் சக்தி வர்றதுக்கு இந்த வழுக்குப் பாறை எஸ்டேட் க்ளைமேட் சூட்டபிளா இருக்கும்ன்னு அவர் சொன்னதினால கூட்டிட்டு வந்துட்டோம்..."

"மனசைத் தளரவிடாதீங்க...! நந்தினிக்குக் கண்டிப்பா பார்வை வந்துடும். கொஞ்ச நேரம் கழிச்சு... நானும் என்னோட ஒய்ஃபும் நந்தினியைப் பார்க்க வர்றோம்... இப்ப வேண்டாம். நந்தினி ஜர்னி பண்ணின டயர்ட்ல இருப்பா..."

சுந்தரேசன் நகர்ந்துவிட – வாகீசனும் பரிமளமும் உள்ளே போனார்கள். பாரி ஹாலில் இருந்த சோபாவில் நந்தினியை உட்கார வைத்து அவளை ஏதாவது சாப்பிடச் சொல்லி வற்புறுத்திக் கொண்டிருந்தான்.

"ஹார்லிக்ஸ் ஒரு வாய் கரைக்கச் சொல்லட்டுமா?"

"வேண்டாங்க".

"ஜூஸ்..."

"எனக்கு ஒண்ணும் வேண்டாங்க..." எல்லோரும் சுற்றி நின்றிருக்க கணவன் தன்னிடம் அதிகமாய் பரிவு காட்டுவது அவளுக்கு என்னவோ போல இருந்தது.

"வேண்டான்னா விடேன்டா! பாரி, அவளை ஏன் தொந்தரவு படுத்தறே? நந்தினி ரெஸ்ட் எடுத்துக்கட்டும்..."

"நந்தினியை உன்னோட ரூமுக்குக் கூட்டிட்டுப் போ..."

அவளை ஒரு மகாராணி மாதிரி உட்கார வைத்துக் கொண்டு ஆளுக்கு ஆள் எட்டி நின்று உபச்சாரம் செய்வதைப் பார்க்கப் பார்க்க உள்ளுக்குள் ஒரு பரவசம் பிரவகித்தது. கண்களின் பார்வையை ஒரே நேர்க் கோட்டில் வைத்துக் கொண்டு தன்னைச் சுற்றிலும் நின்றிருந்தவர்களைக் கண்களின் அசைவிலேயே பார்த்தாள் நந்தினி.

இருண்டு போன முகத்தோடு வாகீசன்.

கனமான வருத்தம் தோய்ந்த கண்களோடு பரிமளம்.

தலை கலைந்து சோர்வாய்த் தெரியும் சொப்னா.

சோகம் பூசியிருந்த முகத்தோடு விமல்.

இவர்களுக்கப்பால் கதவருகே பாரியின் பர்சனல் செக்ரட்டரி வயலெட்... ஆப்பிள் க்ரீன் நிறக் கவுனில் தயக்கமாய் நின்று கவலையாய்த் தெரிந்தாள்.

அவளுக்குக் கொஞ்சம் தள்ளி எஸ்டேட் சூபர்வைஸர் பிரகாஷ் கையில் ஏதோ ஃபைலோடு நின்றிருந்தான்.

நந்தினி அவர்களிடம் மானசீகமாய்ப் பேசினாள். “ரெண்டே நாள் பொறுத்துக்குங்க... மூணாவது நாள் காலையில் விழிக்கிறப்போ... கண்ணு தெரியுதுன்னு கூச்சல் போட்டு உங்களையெல்லாம் சந்தோஷப்படுத்தப் போறேன்...”

“நந்தினி...”

பாரி அவளுடைய தோளை அசைத்தான்.

“ம்...”

“வா... நம்ம ரூமுக்குப் போவோம்! நீ கொஞ்ச நேரம் படுத்துத் தூங்கு.”

தலையாட்டிய நந்தினி வேண்டுமென்றே வெற்று வெளியைத் தடவிக் கொண்டு எழுந்தாள்.

பாரி அவளுடைய கையைப் பற்றியபடி தன்னுடைய அறைக்குக் கூட்டிப் போனான். தன் அறைக்குள் நுழைந்ததும் சுவரோரமாய் இருந்த கட்டிலில் நந்தினியைப் படுக்க வைத்தான்.

நந்தினி பாரியைக் கூப்பிட்டாள்.

“என்னங்க...?”

“ம்...”

“இப்போ டயம் எவ்வளவு...?”

“பத்து மணி...”

“நீங்க இன்னமும் டிபன் சாப்பிடலையா?”

“இனிமேத்தான் சாப்பிடணும்...”

“போங்க... மொதல்ல போய்ச் சாப்பிட்டுட்டு வாங்க...” நந்தினி பாரியைப் பிடித்துத் தள்ளி விட்டாள்.

“எனக்குப் பசிக்கலை...”

“என்னைப் பத்திக் கவலைப்படறீங்களா?”

“பின்னே கவலையிருக்காதா?”

“எப்படியும் பார்வை வந்துடும்ன்னு டாக்டர் சொல்லியிருக்காரே...”

“நந்தினி...”

“ம்...”

“உனக்குப் பார்வை வந்துடும்ன்னு நம்பிக்கை இருக்கா...?”

“கண்டிப்பா வந்துடும்...”

“எனக்குப் பயமாயிருக்கு நந்தினி... உன்னோட ரெண்டு கண்ணும் முன்னே மாதிரி இல்லை... சிவப்பா மிளகாய்ப் பழமாட்டம் இருக்கு... உன்னோட கண்ணைப் பார்த்தாலே என் கண்ணு ரெண்டிலேயும் சுறுசுறுன்னு நீர் வர்ற மாதிரி இருக்கு...”

“அப்போ... என்னோட கண்ணை நீங்க பார்க்காதீங்க. எனக்கு ஒரு கூலிங்கிளாஸ் வேணும். மத்தவங்களை என்னோட கண் உறுத்துதுன்னா நான் கூலிங் கிளாஸ் போட்டுக்கத்தான் வேணும். ஷெல்ஃப்ல என்னோட கூலிங் கிளாஸ் ஒண்ணு இருக்கும். அதை எடுத்துத் தர்றீங்களா..?”

“இதோ...!” என்று ஷெல்ஃப்பை நோக்கிப் போனான் பாரி. அவன் போவதையே புன்னகையோடு பார்த்த நந்தினி, எதிரே இருந்த நிலைக்கண்ணாடிப் பக்கம் திரும்பினாள்.

கண்ணாடியில் அவள் முகம் தெரிந்தது.

தன்னுடைய கண்களைப் பார்த்து லேசாய் அதிர்ந்தாள் நந்தினி.

சிவப்புச் சாயத்தில் ஊறப் போட்ட மாதிரி அவளுடைய இரண்டு கண்களும் கலங்கலாய்த் தெரிந்தன.

'மனதில் அந்த ஆக்ரோஷமும்... கோபமும்... ஆவேசமும்... வருவதற்குக் காரணம் இந்தக் கண்கள்தானா?' நந்தினி கண்ணாடியில் தன் முகத்தைப் பார்க்கவே பயப்பட்டாள்.

# 20

இரவு பதினோரு மணி.

வழுக்குப் பாறை எஸ்டேட் பூராவும் நிசப்தமாய் இருந்த அந்த வேளையில் தன்னுடைய பங்களா ஹாலில் யாரோ நடக்கும் சத்தம் கேட்டு சட்டென்று எழுந்து உட்கார்ந்தாள் நந்தினி. 'தப்... தப்...' என்று யாரோ நடக்கும் சத்தம்.

'இந்நேரத்துக்கு ஹாலில் யார்?'

தலையைத் திருப்பி தன் அருகே படுத்திருந்த பாரியைப் பார்த்தாள் நந்தினி. அவன் லேசான குறட்டையொலியோடு, ஆழமான தூக்கத்திலிருந்தான்.

நந்தினி கட்டிலினின்றும் கீழே இறங்கி மெதுவாய் அடிமேல் அடி வைத்து தன் அறைக் கதவை நோக்கிப் போனாள். கதவின் தாழ்ப்பாளைத் திறந்து ஹாலை எட்டிப் பார்த்தாள்.

ஹால் பூராவும் ஒருவித சாம்பல் இருட்டு தெரிய... அந்த இருட்டில் யாரோ வாசல் கதவை நோக்கிப் போய்க் கொண்டிருந்தார்கள். கொஞ்சம் பயந்த நடை.

பார்வையை உன்னிப்பாக்கிப் பார்த்தாள் நந்தினி.

ஆச்சர்யப்பட்டாள்.

அங்கே சொப்னா!

சொப்னா எதற்காக இந்த நேரத்திற்கு வெளியே போகிறாள். சுற்றும்முற்றும் ஒரு முறை பார்த்துக் கொண்டு வேகவேகமாய் சொப்னாவை நோக்கிப் போனாள்.

சொப்னா பங்களாவை ஒட்டின மாதிரி அவுட் ஹவுஸை நோக்கிப்போன சிமெண்ட் பாதையில் தயக்கமாய்த் திரும்பித் திரும்பிப் பார்த்துக் கொண்டே போக...

நந்தினி அவளைத் தொடர்ந்தாள்.

சொப்னா விறுவிறுவென்று நடந்து போய் ஜீரோ வாட்ஸ் வெளிச்சத்தில் தெரிந்த அவுட் ஹவுஸுக்குள் நுழைந்தாள்.

கதவருகே காத்திருந்த எஸ்டேட் சூபர்வைஸர் பிரகாஷ், இருட்டில் தாவி வந்து சொப்னாவின் இடையில் கையை வைத்தான். சொப்னா மெல்லச் சிரித்துக் கிசுகிசுத்தாள்.

“என்ன... அய்யாவுக்கு ரொம்பவும் ஆசையோ?”

“பின்னே... நீ பாட்டுக்குக் கோயமுத்தூர்ல போய் பத்து நாள் இருந்திட்டியே... நான் இந்தக் குளிர்ல ஆடிப் போயிட்டேன்.”

“வாங்க... உள்ளே போயிடலாம்...”

“எல்லாரும் தூங்கிட்டாங்களா?”

“பத்து மணிக்கே பாலைக் காய்ச்சி ஆளுக்கொரு தூக்க மாத்திரையைப் போட்டுக் குடுத்துட்டேன்... அந்தக் குருட்டுச் சனியன் மட்டும் பாலை வேண்டாம்ன்னு சொல்லிடுச்சு. எல்லாமே உங்களாலே வந்தது...”

“என்னாலா?”

“பின்னே.... போட்ட பிளானை ஒழுங்கா பண்ண வேண்டாமா?”

“நான் சரியாத்தான் பண்ணினேன் சொப்னா... காரோட கண்டிஷன் என்னை ஏமாத்திடுச்சு. காட் ரோட்லேயே கவிழ வேண்டிய கார், கோயமுத்தூர் வரைக்கும் போய்தான் தன்னோட சுயரூபத்தைக் காட்டியிருக்கு. டிரைவர் கிருஷ்ணன் கொஞ்சம் புத்திசாலித்தனமா மண் மேட்டுல கொண்டு போய்க் காரை மோதி நிறுத்தினதுல மூணு பேரும் தப்பிச்சுட்டாங்க. இந்த வாட்டி தப்பிச்சுட்டாங்க... அடுத்த தடவை நிச்சயமா சாகப் போறாங்க...”

வீட்டின் இருட்டுக்குள்ளே இருவரும் போனார்கள். கட்டில் ‘க்றீச்’சிட்டுக் கொள்ள உட்கார்ந்தார்கள்.

“ஆக்ஸிடெண்ட்டைப் பத்தி யார்க்கும் எந்த டவுட்டும் வரலையே?”

“போலீஸுக்கு வந்தது. நாங்க எதையோ சொல்லிச் சமாளிச்சிட்டோம்.”

“நந்தினிக்குக் கண் போன விஷயம் நமக்கு ஒரு ப்ளஸ் பாயிண்ட்,சொப்னா. இந்த வீட்ல ஏறக்குறைய அவ ஜடம் மாதிரி ஆயிட்டா... அதே ஏக்கத்துல பாரியும் கொஞ்சம் கொஞ்சமா...”

“இதோ பாருங்க பிரகாஷ். நீங்க என்ன செய்வீங்களோ ஏது செய்வீங்களோ எனக்குத் தெரியாது. நந்தினியையும் பாரியையும் சீக்கிரமா முடிக்கணும். இந்த எஸ்டேட்டுக்கு சொந்தமான சொத்து பூராவும் என்னோட மாமனார்க்குப் பின்னாடி என்னோட ஹஸ்பெண்ட்டுக்கு வரணும்...”

“கண்டிப்பா வரும்...”

“நீங்க சீக்கிரமா ஏற்பாடு பண்ணணும்...”

“பண்றேன்... பண்றேன்! நீ மொதல்ல இப்படி வா... அப்பப்பா... எத்தனை நாளாச்சு... உனக்கு என்னோட ஞாபகமே வரலையா?”

“வராம இருக்குமா?”

“விமலை வெச்சுச் சமாளிச்சிட்டியாக்கும்...”

“சேச்சே.... அவர் என் பக்கத்துல வரவேயில்லை. அண்ணி நந்தினி மேல அவருக்கு அபாரப் பாசம். கண் ஆபரேஷன் நல்லபடியா முடியணும்னு ராத்திரி பூராவும் புலம்பிட்டே இருந்தார். நந்தினிக்குப் பார்வை இல்லேன்னதும் துடிச்சுப் போயிட்டார்... எவ்வளவு செலவானாலும் பரவாயில்லையாம்... அமெரிக்கா வரைக்கும் போயாவது பார்வையை மீட்டுத் தரப் போறாராம்...”

“அதுவரைக்கும் அவ உயிரோடு இருந்தாத்தானே...?”

“என்ன பண்ணப் போறீங்க பிரகாஷ்...?”

“அடுத்த வாரக் கடைசிக்குள்ளே பாரியும் நந்தினியும் சாகப் போறாங்க...”

“எப்படி...?”

“பாம்பு கடிச்சு...”

“எனக்குப் புரியலை...”

“கட்டு விரியனோட ரெண்டு குட்டிகளை ரெண்டு நாளா ஒரு கண்ணாடிப் பெட்டிக்குள்ளே போட்டு வளர்த்துட்டு வர்றேன். அரை வயித்துக்குச் சாப்பிடக் குடுத்து... குச்சியாலே குத்திக் குத்தி அந்த ரெண்டு குட்டிக்கும் சீற்றத்தை வளர்த்துட்டு வர்றேன்... அடுத்த வாரத்துல ஏதாவது ஒருநாள் நந்தினி பாரி பெட்ரூம்ல அவங்க தூங்கிட்டிருக்கிற நேரத்துல போர்வைக்குள்ளே அந்த ரெண்டையும் நீதான் விடப் போறே...?”

“நானா...?”

“ஒண்ணும் பயப்படாதே சொப்னா...! உனக்கும் ஆபத்தில்லாமே மத்தவங்களுக்கும் தெரியாம அந்த ரெண்டு விரியன் குட்டியையும் எப்படிப் போர்வைக்குள்ளே விடறதுன்னு நான் உனக்குச் சொல்லித் தர்றேன்.”

சொப்னா மெல்ல சிரித்தாள்.

“இந்தப் பிளானையாவது ஒழுங்காப் பண்ணுங்க பிரகாஷ்! பிளான் ஃபெய்லியரானாலும் பரவாயில்லை... நாம மாட்டிக்கக் கூடாது.”

“மாட்டிக்க மாட்டோம்...”

“நீ மாட்டிக்கிட்டாலும் என்னை மாட்டி விட்டுடக் கூடாது...”

“நாம மொதல்ல பண்ணின இந்த ஒப்பந்தத்திற்கு என்னிக்குமே மதிப்புண்டு. அதே மாதிரி நாளைக்கு நீயும் உன்

புருஷனும் இந்த எஸ்டேட்டுக்கு ஏகபோக ஓனர்ஸா மாறின பின்னாடி என்னைய மறந்துடக் கூடாது...”

“என்னால மறக்க முடியுமா? நான் மறந்தாலும் இந்த உடம்பு உங்களை மறக்காதே! ம்... மெதுவா... தோள்பட்டை ரெண்டும் நொறுங்கிடும் போலிருக்கு..”

“பத்து நாள் மோகம்...”

சிறிது நேர மௌனத்திற்குப் பிறகு பிரகாஷ் கேட்டான்.

“நந்தினி ட்ரீட்மெண்ட் எடுத்த ஹாஸ்பிடல்ல ஏதோ மர்டர் நடந்ததாமே... உண்மையா சொப்னா?”

“ஆமா...! டாக்டர் ஒருத்தரை யாரோ கொன்னுட்டாங்க...”

“யாரு...?”

“யாருன்னு போலீஸ் கண்டுபிடிக்க முடியாம திணறிட்டிருக்காங்க...”

“சரி... சரி... இந்த நேரத்துல அந்தப் பேச்செல்லாம் வேண்டாம். இந்தச் சந்தோஷ மூட் அவுட்டாயிடும்..!

“என்ன சொப்னா... உடம்பு பூராவும் இந்த வாசம் அடிக்குது! வரும்போது சந்தன சோப் போட்டுக் குளிச்சிட்டு வந்தியா?”

“ஆமா...!”

“லைட்டைப் போடட்டுமா?”

“வேண்டாம்... வேண்டாம்...” என்று பதட்டமாய்ச் சொன்ன சொப்னா... சட்டென்று பிரகாஷின் பிடியிலிருந்து திமிறி எழுந்து உட்கார்ந்தாள்.

அந்த ஜீரோ வாட்ஸ் வெளிச்சத்தில் முகம் மாறியிருந்தது.

“என்ன சொப்னா... ஏன் எழுந்துட்டே...?”

பிரகாஷும் எழுந்து உட்கார்ந்தபடி கேட்டான்.

“பிரகாஷ்!”

“ம்...”

"வெளியே ஏதோ சத்தம் கேட்கலை...?"

"சத்தமா...? என்ன சத்தம்...?"

"யாரோ பெருமூச்சு விடற மாதிரி சத்தம்..."

சொப்னா சொல்ல, பிரகாஷ் காதுகளுக்கு உன்னிப்பைக் கொடுத்துக் கேட்டான்.

நிமிஷ நேரத்திற்குப் பின் உதட்டைப் பிதுக்கினான். "ஒரு சத்தமும் கேட்கலையே சொப்னா... நான் விட்ட மூச்சு உனக்கு அப்படிக் கேட்டிருக்கும்...!"

"இல்லீங்க.... பிரகாஷ்! அந்த மூச்சு சத்தம் வெளியே இருந்துதான் கேட்டது. எதுக்கும் ஒரு தடவை நீங்க வெளியே போய்ப் பார்த்துட்டு வந்துடுறீங்களா?"

"வீணா நீ பயப்படறே சொப்னா... வெளியே காத்து வேகமா வீசியிருக்கும்... ம்... படு..." சொல்லிக் கொண்டே அவளை மல்லாத்தினான் பிரகாஷ்.

அவளுடைய முகத்தை மோப்பம் பிடித்து நெற்றியில் முத்தமிட்டான்.

அதே விநாடி...

"தட்.... தட்..."

கதவை யாரோ மெலிதாய்த் தட்டினார்கள். முதுகில் நெருப்பால் சுட்ட மாதிரி விருட்டென்று எழுந்து உட்கார்ந்தார்கள் இருவரும்.

சொப்னா வெறுமையாகிவிட்ட தன்னுடைய உடம்பை சேலையால் மூடிக் கொள்ள... பிரகாஷ் கதவை நோக்கிப் போனான்.

"யாரது...?"

பதிலுக்கு...

'தட்.... தட்...' சத்தம் மட்டும்.

"யாரது...?"

மௌனம்.

“யாரது...?”

கேட்டுக் கொண்டே தாழ்ப்பாளை விலக்கி கதவை மெல்லத் திறந்தான் பிரகாஷ்.

காற்று விசுக்கென்று முகத்தின் மேல் வந்து மோத... வெளியே... யாருமில்லை.

பிரகாஷ் நடையைப் பெயர்த்து தயக்கமாய் வெளியே வந்தான்.

அவுட்ஹவுஸைச் சுற்றிலும் இருட்டு கனமாய்ப் பூசியிருக்க சுற்றும் முற்றும் பார்த்தபடி வீட்டின் பக்கவாட்டு வராந்தாவில் நடந்து வந்தான்.

வராந்தாவின் மையத்திற்கு வந்ததும்...

திரும்பினான்.

அடுத்த விநாடி....

‘ர்ர்ர்ர்ர ப்ப்ப்...’ என்று பின்னந்தலையில் அந்த அடி விழ சத்தமே எழுப்பாமல் சுருண்டான் பிரகாஷ்.

வராந்தாவின் தூணுக்குப் பின்னாடி இருந்து கையில் மண்வெட்டியோடு வெளிப்பட்டாள் நந்தினி. கண்களிலும் முகத்திலும் உக்கிரம் உட்கார்ந்திருந்தது.

கீழே சுருண்டு விழுந்த பிரகாஷின் கழுத்தை மண்வெட்டியால் நச்சென்று ஒரு போடு போட்டாள்.

கழுத்தில் ரத்தக் கால்வாய் ஒன்று கொப்பளிக்க விலுக்கென்று ஒரு முறை உதறிக் கொண்டான் பிரகாஷ்.

நந்தினி எழுந்தாள்.

ரத்தம் சொட்டும் மண்வெட்டியோடு கதவை நோக்கி நடந்தாள். வெறுமனே சாத்தியிருந்த கதவைத் தள்ளினாள்.

உள்ளேயிருந்து...

அரையிருட்டில் சொப்னா கூப்பிட்டாள்.

“பிரகாஷ்..!”

குரலைக் காட்டாமல் மெதுவாய் உள்ளே போனாள் நந்தினி.

கட்டிலின் நுனியில் நிழலுருவமாய் உட்கார்ந்திருந்த சொப்னா பயமாய் எழுந்தாள்.

குரலில் குளிர் தொற்றிக் கொள்ள கேட்டாள். “யா... ர... து...?”

“.....”

நந்தினி சொப்னாவையே பார்த்துக் கொண்டு வந்தாள்.

“யா... யா... யாரது?”

சொப்னா மெதுவாய்ப் பின்வாங்கினாள்.

நந்தினி சிரித்தாள். பல்வரிசை பளிச்சென்று தெரிய கேட்டாள். “என்ன சொப்னா... என்னைத் தெரியலையா?”

“ந...ந...ந...ந்... ந்ந்...”

“நந்தினி...” என்றாள் நந்தினி.

சொப்னா அதிர்ந்து போய் உறைந்து நின்ற அந்த விநாடி...

நந்தினியின் கையில் இருந்த பிரகாஷின் ரத்தம் பட்டுத் தோய்ந்த மண்வெட்டி சொப்னாவின் நடுமண்டையில் ‘நெக்’கென்று இறங்கிற்று.

சத்தம் காட்டாமல் துள்ளி விழுந்தாள் சொப்னா. விழுந்த சொப்னாவின் மார்பில் காலைப் பதித்து முகத்தை நோக்கி ஆக்ரோஷமாய் மண்வெட்டியால் கொத்தினாள், நந்தினி.

ஒரு நிமிஷம்...

சத்தமாய்த் துடித்து...

மெல்ல மெல்ல அடங்கிப் போனாள் சொப்னா.

நந்தினி வியர்வை பொங்க நிமிர்ந்தாள். கையில் இருந்த மண்வெட்டியோடு குளியலறைக்குப் போய் குழாயைத் திருப்பி விட்டு கொட்டிய நீரில் மண்வெட்டியைக் கழுவினாள். தன்னையும் சுத்தப்படுத்திக் கொண்டாள்.

அவுட்ஹவுஸை விட்டு வெளியே வந்து பங்களாவை நோக்கிப் போனாள்.

# 21

மறுநாள் காலை ஏழு மணி.

போலீஸ் அதிகாரிகள் அவுட்ஹவுஸைச் சுற்றிலும் பரவியிருந்தார்கள்.

சொப்னாவையும் பிரகாஷையும் வெளியே கிடத்தி ஃப்ளாஷ் மின்ன மின்ன... காமிராவில் அடைத்துக் கொண்டிருந்தார்கள், போட்டோகிராஃபர்கள்.

வருத்தம் தோய்ந்த முகங்களோடும்... கண்ணீர் நிரம்பிய கண்களோடும்...

வாகீசன், பரிமளம், பாரி, வயலெட், விமல் எல்லோரும் நின்றிருக்க...

போர்ட்டிகோவில் போடப்பட்டிருந்த நாற்காலியில் கண்களைக் கவ்விய கூலிங்கிளாஸின் வழியே வேடிக்கை பார்த்தபடி உட்கார்ந்திருந்தாள் நந்தினி.

நந்தினிக்குள்ளே ஒரு 440 வோல்ட்ஸ் அபாயம் ஒளிந்திருக்கிறது.

அவள் போலீஸில் என்றைக்காவது ஒரு நாள் மாட்டிக் கொள்ளலாம்.

ஆனால், அதுவரைக்கும்...

அவள் கண்ணெதிரே...

எந்த அக்கிரமம் நடந்தாலும்...

அங்கே கொலை விழுவது தவிர்க்க முடியாத ஒன்று.

வாசகர்களே! நந்தினிக்குத் தெரியும்படியாக எந்தத் தப்பையும் பண்ணிவிடாதீர்கள்!

●●●

www.ingramcontent.com/pod-product-compliance
Lightning Source LLC
LaVergne TN
LVHW090319210926
848480LV00001B/292
* 9 7 9 8 9 0 2 0 7 2 0 6 5 *